AF761635

ശംഖുമുഖം

Sankhumugham

T N Gopakumar

CHINTHA PUBLISHERS
Thiruvananthapuram

First Edition
January 2016

Secon Edition
November 2017

Second Impression
February 2022

Published & Typesetting
Chintha Publishers, Thiruvananthapuram

Printed at
Repro India Ltd. Mumbai

Cover Design
Midas

ISBN : 978-93-85045-09-7

CR - 1735 / 5869

₹ 190

Email: chinthapublishers@gmail.com
Website: www.chinthapublishers.com

A version is available at National Libraries
Kolkata, Mumbai, Chennai and Delhi

Distribution
DESHABHIMANI BOOKHOUSE
H O Thiruvananthapuram 695035

Branch
Head Office Kunnukuzhi • Statue Thiruvananthapuram
KSRTC Bus Terminal Thampanoor • Saphalyam Complex Thiruvananthapuram
KSRTC Bus Station Alappuzha • KSRTC Bus Station Ernakulam
Machingal Lane Thrissur • IG Road Kozhikode
Mavoor Road Kozhikode • NGO Union Building Kannur
Central Bus Terminal Complex Thavakkara Kannur

ശംഖുമുഖം

ടി എൻ ഗോപകുമാർ

ചിന്ത പബ്ലിഷേഴ്സ്
തിരുവനന്തപുരം-695 035
വില : ₹ 190

ടി എൻ ഗോപകുമാർ

1957 ൽ ശുചീന്ദ്രത്ത് ജനിച്ചു. ശുചീന്ദ്രത്തും നാഗർകോവിലിലുമായി പഠനം. തിരുവനന്തപുരം യൂണിവേഴ്സിറ്റി കോളേജിൽനിന്നും ആംഗലസാഹിത്യത്തിൽ ബിരുദാനന്തര ബിരുദം. ജേർണലിസത്തിൽ മധുര സർവ്വകലാശാലയുടെ ബിരുദാനന്തര ബിരുദം. *ഇന്ത്യൻ എക്സ്പ്രസ്, മാതൃഭൂമി. ന്യൂസ് ടൈം, ടൈംസ് ഓഫ് ഇന്ത്യ, ബി ബി സി, ഇന്ത്യ ടുഡേ, ദി സ്റ്റേറ്റ്സ്മാൻ* എന്നീ സ്ഥാപനങ്ങളിൽ പ്രവർത്തിച്ചു. 22 വർഷമായി 'കണ്ണാടി' എന്ന ടി വി പരിപാടിയുടെ അവതാരകനായിരുന്നു. 'ഏഷ്യാനെറ്റ് ന്യൂസി'ന്റെ ചീഫ് എഡിറ്ററായിരുന്നു. 2016 ജനുവരി 30 ന് അന്തരിച്ചു.
ശുചീന്ദ്രം രേഖകൾ, വോൾഗ തരംഗങ്ങൾ എന്നീകൃതികൾക്ക് കേരള സാഹിത്യ അക്കാദമി പുരസ്കാരം. *ശൂദ്രൻ, പയണം, കണ്ണകി, ദില്ലി, ത്സിങ് താവോ, കൂടാരം, അകമ്പടി സർപ്പങ്ങൾ* എന്നീ 13 പുസ്തകങ്ങൾ. *ജീവൻ മശായ്* എന്ന സിനിമയുടെയും *വേരുകൾ* എന്ന ടെലിവിഷൻ സീരിയലിന്റെയും സംവിധായകൻ. ഇന്ത്യക്കകത്തും പുറത്തുമായി നിരവധി പുരസ്കാരങ്ങൾ.

ഭാര്യ : ഹെദർ
മക്കൾ : ഗായത്രി, കാവേരി
വിലാസം : അനിതാ പാർക്ക്, പേട്ട
തിരുവനന്തപുരം - 24.

ഉള്ളടക്കം

പ്രസാധകക്കുറിപ്പ്

*കലാകൗമുദി*യിൽ 'ശംഖുമുഖം' എന്ന പംക്തിയിൽ ടി എൻ ഗോപകുമാർ എഴുതിയ നിരവധി കുറിപ്പുകളിൽനിന്നും തെരഞ്ഞെടുത്ത വളരെ പ്രസക്തമായ 63 കുറിപ്പുകളാണ് ഈ ലഘുഗ്രന്ഥത്തിന്റെ ഉള്ളടക്കം. സമകാലിക സംഭവങ്ങളുടെയോ വാർത്തകളുടെയോ അനുഭവങ്ങളുടെയോ പെട്ടെന്നുള്ള പ്രതികരണമാണ് ഓരോ കുറിപ്പും. എന്നാലും ഓരോന്നും കാലാതീതമായി പ്രസക്തമായിരിക്കുന്നു. ഈ കുറിപ്പുകൾ ഭാവിക്കുവേണ്ടി കരുതിവയ്ക്കപ്പെടേണ്ടതാണ് എന്ന കണ്ടെത്തലാണ് ഇത്തരം ഒരു ഗ്രന്ഥം പ്രസിദ്ധീകരിക്കുവാൻ ഞങ്ങളെ പ്രേരിപ്പിക്കുന്നത്. വിവിധ വിഷയങ്ങൾ തുടർച്ചയായി വായിക്കുവാൻ ഇതിന്റെ സവിശേഷരചന നമ്മെ പ്രേരിപ്പിക്കുന്നു.

ചിന്ത പബ്ലിഷേഴ്സ്

മുഖവുര

ദീർഘകാലമായി *കലാകൗമുദി* വാരികയിൽ ഞാൻ എഴുതിക്കൊണ്ടിരിക്കുന്ന *ശംഖുമുഖം* എന്ന പംക്തിയിലെ ചില ലേഖനങ്ങളുടെ ഒരു സമാഹാരമാണിത്. ഈ ലേഖനങ്ങൾ തെരഞ്ഞെടുത്ത് പ്രസാധനം നടത്തുന്ന *ചിന്ത പബ്ലിഷേഴ്സി*നോട് നന്ദി രേഖപ്പെടുത്തുന്നു.

*കലാകൗമുദി*യിൽ ഞാൻ എഴുതാൻ തുടങ്ങിയിട്ട് 30 വർഷത്തോളമായി. ആ കാര്യത്തിൽ പ്രത്യേകം താല്പര്യം കാണിച്ചിട്ടുള്ള മുഖ്യ പത്രാധിപർ എം എസ് മണിക്കും *കലാകൗമുദി*യിൽ എഡിറ്ററായിരുന്ന എസ് ജയചന്ദ്രൻ നായർക്കും ഈ പുസ്തകം സമർപ്പിക്കുന്നു. പത്രാധിപരായിരുന്ന എൻ ആർ എസ് ബാബുവിനെയും ഇവിടെ നന്ദിയോടെ ഓർക്കുന്നു.

ഈ പുസ്തകം വായനക്കാർ സ്വീകരിക്കുമെന്ന് പ്രതീക്ഷിക്കുന്നു

ടി എൻ ഗോപകുമാർ

അവതാരിക

എന്റെ മാന്യസുഹൃത്തായ ശ്രീ. ടി എൻ ഗോപകുമാറിനെ അടുത്തറിയാത്ത മലയാളി 'കണ്ണാടി ഗോപകുമാർ' എന്നും 'ശംഖുമുഖം ഗോപകുമാർ' എന്നും ആണ് ടീയെൻജിയെ അറിയുന്നത് എന്ന വസ്തുത 'കണ്ണാടി'യുടെയും 'ശംഖുമുഖ'ത്തിന്റെയും പൊതു സ്വീകാര്യതയ്ക്കുള്ള ഏറ്റവും തെളിഞ്ഞ സാക്ഷ്യപത്രമാണ്. തുടക്കം മുതൽ *കലാകൗമുദി* വായിക്കുന്ന ഒരാൾ എന്ന നിലയിൽ പറയട്ടെ, ആ വാരികയുടെ അലങ്കാരമാണ് ടീയെൻജിയുടെ പംക്തി. *മലയാളമനോരമ* ആഴ്ചപ്പതിപ്പിൽ നമ്മുടെ പത്രപ്രവർത്തനമേഖലയിലെ വർത്തമാനകാല കുലപതി തോമസ് ജേക്കബ് എഴുതുന്ന *കഥക്കൂട്ട്* ആ വാരികയുടെ വായനക്കാരിൽ എത്ര പേരുടെ ഒന്നാം വായന ആയിരിക്കും എന്ന് അത് വായിക്കുമ്പോഴൊക്കെ ഞാൻ ആലോചിക്കാറുണ്ട്. *കലാകൗമുദി* ആസ്വദിച്ച് വായിക്കുന്നവർക്കിടയിൽ ടീയെൻജിയുടെ പംക്തി എല്ലാവർക്കും ഒന്നാം വായനതന്നെ ആയിരിക്കും എന്ന് എനിക്ക് ഉറപ്പിച്ചുപറയാൻ തോന്നുന്നുണ്ട് താനും. രണ്ടും രണ്ട് തലങ്ങളിൽ വായിക്കപ്പെടുന്ന വാരികകൾ ആയിരിക്കുകയും *കഥക്കൂട്ടും ശംഖുമുഖ*വും സമാനതകളുള്ള പംക്തികൾ ആയിരിക്കുകയും ചെയ്യുന്നതിനാലാണ് വായനക്കാരുടെ അഭിരുചി ഊഹിക്കുമ്പോൾ ഇങ്ങനെ ഒരു ശതമാനഭേദം കാണുന്നത് എന്ന് തോന്നുന്നു.

സമകാലികപ്രാധാന്യമുള്ള വാർത്തകൾ, സമീപകാലത്ത് ശ്രദ്ധിക്കപ്പെട്ട വിഷയങ്ങൾ, വ്യക്തിതലത്തിലെ അനുഭവങ്ങൾ എന്ന് തുടങ്ങി പലതിനോടും ഉള്ള പ്രഥമ പ്രതികരണം എന്ന നിലയിലാണ് *ശംഖുമുഖം* എന്ന പംക്തി ശ്രദ്ധിക്കപ്പെടുന്നത്. സുദീർഘമായ പത്രപ്രവർത്തനത്തിന്റെ പിൻബലം വരികൾക്കിടയിൽ വായിക്കാം എന്നതിനൊപ്പം വരികളിലെ വാക്കുകളിൽ അയത്നലളിതമായി ആവിഷ്കരിക്കപ്പെടുന്ന ഭാഷാചാരു

തയും ശയ്യാസുഖവും ഒത്തുചേരുമ്പോഴാണ് *ശംഖുമുഖം* അത്യന്തം പാരായണക്ഷമമായി ഭവിക്കുന്നത് എന്നുകൂടെ ചേർത്തുപറയുമ്പോഴാണ് ഈ പ്രഥമ പ്രതികരണത്തിന്റെ പ്രഭവകേന്ദ്രത്തിലെ പ്രതിഭയെക്കുറിച്ച് നാം അത്ഭുതം കൂറുന്നത്.

ഈ സമാഹാരത്തിൽ അറുപതിലേറെ കുറിപ്പുകളാണ് നമുക്ക് വായിക്കാനാവുന്നത്. അവയിൽ ദൃശ്യമാവുന്ന വിഷയവൈവിദ്ധ്യം ഒറ്റനോട്ടത്തിൽ തിരിച്ചറിയാൻ കഴിയുന്നതാണ്. എന്നാൽ എല്ലാ കുറിപ്പുകളെയും ചേർത്തുവയ്ക്കുന്ന രണ്ട് സംഗതികൾ സൂക്ഷ്മദൃക്കുകൾ മാത്രമേ ശ്രദ്ധിക്കാനിടയുള്ളൂ. ഒന്ന്, വിഷയം ഏതായാലും ഭാഷയിൽ തെളിഞ്ഞുകാണുന്ന ടീയെൻജി മുദ്ര. *ബൈബിളിൽ* പുതിയ നിയമത്തിൽ സെന്റ് പോളിന്റെ കുറെ രചനകൾ ഉണ്ട്. അവയിൽ ഏറ്റവും ലളിതമായത് തെസലോനിക്കിയിലെ വിശ്വാസികളെ അഭിസംബോധന ചെയ്യുന്ന കത്തും ഏറ്റവും ദുർഗ്രഹമായത് റോമിലെ സഭയ്ക്ക് അയച്ചതും ആണ്. രണ്ടിനെയും യോജിപ്പിക്കുന്ന ഒരു കണ്ണി വേദപണ്ഡിതർ പോളൈൻസ്റ്റൈൽ (Pauline Style) എന്ന് വിശേഷിപ്പിക്കുന്ന രചനാരീതിയും അവതരണശൈലിയും ആണ്. ഈ സമാഹാരത്തിലെ കുറിപ്പുകൾ ഒരുമിച്ച് വായിക്കുമ്പോൾ ടീയെൻജിമുദ്രയും പോളൈൻസ്റ്റൈലും സൂചിപ്പിക്കുന്ന രചനാസമ്പ്രദായം ഒരേ കൃതഹസ്തതയാണ് തെളിയിക്കുന്നത് എന്ന് കാണാൻ കഴിയും.

ഇത് കൃത്രിമമായി സൃഷ്ടിച്ചെടുക്കുന്നതല്ല. കൃത്രിമമായി ഈ സാജാത്യം സൃഷ്ടിക്കുക അസാദ്ധ്യമാണെന്നല്ല. *റീഡേഴ്സ് ഡൈജസ്റ്റ്* വായിച്ചിട്ടുള്ളവർക്ക് അതറിയാം. കുറെക്കാലം *റീഡേഴ്സ് ഡൈജസ്റ്റ്* വായിച്ചു കഴിയുമ്പോൾ ഇനി അഞ്ചാറ് മാസം ഇടവേള ആകാം എന്ന് തോന്നുന്നത് ആ കൃത്രിമത്വം കൊണ്ടാണ്. അത് ആരുടെയും കുറ്റമല്ല. സാജാത്യം നിർമ്മിക്കപ്പെടുന്നതാവുമ്പോൾ അങ്ങനെ സംഭവിക്കുന്നു എന്ന് മാത്രം. ഇവിടെ അങ്ങനെ ഒരു സാജാത്യം ആരും നിർമ്മിക്കുന്നില്ല. ഇത് സ്വാഭാവികമായി സംഭവിക്കുന്നതാണ് ഗോപകുമാറിന്റെ രചനകളിൽ ജുവാനോ ഗുറെസ്ക്കിയുടെ ഡോൺ കാമിലൊ കഥകളിലും ഇ വി കൃഷ്ണപിള്ളയുടെ *ചിരിയും ചിന്തയും* കുറിപ്പുകളിലും ഒക്കെ ഇതേ സ്വാഭാവിക സാജാത്യം ഒരു രചനാമുദ്രയായി തെളിയുന്നുണ്ട്. അനുഗൃഹീതനായ എഴുത്തുകാരന്റെ സർഗ്ഗസിദ്ധിയാണ് ഇവിടെയൊക്കെ അടയാളപ്പെടുത്തപ്പെടുന്നത്.

രണ്ടാമത്തേത് ഉള്ളടക്കം തന്നെ. ഉള്ളടക്കത്തിലേക്ക് കടന്ന് സൂക്ഷ്മമായി അപഗ്രഥിക്കുമ്പോഴും ടീയെൻജിയുടെ സിദ്ധികൾ സുവ്യക്തമായി തെളിഞ്ഞു കാണുന്നുണ്ട്.

ഒന്നാമത്തെ കുറിപ്പ് അഴിമതിയെക്കുറിച്ചാണ്. എത്ര ബാർ കോഴകൾ ചേർന്നാലാണ് ഒരു ബീഹാർ കാലിത്തീറ്റ ഉണ്ടാവുന്നത് എന്ന് നാം സാധാരണ ശ്രദ്ധിക്കാറില്ല. അത് ശ്രദ്ധിക്കുക മാത്രമല്ല ടീയെൻജി ചെയ്യുന്നത്. അതിന്റെ കാരണവും ചുരുങ്ങിയ വാക്കുകളിൽ അപഗ്രഥനവിധേ

യമാക്കുന്ന ഗ്രന്ഥകാരൻ കേരളീയരുടെ മനസ്സാണ് ഇവിടെ മാനകമാവുന്നത് എന്ന് സോദാഹരണം തെളിയിക്കുക കൂടെ ചെയ്യുന്നു. ആലോചനാമൃതമായി അനുഭവപ്പെടുന്ന അവസാനവാക്യങ്ങളിലെ ഗുണദോഷവും അതിന് അകമ്പടിയായി കാണുന്ന നർമ്മബോധവും കൂടെ ചേരുമ്പോൾ ഈ ചെറിയ കുറിപ്പ് ഒരു മാസ്റ്റർപീസ് ആയി മാറുന്നു.

'പകയും വൈരാഗ്യവും' എന്ന കുറിപ്പ് ആകട്ടെ, പരിണതപ്രജ്ഞനായ ഒരു കാരണവർ കോലായയിലെ ചാരുകസേരയിൽ ഇരുന്ന്, വിഭവചതുഷ്ടയം ചർവ്വണം ചെയ്ത്, മുറ്റത്തേക്ക് നീട്ടിത്തുപ്പി, അരുണവർണ്ണമായ വദനഗഹ്വരം മടിയിൽ അലസമായി ഇട്ടിരിക്കുന്ന ഈരെഴയൻതോർത്തുപയോഗിച്ച് വൃത്തിയാക്കിക്കൊണ്ട് പാട്ടക്കാർക്കും അനന്തരവർക്കും ഉപദേശം നല്കുന്ന, മലയാളി കണ്ടുമറന്ന, ആ രംഗമാണ് മനസ്സിൽ പുനഃസൃഷ്ടിക്കുന്നത്. അതേസമയം

തവറു എൻപതു തവറി ചെയ്വത്
തപ്പു എൻപതു തെരിന്തു ചെയ്വത്
തവറു ചെയ്തവൻ തിരുന്തിയാകണം
തപ്പു ചെയ്തവൻ വരുന്തിയാകണം

എന്ന തമിഴ് വരികളുടെ ഒടുവിൽ ഏതാണ് തവറ് ഏതാണ് തപ്പ് എന്ന ചോദ്യം വായിക്കുമ്പോൾ ഒരു ബൗദ്ധിക കൊളീസിയത്തിലെ വലിയ ദ്വന്ദ്വയുദ്ധമായാണ് അത് മനസ്സിൽ അവശേഷിക്കുന്നത്.

ഇനി 'വഴക്കുകളുടെ അർത്ഥം' എന്ന അവസാനത്തെ കുറിപ്പ്. അവിടെയും ഇതുപോലെ തന്നെ ഗതകാല സ്മരണകളുടെ വെളിച്ചത്തിൽ വർത്തമാനകാലപ്രഹേളികകളെ വേദനയോടെ അവതരിപ്പിക്കുകയാണ് ചെയ്യുന്നത്. ഷെയ്ക്സ്പിയറുടെ ആരാധകനായ പ്രൊഫസറും മാർലൊയെ അവസാനവാക്കായി കരുതുന്ന ലക്ചററും അവരുടെ വാദപ്രതിവാദങ്ങളിലൂടെ തങ്ങളുടെ വിദ്യാർത്ഥികളുടെ സാഹിത്യാഭിരുചികളെ പരിപോഷിപ്പിച്ചിരുന്ന പഴയ കാലത്ത് വഴക്കുകൾക്കും വാഗ്വാദങ്ങൾക്കും പോലും ക്രിയാത്മക സാദ്ധ്യതകൾ ഉണ്ടായിരുന്നുവെങ്കിൽ ഇന്ന് ആർക്കും ഒരു ഗുണവും ചെയ്യാത്ത വിഷവാതകപ്രസാരണമാണ് സാംസ്കാരിക ലോകത്തെ അഭിപ്രായാന്തരങ്ങളുടെ അന്തിമഫലം എന്ന് വിലപിക്കുന്നു ഗോപകുമാർ.

കമ്പോടുകമ്പ് വായിച്ചശേഷം അങ്ങനെ വായിക്കേണ്ടതാണ് ഈ സമാഹാരം എന്ന് സാക്ഷ്യപ്പെടുത്തിക്കൊണ്ടാണ് ആദിമദ്ധ്യാന്ത സ്ഥിതങ്ങളായ മൂന്ന് കുറിപ്പുകൾ സ്ഥാലീപുലാകന്യായേന ഇവിടെ പരിശോധിച്ചത് എന്ന് എടുത്തുപറയട്ടെ. 63 കുറിപ്പുകളും കുറിക്ക് കൊള്ളുന്നവ തന്നെ.

ഈ ശംഖുമുഖത്ത് സൂര്യൻ അസ്തമിക്കാതിരിക്കട്ടെ എന്ന പ്രാർത്ഥനയോടെ ഈ കൃതി സഹൃദയസമക്ഷം അവതരിപ്പിക്കുന്നു.

2015 ഡിസംബർ 2 ഡി ബാബുപോൾ

കേരളത്തിന് വികസനം വേണ്ടാത്ത ഒരു മേഖല

കേരളത്തിലെ അഴിമതിയെക്കുറിച്ച് എല്ലാ ദിവസവും ഈയിടെയായി വാർത്തകളാണ്. ഇതിലേതോ ഒന്നുരണ്ടു വാർത്തകൾ ഇംഗ്ലീഷ് പത്രത്തിൽ കണ്ട എന്റെ ഒരു മുംബൈ സുഹൃത്ത് ഫോൺ ചെയ്തു. "നിങ്ങൾ കേരളത്തിലെ മാധ്യമപ്രവർത്തകർ കേരളത്തെ ഈ മട്ടിൽ അപമാനിക്കരുത്. നിങ്ങൾ വലിയ കാര്യമായി പറയുന്ന അഴിമതിക്കഥകളുടെ സംഖ്യ വായിക്കുമ്പോൾ നാണക്കേടു തോന്നും. മുംബൈ നഗരത്തിൽ മാത്രം ഇതിന്റെ പത്തിരട്ടി അഴിമതി എല്ലാ ദിവസവും നടക്കുന്നു. എങ്കിൽ മഹാരാഷ്ട്ര സംസ്ഥാനത്തിന്റെയാകെ കണക്ക് ഒന്നാലോചിച്ചുനോക്കൂ."

"അഴിമതിയിൽ സംഖ്യയല്ല പ്രധാനം. ആര് എന്തിനുവേണ്ടി കാശു വാങ്ങി എന്നതാണ്. പണ്ട് പരിധിയിൽ കവിഞ്ഞ് കുറച്ച് ജീപ്പുകൾ പ്രചരണരംഗത്ത് ഉപയോഗിച്ചു എന്നു കണക്കുകൂട്ടി തിരഞ്ഞെടുപ്പു കമീഷൻ ഇന്ദിരാഗാന്ധിയുടെ ഇലക്ഷൻ തന്നെ റദ്ദാക്കിയ ചരിത്രമോർക്കുക." ഞാൻ വാദിച്ചു.

"അതൊക്കെ വലിയ ശുംഭത്തരമായിരുന്നു. ഇക്കാലത്ത് നടക്കില്ല. നടന്നാൽ തെളിവുമുണ്ടാകില്ല." മറുപടി.

ആ തർക്കം അങ്ങനെ സ്വകാര്യ തമാശകളുമായി കുറേനേരം നീണ്ടു. ഒരർത്ഥത്തിൽ എന്റെ മുംബൈ സുഹൃത്ത് പറഞ്ഞതിൽ ഒരു ചെറിയ ന്യായമുണ്ട്. ഇന്ത്യയിൽ അഴിമതി കുറഞ്ഞ സംസ്ഥാനങ്ങളുടെ കണക്കുകൾ പരിശോധിച്ചാൽ ഉത്തര കിഴക്കൻ സംസ്ഥാനങ്ങൾ കഴിഞ്ഞാൽ കേരളമാണ് പിന്നീട് വരിക.

ഞാൻ എന്റെ സുഹൃത്തിനെ ബോധിപ്പിക്കാൻ ശ്രമിച്ചതുപോലെ കേരളത്തിൽ അഴിമതി കുറയാൻ മറ്റു ചില കാരണങ്ങളുണ്ട്. ഒന്ന്, വലിയ അഴിമതി നടത്താൻ മാത്രം ഇവിടെ സർക്കാരിന് കാശില്ല. രണ്ട് മറ്റു സംസ്ഥാനങ്ങളെ അപേക്ഷിച്ച് ചെറിയ അഴിമതിക്കഥകളും തപ്പിപ്പിടിക്കുന്ന

മാധ്യമപ്രവർത്തകരും രാഷ്ട്രീയക്കാരുമുണ്ട്. മൂന്ന്, അഴിമതിയെ നിസ്സംഗമായി കാണാൻ തയ്യാറല്ലാത്ത സാക്ഷര സമൂഹമാണ് നമ്മുടേത്. നാല്, മുന്നണി ഭരണത്തിൽ പരസ്പരം പാരപണിയുന്ന ഘടകകക്ഷികൾ. ഇങ്ങനെ നീണ്ടുപോകും കേരളത്തിനു മാത്രം തനതായ ഈ സാഹചര്യങ്ങൾ.

സൊമാലിയക്കാർ കപ്പലുകൾ റാഞ്ചി കപ്പലിലുള്ളവരെ ബന്ദികളാക്കി ബന്ധപ്പെട്ടവരോട് കാശിനാവശ്യപ്പെടുന്നു. മിക്കപ്പോഴും പല രാജ്യങ്ങളും അതിന് വഴങ്ങുന്നു. സൊമാലിയക്കാർ അവർ ചെയ്യുന്നതിൽ ഒരു തെറ്റും കാണുന്നില്ല. അതുപോലെയാണ് അഴിമതിയുടെ കാര്യത്തിൽ ഒട്ടേറെ ഇന്ത്യൻ സംസ്ഥാനങ്ങളും. ഈ വരുന്ന ലോകസഭാ തിരഞ്ഞെടുപ്പിൽ മത്സരിക്കുന്ന സ്ഥാനാർത്ഥികൾക്ക് കാലാകാലം വർദ്ധിച്ചത് വെളിവാക്കപ്പെട്ട സ്വത്തുവിവരക്കണക്കുകൾ സശ്രദ്ധം നോക്കുക. വലിയ ധനികരെയും കച്ചവടക്കാരെയും മാറ്റി നിർത്താം. 15 വർഷം മുമ്പ് സ്വന്തമായി ഒരു വീടുപോലും ഇല്ലാതിരുന്ന ചിലരുടെ ഇന്നുള്ള കണക്കുകൾ തന്നെ ഞെട്ടിക്കും. പുറത്തു പറയുന്നതിൽ എത്രയോ ഇരട്ടിയാണ് യാഥാർത്ഥ്യം. തിരഞ്ഞെടുപ്പു കമീഷന് തെളിവു കിട്ടില്ല. പിന്നീട് തിരഞ്ഞെടുപ്പു കഴിഞ്ഞ് തെളിവു ലഭിച്ചശേഷം തിരഞ്ഞെടുപ്പു റദ്ദാക്കിയാലും നമ്മുടെ ചങ്ങാതിക്ക് ഒരു ചുക്കും സംഭവിക്കില്ല. നല്ല വക്കീലന്മാരുണ്ടാകും. അഴിമതിക്ക് തയ്യാറാകുന്ന ചില കോടതികളുമുണ്ട് എന്ന് സുപ്രീംകോടതി ജഡ്ജിമാർ തന്നെ ആശങ്ക രേഖപ്പെടുത്തുന്നു.

ഇതുകൊണ്ടെല്ലാം കേരളത്തിലെ നമ്മുടെ അഴിമതി വിരുദ്ധ സമീപനത്തിൽ വെള്ളം ചേർക്കണ്ട. ഇന്ന് ചേർത്തുതുടങ്ങിയാൽ മറ്റൊരുകാലത്ത് വലിയ അഴിമതിക്കഥകൾ നാം കേൾക്കേണ്ടിവരും. മറ്റു കാര്യങ്ങളിൽ വികസനത്തിനായി നമുക്ക് തമിഴ്നാടിനോടും ആന്ധ്രയോടും മദ്ധ്യപ്രദേശിനോടുമെല്ലാം മത്സരിക്കാം.

അഴിമതിയുടെ കാര്യത്തിൽ എത്രയും പിറകെ നില്ക്കുന്നുവോ അത്രയും നല്ലത്. ഈ മേഖലയിൽ വികസനം വേണ്ട.

വമ്പൻ അഴിമതിയുടെ സാഹചര്യങ്ങൾ തുറന്നുകിട്ടിയാൽ പ്രാഗല്ഭ്യത്തോടെ അതേറ്റെടുക്കുവാൻ കഴിവുള്ള മലയാളികൾക്ക് ഇവിടെ കുറവില്ല.

ബലികുടീരങ്ങൾ

കമ്യൂണിസത്തെ ഇപ്പോഴും ഒട്ടേറെ യുവാക്കളിൽ ആദ്യകാലം എത്തിക്കുന്ന ഒരു പ്രയോഗം എന്തെന്ന് ചോദിച്ചാൽ ഒരു മറുപടിയേയു ള്ളൂ. 'പ്രിയ സഖാക്കളെ' (Dear Comrades). ആ ഒരു പ്രയോഗത്തിൽ തന്നെ സോഷ്യലിസ്റ്റ് സിദ്ധാന്തം പൂർണ്ണമായും അടങ്ങിയിരിക്കുന്നു. ഡൽഹിയിലും ചെന്നൈയിലും കേരളത്തിലും ലക്ഷങ്ങളെ ഇ എം എസ് മുതൽ പ്രകാശ് കാരാട്ട് വരെയുള്ള നേതാക്കൾ പ്രസംഗമാരംഭിക്കുന്ന തിന് മുമ്പ് ഉച്ചരിക്കുന്ന ഈ വാക്കുകൾ (തോഴർകളെ) നല്കുന്ന ഉൾപ്രേ രണ പിതൃതുല്യമാണ്; മാതൃതുല്യമാണ്; സോദര തുല്യമാണ്; തൊഴി ലാളി വർഗ്ഗത്തിന്റെ നാഡികളെയും സിരകളെയും ഒന്നിച്ചു ത്രസിപ്പിക്കു ന്നു. അക്ഷരാർത്ഥത്തിൽ കോൾമയിർ ഉണ്ടാകുന്നു.

"സഖാവെ" എന്നു വിളിക്കുമ്പോൾ ഒരർത്ഥമേയുള്ളൂ. ഞാനും നീയും തുല്യരാണ്. ഇതിൽ 16 വയസ്സുകാരൻ എസ് എഫ് ഐകാരനുണ്ട്. 90 കഴിയുന്ന മുതിർന്ന നേതാക്കളുണ്ട് (നമ്മുടെ ചില കമ്യൂണിസ്റ്റ് നേതാ ക്കൾ ഇടയ്ക്കിടെ കാണിക്കുന്ന ഒരു അബദ്ധമുണ്ട്" "ബഹുമാന്യനായ സഖാവ്..." അതു ആശയ വൈരുദ്ധ്യമുണ്ടാക്കുന്നു. "കമ്യൂണിസത്തിൽ പ്രായം ഒരിക്കലും ഘടകമല്ല. ഓരോ സഖാവിന്റെയും ആരോഗ്യമനുസ രിച്ച് ഉത്തരവാദിത്വം കുറയ്ക്കുകയോ കൂട്ടുകയോ ചെയ്യും" എന്ന് എത്രയോ പ്രാവശ്യം ഇ എം എസ് പറഞ്ഞിട്ടുണ്ട്. എഴുതിയിട്ടുണ്ട്).

പ്രസ്ഥാനമെന്ന പ്രയോഗത്തിനും പാർട്ടി എന്ന പ്രയോഗത്തിനും ഈയിടെ നിശ്ചിത ഭാഷാ വ്യക്തത ആർക്കും മനസ്സിലാകുന്നില്ല. സി പി ഐ (എം) പോലുള്ള വലിയ സംഘടനയിലെ വലിയ വ്യക്തികൾ പോലും ചില സഖാക്കളെ 'ബഹുമാന്യ'രാക്കുകയും മറ്റു സഖാക്കളെ 'സുഹൃത്തു'ക്കളാക്കുകയും മറ്റു ചിലരെ 'മുൻ സഖാക്കളാക്കുകയും ചര

മപ്പെട്ടവരിൽ ഭാഗ്യമുള്ളവരെ 'രക്തസാക്ഷി'കളാക്കുകയും ചെയ്യുന്നു. പ്രകാശ് കാരാട്ടും. സീതാറാംയെച്ചൂരിയും ഈ അബദ്ധം കാണിക്കുന്നതു കണ്ടിട്ടില്ല. ഇ എം എസും ഹർകിഷൻസിങ് സുർജിതും അങ്ങനെ ചെയ്തതായി എന്റെ അനുഭവങ്ങളിൽ ഓർമ്മയില്ല.

ഒരു പ്രസ്ഥാനത്തിൽ, കേന്ദ്രീകൃത ജനാധിപത്യ പ്രസ്ഥാനത്തിൽ, ഒരു തീരുമാനമെടുക്കാൻ അഖിലേന്ത്യാ സമ്മേളനം കൂടാനാവില്ല. ഒരു മാധ്യമ പ്രസ്ഥാനത്തിൽ എല്ലാവരും മാധ്യമ പ്രവർത്തകരാണ്. ചീഫ് എഡിറ്റർ മുതൽ താഴോട്ട് ഏവരും തുല്യരാണ്. എന്നാൽ ഓരോ ജേർണലിസ്റ്റിനും പ്രസ്ഥാനത്തിന്റെ നടത്തിപ്പിനെക്കുറിച്ച് സ്വന്തം തീരുമാനം അടിച്ചേല്പിക്കാനാവില്ല. നല്ല മാധ്യമ സ്ഥാപനത്തിൽ എല്ലാവരും നല്ല സഖാക്കളാകണ്ട. എല്ലാവരും നല്ല സഹപ്രവർത്തകരാവുകയും വേണം.

സഹപ്രവർത്തകനെന്ന അഭിസംബോധനയ്ക്ക് ഒരിക്കലും 'സഖാവേ' എന്ന വിളിയുടെ വൈകാരികതലമുണ്ടാകില്ല. 'Comrade' എന്ന വിളിയിലെ അടിസ്ഥാന കാപട്യത്തെക്കുറിച്ച് ഒട്ടേറെ വലിയ പണ്ഡിതർ എഴുതിയിട്ടുണ്ട്. "സോഷ്യലിസത്തിൽ എല്ലാവരും തുല്യരാണ്. ചിലർ കൂടുതൽ തുല്യരാണ്" എന്ന തമാശയോർക്കുക.

വി എസ് അച്യുതാനന്ദനും കമ്യൂണിസ്റ്റാണ്. പാർട്ടിയിൽനിന്നും ഈയിടെ പുറത്താക്കപ്പെട്ട അദ്ദേഹത്തിന്റെ അടുത്ത സഖാക്കളും കമ്യൂണിസ്റ്റുകാരാണ്. എന്നാൽ, വി എസ് കൂടുതൽ തുല്യനായതുകൊണ്ട് പുറത്താക്കിയില്ല.

വി എസിന്റെ അനുഗാമി സുരേഷ് പറഞ്ഞ വാക്കുകൾ എന്നെപ്പോലുള്ളവരെ വേദനിപ്പിക്കുന്നു. "ഇനി എന്തു ചെയ്യണമെന്നറിയില്ല...!" വി എസിനോടുള്ള ബന്ധവിച്ഛേദമല്ല കാരണം. ഇനി നീ കമ്യൂണിസ്റ്റ് അല്ല എന്ന് പാർട്ടി പ്രഖ്യാപിച്ചിരിക്കുന്നു. പുറത്താക്കപ്പെട്ട ഈ മൂവർക്ക് സി പി എം അംഗത്വത്തിന് അർഹതയില്ലെങ്കിൽ എന്തു പാരമ്പര്യം പറഞ്ഞാലും വി എസിനും അർഹതയില്ല. അദ്ദേഹത്തെയും പുറത്താക്കണ്ടേ? ഈയിടെയായി പണ്ട് പുറത്താക്കിയ ഗൗരിയമ്മയെയും എം വി രാഘവനെയും പോയി കാണുന്നതുപോലെ വി എസിനെയും പോയി കാണൂ. ഇനി പാർട്ടിസമ്മേളനം തുടങ്ങുമ്പോൾ 'ബലികുടീരങ്ങളേ' പാടുമ്പോൾ ഈ മൂവരും വീണ്ടും ബലിയാടുകളായി കേട്ടു നില്ക്കും. പ്രസ്ഥാനത്തിൽ പുതിയ യുവാക്കൾ കടന്നുവരുന്നില്ല എന്ന് ഡി വൈ എഫ് ഐ സമ്മേളനത്തിൽ വിലപിച്ചിട്ട് എന്തു കാര്യം?

ഗണേഷ്, യാമിനി ദമ്പതികളോട്

നമ്മുടെ രാഷ്ട്രീയ കുടുംബങ്ങൾ പലപ്പോഴും ആനുകാലിക ചരിത്രം പോലും മറന്നുപോകുന്നതിന്റെ ഉദാഹരണങ്ങളിൽ ഏറ്റവും ഒടുവിൽ നാം ഗണേഷ് കുമാറിലും യാമിനിയിലും എത്തിനില്ക്കുന്നു. കുറ്റകൃത്യങ്ങളിൽ മാധ്യമഭാഷയിൽ ഏതു വകുപ്പ് ഏതാണ് എന്നു പറയുന്നത് സഭ്യമാണ്. "പരസ്ത്രീ ബന്ധങ്ങളെ" തുടർന്ന് ആരോപണവിധേയരായ വലിയ ലോകനേതാക്കളുണ്ട്. തത്സമയസംപ്രേഷണം അനുവദിച്ചുകൊണ്ട് മോണിക്കാലെവിൻസ്കി ബന്ധം സമ്മതിച്ച അമേരിക്കൻ പ്രസിഡന്റ് ബിൽ ക്ലിന്റനെ ഓർക്കുക.

"എന്റെ ഭർത്താവ് തെറ്റു ചെയ്തതു മനസ്സിലാക്കുന്നു. എന്നാൽ ഈ വിഷമഘട്ടത്തിൽ അദ്ദേഹത്തോടൊപ്പം ഞാനുമുണ്ട്." എന്നു പ്രഖ്യാപിച്ച ഹിലാരി ക്ലിന്റനെ ഓർക്കുക. ക്ലിന്റന്റെ ജനപ്രീതി വർദ്ധിച്ചു. ഹിലാരിയുടെയും. ആ ബന്ധത്തിൽപ്പെട്ട മോണിക്ക കാണിച്ചത് അതിലേറെ പ്രശംസിക്കേണ്ട മൃദുലമായ സ്ത്രീ സമീപനമാണ്. ബന്ധങ്ങൾ നശിപ്പിക്കാനല്ല, ഒരു നല്ല ബന്ധവും.

കുടുംബത്തിന് വലിയ വില കല്പിക്കുന്ന നാം പറഞ്ഞു നടക്കുന്ന ഇന്ത്യൻ സംസ്കാരത്തിൽ ഇത്തരം സംഭവങ്ങൾ ആദ്യമല്ല.

രക്തപരിശോധനയുടെ ഭീഷണി വന്നപ്പോൾ മാത്രം ഒരാൾ തന്റെ മകനാണ് എന്ന് വാർദ്ധക്യത്തിൽ സമ്മതിക്കേണ്ടിവന്ന ഒരു വലിയ നേതാവിനെയോർക്കുക. എന്തെല്ലാം കഥകളാണ് ജവഹർലാൽ നെഹ്റുവിനെയും ഇന്ദിരാഗാന്ധിയെയും രാജീവ്ഗാന്ധിയെയും കുറിച്ച് ഇന്നും പ്രചരിക്കുന്നത്. താനുണ്ടാക്കിയ ബന്ധങ്ങളെക്കുറിച്ചോ, അതിൽ ജനിച്ച കുട്ടികളെക്കുറിച്ചോ ഒന്നും ഒളിച്ചു വയ്ക്കാത്ത എം കരുണാനിധിയാണ് എനിക്ക് മാതൃകാപുരുഷൻ.

പണ്ട് രാമസ്വാമി നായ്ക്കർ പറഞ്ഞതുപോലെ ഇന്ത്യാക്കാർ എല്ലാവരും പരമശിവനെയും ശ്രീകൃഷ്ണനെയും കുന്തിയെയും പാഞ്ചാലിയെയും പോലെ ജീവിക്കുന്നതല്ലല്ലോ ഇന്ത്യൻ സംസ്കാരം. പണ്ട് ഭർത്താവിനോ ഭാര്യക്കോ ഉടമസ്ഥാവകാശമല്ല. അവരുണ്ടാക്കുന്ന ബന്ധങ്ങൾക്ക് മറ്റാരും തടസ്സം നില്ക്കരുത്. മറ്റൊരു ബന്ധത്തിൽ ഘടോൽക്കചൻ ഉണ്ടായതിൽ പാഞ്ചാലി ഭീമനെ തള്ളിപ്പറഞ്ഞിട്ടില്ല. സൂര്യനിലും വായുവിലും സന്തതികളുണ്ടാക്കിയ കുന്തിയുടെ മുഖത്ത് നോക്കാൻ പോലും അക്കാലത്ത് ആരും ധൈര്യപ്പെട്ടിട്ടില്ല. സൂര്യകോപമറിയും.

മർലിൻ മൻറോ മുതൽ ഡയാനാ വരെ "വഴി തെറ്റി നടന്ന പെണ്ണുങ്ങളായി" ചർച്ച ചെയ്യാൻ ലോകമാധ്യമങ്ങൾ ഇന്നും പുതിയ കഥകൾ തേടുന്നു. ടൈഗർ വുഡ്സ് എല്ലാ തെറ്റുകൾക്കും മാപ്പു പറഞ്ഞ് ഇതാ വീണ്ടും തന്റെ തൊഴിലിൽ ഒന്നാം റാങ്കിൽ. കൂട്ടത്തിൽ മലയാളിയായ ഒരു ഫാഷൻ ഡിസൈനർ ഇന്ന് അമേരിക്കയിൽ തടവുകാരനായി കഴിയുന്നുവെന്നും പറയണം.

മറ്റൊരു സ്ത്രീയുമായി തന്റെ ഭർത്താവ് ഇണചേർന്ന് ഉറങ്ങുന്നത് സമ്മതിക്കാൻ പാഞ്ചാലിക്കുപോലും എളുപ്പമല്ല. എന്നാലും അന്നും ഇന്നും കുടുംബനാശം ഇന്ത്യൻ സംസ്കാരത്തിന്റെ നല്ല സന്ദേശമല്ല. കുലം മുടിയുന്നതിൽ വേദനിക്കണമെന്നാണ് എല്ലാ പുരാണങ്ങളും പറയുന്നത്. അത്ര മാത്രം.

ടി വി തോമസ്-ഗൗരിയമ്മ ബന്ധത്തെക്കുറിച്ച് പി സി ജോർജ്ജ് പറഞ്ഞ തമാശയിൽ അദ്ദേഹവും ദുഃഖിക്കുന്നു. ആ ദുഃഖം രേഖപ്പെടുത്തിയതും മാന്യതയാണ്.

ഗണേഷ് കുമാറും യാമിനിയും ആവർത്തിച്ച് കാണേണ്ട ചില ദൃശ്യങ്ങൾ ഇതാണ്. ഇ എം എസും കുടുംബവും നായനാരും കുടുംബവും. കരുണാകരനും കുടുംബവും... ആ പട്ടിക വളരെ നീണ്ടതാണ്. ഈ വൈകിയ വേളയിൽ ആര്യ അന്തർജ്ജനമാകണ്ട യാമിനി. ഇ എം എസ് ആകാൻ ഗണേഷ് സ്വപ്നം പോലും കാണില്ല. ഒബാമയും മിഷേലും കുട്ടികളുമായി നില്ക്കുന്ന ചിത്രങ്ങൾ കാണൂ. എന്നിട്ട് സ്വയം ബോദ്ധ്യം വന്നാൽ നിങ്ങൾ പരസ്പരം മാന്തിയ കഥകൾ കോടതികളിൽ പോയി പറയൂ. ആവശ്യത്തിന് അബദ്ധങ്ങൾ നിങ്ങളിരുവരും കാണിച്ചു കഴിഞ്ഞു. വൈരാഗ്യാഗ്നിയിൽ എരിഞ്ഞു തീരേണ്ടതല്ല നിങ്ങളുടെ ഭാവി ജീവിതം. ഒരിക്കലും ക്ലിന്റനോ ഹിലാരിയോ ആകാൻ നിങ്ങൾക്ക് സാധിക്കില്ല. എന്നാൽ അങ്ങനെയും ചില കുടുംബങ്ങൾ സന്തുഷ്ടരായി കഴിയുന്നുവെന്ന് ഓർക്കുന്നതിൽ തെറ്റില്ല. അല്ലെങ്കിൽ മാധ്യമങ്ങൾക്കു മുമ്പിൽ ഈ മട്ടിൽ തെറ്റായി ശോഭിച്ചു നില്ക്കൂ!

നവാഗത തെയ്യങ്ങൾ

കേരളത്തിന് ഒരു രാഷ്ട്രീയ നാടകവും പുതുമയല്ല. പഴയ നാടകങ്ങളെ തോല്പിക്കുന്ന പുതിയ നാടകാവിഷ്കാരം ഇപ്പോൾ നടക്കുന്നുമില്ല. 'ആവിഷ്കാരം' എന്ന വാക്ക് ഉപയോഗിക്കാൻ കാരണം ഏതു രംഗാവിഷ്കാരത്തിനും ഒരു സംവിധായകനും എന്തിനും കൂടെ നില്ക്കുന്ന ഒരു സംഘവും (ആ സംഘം എത്ര ചെറുതുമാവട്ടെ) വേണം. ഇന്ന് കേരളരാഷ്ട്രീയത്തിൽ നാം കാണുന്നത് ശക്തി ക്ഷയിച്ച ഒറ്റത്തെയ്യങ്ങളുടെ നിലയ്ക്കാത്ത കരച്ചിലുകളാണ്. തോറ്റം പാടിപ്പോകുന്ന തെയ്യങ്ങൾക്ക് മുടിയേറ്റാൻ ശേഷിയില്ല.

ഇന്നത്തെ കേരള രാഷ്ട്രീയത്തെ തെയ്യവുമായി താരതമ്യപ്പെടുത്തി എന്നാരും കലഹിക്കണ്ട. കാരണം പണ്ട് കേരളത്തിൽ തോറ്റം പാട്ട് ഭംഗിയായി പാടി ഓടിനടന്ന് താമസിയാതെ വേഷമണിഞ്ഞ് ഉറച്ച കാൽവെപ്പുകളുമായി വന്നിരുന്ന തെയ്യങ്ങളെ ഓരോ വായനക്കാരനും കുറിച്ചെടുക്കാം. ഇന്ന് കഴകപ്പെരുമ ചുമത്താൻ മാനസികമായ ആരോഗ്യമില്ലാത്തവർ ഇടയ്ക്കിടെ വന്നു പാടിപ്പോകുന്നു. ദീനതയോടെ.

ഇവിടെ രാഷ്ട്രീയ തെയ്യ കലാകാരന്മാരിൽ ആരെയും പ്രത്യേകിച്ച് കുറ്റപ്പെടുത്താനാവില്ല. ടെലിവിഷൻ ചാനലുകളുടെ പെരുങ്കളിയാട്ടത്തിൽ സ്വത്വം തേടാൻ നിർബ്ബന്ധിതരാണ് എന്ന് ചിലർ സ്വയം കരുതുന്നു. വിവേകബുദ്ധിയുള്ള ചിലർ (വി എം സുധീരൻ ഒരുദാഹരണം) പരമാവധി മാറി നില്ക്കുന്നു. എന്നാലും ഇടയ്ക്കിടെ ഇടപെടുന്നു.

കഴകാങ്കണം വികലമാകുന്നു. നല്ല തെയ്യങ്ങൾ ആട്ടത്തറയിലേക്ക് കാലുവയ്ക്കാൻ ശങ്കിക്കുന്നു. ഇതെല്ലാം രാഷ്ട്രീയത്തിൽ അശുഭലക്ഷണങ്ങളാണ്. ഇന്ന് അഴിമതിക്കൂമ്പാരമായി തീർന്നിരിക്കുന്ന ചില ഉത്തരേന്ത്യൻ സർക്കാരുകൾ അവിടെ വരുത്തി വച്ച സാമൂഹിക സാംസ്കാരിക

നഷ്ടം തിരിച്ചെടുക്കാൻ ഏറെ പാടുപെടണം.

എന്തിന് വടക്ക് ചെല്ലണം? നമ്മുടെ അയൽ സംസ്ഥാനങ്ങൾ തമിഴ്നാട്, കർണ്ണാടക, ആന്ധ്ര- ആ മലിന രാഷ്ട്രീയ സംസ്കാരം ഏറ്റുവാങ്ങുകയാണ്.

താരതമ്യേന എത്രയോ ഭേദപ്പെട്ടവരാണ് കേരളം ഭരിക്കുന്നവർ.

കൊച്ചു തെറ്റുകൾ പോലും സഹിക്കാത്ത ഒരു മലയാളി സമൂഹം അവരെ നിരന്തരം കാണുന്നു. ചോദ്യം ചെയ്യുന്നു. വളരെ ശക്തമായ മാധ്യമമൂല്യമുള്ളവരുടെ നാടുകൂടിയാണിത്. പ്രസ്താവനകളിലൂടെയും തൽസമയ വാചകങ്ങളിലൂടെയും പ്രഭുത്വര കൈവരിക്കുന്ന നേതാക്കളുടെ കാലം കേരളത്തിൽ കഴിഞ്ഞിരിക്കുന്നു.

ശ്രേഷ്ഠഭാഷ എന്ന അംഗീകാരം തേടാൻ ശ്രമിക്കുന്ന ഭാഷാസമൂഹം പഴയ ചരിത്രത്തിന്റെ രേഖകളല്ല നിരത്തേണ്ടത്. ഇന്നത്തെ രാഷ്ട്രീയഭാഷാ സംസ്കൃതിയാണ്. പാർലമെന്ററിയായ എല്ലാ പുലഭ്യങ്ങളും ഇവിടെ പറഞ്ഞു കഴിഞ്ഞിരിക്കുന്നു!

ഈ തെയ്യങ്ങൾ താമസിക്കാതെ ക്ഷീണിക്കും. കഴകത്തിൽനിന്നും പുറത്താകും. പിന്നീട് സ്വന്തം വീട്ടിനുള്ളിലെ ചെറിയ കളിയാട്ടങ്ങളേ സാദ്ധ്യമാവുകയുള്ളൂ.

അല്ലെങ്കിൽ ഏകാംഗനാടകത്തിലെ നടന്മാരായി സ്വന്തം കവലകളിൽ മാത്രം എഴുന്നള്ളുന്നവരായി മാറും.

അങ്ങനെ മാറിയ വലിയ ചില നേതാക്കൾ ഇപ്പോഴും ജീവിച്ചിരിപ്പുണ്ട്. മുഖ്യമന്ത്രിസ്ഥാനത്തുനിന്നും വിരമിച്ചശേഷം തൃശൂർ റൗണ്ടിലെ മൈതാനിയിൽ നടന്നെത്തി അവിടെ വിശ്രമിച്ചിരുന്ന സി അച്ചുതമേനോനെ മാത്രം ഓർത്താൽ ഇന്നത്തെ തെയ്യങ്ങൾക്ക് തോറ്റം പാടാൻ പോലുമവകാശമില്ല.

അബ്രാഹ്മണനായ മലയാറ്റൂർ

സെല്ലുലോയ്ഡ് സിനിമയുമായി ബന്ധപ്പെട്ട് മലയാറ്റൂർ രാമകൃഷ്ണനെ ഉൾപ്പെടുത്തി നടക്കുന്ന ഈ അപവാദം മരിച്ചു പോയ വലിയ മനുഷ്യനോട് കാണിക്കുന്ന അനാദരവാണ്.

ആ സിനിമയുടെ സംവിധായകൻ കമൽ തന്നെ പറയുന്നു, മലയാറ്റൂരിനെ നേരിട്ട് കണ്ടിട്ടുണ്ട്, സ്നേഹത്തോടെ മാത്രമേ പെരുമാറിയിട്ടുള്ളൂവെന്ന്.

എന്നെപ്പോലുള്ളവരെ അലോസരപ്പെടുത്തുന്നത് മലയാറ്റൂർ രാമകൃഷ്ണനെ അവർണ്ണരോടു പുച്ഛമുള്ള ഒരു സവർണ്ണനായിരുന്നു അദ്ദേഹം എന്ന മട്ടിലുള്ള ചർച്ചയാണ്. മലയാറ്റൂർ രാമകൃഷ്ണനെ (രാമകൃഷ്ണ അയ്യരായിക്കോട്ടെ) നേരിട്ടോ അദ്ദേഹത്തിന്റെ കൃതികളിലൂടെയോ പരിചയപ്പെട്ട വിവേകബുദ്ധിയുള്ള ഒരു മനുഷ്യനും ഇതു ചിന്തിക്കാനാവില്ല.

അദ്ദേഹത്തെ വളരെയടുത്ത് പരിചയപ്പെട്ടവനാണ് ഞാൻ. ദൂരദർശനു വേണ്ടി *വേരുകൾ* സീരിയൽ ആക്കാൻ അനുമതി തേടി ഞാനും നിർമ്മാതാവ് രവീന്ദ്രനാഥും ചെന്ന സന്ദർഭം. ഒന്നിലേറെ തവണ മറ്റുള്ളവർക്ക് ഇതിനായുള്ള സമ്മതം നിരസിച്ചിരുന്നു മലയാറ്റൂർ. മറ്റു സ്വാധീനങ്ങളുപയോഗിച്ചാണ് ഒരു ചർച്ചയ്ക്ക് തന്നെ തയ്യാറായത്.

വായനക്കാരിൽ എത്രപേർ *വേരുകൾ* വായിച്ചിട്ടുണ്ട് എന്നറിയില്ല. വായിക്കാത്തവർ *വേരുകളും* മലയാറ്റൂരിന്റെ മറ്റു കൃതികളും ഒന്നിച്ചു വായിക്കണം.

മലയാറ്റൂർ എന്നോട് ചോദിച്ചു എന്താണ് Approach? എനിക്ക് Script കാണണം.

മലയാറ്റൂരിനും സിനിമയ്ക്കുമുള്ള ബന്ധം എനിക്കറിയാം. "എഴുതിക്കൊണ്ടിരിക്കുകയാണ്."

"Location എവിടെ?"

"തീരുമാനിച്ചിട്ടില്ല. ആദ്യം താങ്കളുടെ അനുവാദം വേണമല്ലോ?"

പിന്നീട് ധാരണയായി. കാശു പറഞ്ഞുറപ്പിച്ചു. ചെറിയ അഡ്വാൻസ് കൈപ്പറ്റി.

"എന്റെ ചോര കൊണ്ടെഴുതിയതാണ് *വേരുകൾ.* അതു കാശുകൊണ്ട് തീരില്ല. Television is the new medium, let it happen. കുറെപ്പേർ അറിയട്ടെ."

ജോലിയിൽ നിന്നും വിരമിച്ച ശേഷം മലയാറ്റൂരിനെയും ഭാര്യ വേണിയെയും രോഗങ്ങൾ വല്ലാതെ അലട്ടിക്കൊണ്ടിരുന്ന ഒരു കാലമായിരുന്നു അത്. ദൂരെയെവിടെയോ ഉള്ള മക്കൾ. മലയാറ്റൂർ മിക്ക പ്രശ്നങ്ങൾക്കും പരിഹാരം കണ്ടെത്തിയത് മദ്യത്തിലൂടെയായിരുന്നു. (ഹണി ബീ ബ്രാണ്ടി) സാമ്പത്തിക സമ്മർദ്ദങ്ങളുമുണ്ടായിരുന്നു.

"ഇപ്പോൾ ഞാൻ *വേരുകൾ* വിറ്റു. എനിക്കവകാശമില്ല. എന്നാൽ ഒരു അഭ്യർത്ഥന നടത്താൻ ഏതു പട്ടർക്കും അവകാശമുണ്ടല്ലോ."

"എന്താണ്?" ഞാൻ ചോദിച്ചു.

"Location എന്റെ നാട്ടിലാകണം. എല്ലാ സൗകര്യവും ഞാൻ ചെയ്യാം. *വേരുകളി*ലെ കുറെ കഥാപാത്രങ്ങൾ ഇപ്പോഴും അവിടെ ജീവിച്ചിരിക്കുന്നു. Location നോക്കാൻ പോകുമ്പോൾ ഞാനും വരാം."

നിർമ്മാണത്തിൽ പരിചിതനായ രവി ഉടനെ പറഞ്ഞു.

"ഒന്നാലോചിച്ചു പറയാം."

"മതി". അന്നു യാത്ര പറഞ്ഞു.

മലയാറ്റൂരും രവിയും ഞാനും അങ്ങനെ തോട്ടുവായിൽ ചെന്നു. യാത്രയ്ക്കിടയിൽ സംവരണമെന്ന ആശയം എന്തുകൊണ്ടു ശരി എന്ന് മലയാറ്റൂർ വാദിച്ചിരുന്നു.

മലയാറ്റൂരിന് നടക്കാൻ നന്നേ വിഷമമുണ്ടായിരുന്നു. എന്നാലും പരമാവധി ഞങ്ങളോടൊപ്പം വന്നു. എല്ലാവരെയും പരിചയപ്പെടുത്തി. ഞങ്ങളുടെ മദ്യപാനത്തിനിടയിൽ മലയാറ്റൂർ ഇടയ്ക്കിടെ പറഞ്ഞിരുന്ന വാചകം.

"I am born as a brahmin, leading the life of a non brahmin. These people were not born as a brahmins. They have become brahmins by karma. കർമ്മം കൊണ്ട് ബ്രാഹ്മണരായവരുടെ ഭാഗത്താണ് ഞാൻ."

മലയാറ്റൂരിന്റെ *ഗായത്രി* എന്ന സൃഷ്ടി സിനിമാരൂപത്തിൽ പി എൻ മേനോൻ നമുക്ക് നല്കി. "പത്മതീർത്ഥമേ ഉണരൂ." എന്ന പാട്ടിലും "തങ്കത്തളികയിൽ പൊങ്കലുമായ് വന്ന" എന്ന പാട്ടിലും ഒരു ബ്രാഹ്മണ യുവതി കീഴ് ജാതിയിൽപ്പെട്ട അലക്കുകാരനെ പ്രേമിക്കുന്നതാണ് മലയാറ്റൂർ സൃഷ്ടി. അതേക്കുറിച്ച് ചോദിച്ചപ്പോൾ മലയാറ്റൂർ പറഞ്ഞു. "പട്ടന്മാരെക്കൊണ്ട് കൊള്ളില്ലെങ്കിൽ നല്ല പട്ടത്തികൾ നല്ല പയ്യന്മാരെ കണ്ടെത്തും." ചിരി.

"പട്ടാപ്പകൽ പട്ടർ പട്ടയടിച്ചു" എന്ന് സ്വയം വിമർശിച്ച മലയാറ്റൂർ *വേരുകളിൽ* എഴുതിയതും, എന്റെ സീരിയലിലുണ്ട്.

തോട്ടുവായിൽ ഞങ്ങൾ ചെന്നപ്പോൾ രാമകൃഷ്ണയ്യർ എത്തി എന്നറിഞ്ഞ് കാണാൻ വന്ന മറ്റു ജാതിയിലെ മനുഷ്യരെ കൂടെയിരുത്തിക്കൊണ്ടാണ് മലയാറ്റൂർ അതു പഞ്ഞത്. അവിടെ പലരുടെയും കുട്ടികളുടെ വരെ പേരറിയാമായിരുന്നു. പലർക്കും സ്ഥിരം സഹായം നല്കുന്നതായും പിന്നീട് മനസ്സിലായി.

മലയാറ്റൂർ ഒരിക്കലും ബ്രാഹ്മണനായിരുന്നതുകൊണ്ട് അബ്രാഹ്മണരെയോ അന്യമതസ്ഥരയോ കുറച്ചു കണ്ടില്ല. വി കെ എന്നിന്റെ തമാശകൾ പോലെ പട്ടർ തമാശകൾ പറയുമെന്നേയുള്ളൂ.

ആ കാലത്ത് എനിക്കു തോന്നിയിട്ടുണ്ട്. മലയാറ്റൂരിന് ഏറ്റവും പുച്ഛവും പലപ്പോഴും വെറുപ്പും തന്റെ ബ്രാഹ്മണ സമൂഹത്തോടായിരുന്നു. അദ്ദേഹത്തിന്റെ സൃഷ്ടികളിൽ കൂടുതൽ താലോലിക്കപ്പെടുന്നത് മറ്റു സമൂഹങ്ങളിൽപ്പെട്ടവരാണ്.

വേരുകൾ സീരിയലായി ദൂരദർശൻ സംപ്രേഷണം ചെയ്യുമ്പോൾ മലയാറ്റൂർ ജീവിച്ചിരുന്നില്ല. അത് എന്റെ നഷ്ടം. എത്രയോ മണിക്കൂറുകൾ ഞാൻ ഒന്നിച്ച് ചെലവിട്ടിട്ടുള്ള ആ മനുഷ്യനെ ഒരിക്കലും ജാതിചിന്തയുള്ളവനായി കണ്ടിട്ടില്ല. കൃതികൾ വായിക്കുക.

ഞാൻ ഒരിക്കൽ രാമകൃഷ്ണയ്യരോടു ചോദിച്ചു. "നിങ്ങൾ ജനിച്ചത് പെരിയാറിന് ഇക്കരെ.. ഇപ്പോൾ ഇതു തോട്ടുവ. അല്ലെങ്കിൽ പെരുമ്പാവൂർ.. മലയാറ്റൂർ അക്കരെയാണ്."

"ഇക്കരെ നിന്നാലും മലയാറ്റൂർ പെരുന്നാൾ കാണാം." മലയാറ്റൂർ പെരുന്നാളിന്റെ ദിവസവും ഞങ്ങൾക്ക് ചിത്രീകരണമുണ്ടായിരുന്നു. ജലജയും നെടുമുടിവേണുവുമായുള്ള രംഗങ്ങൾ. പെരിയാറിനപ്പുറം ദീപാലംകൃതമായ മലയാറ്റൂർ പള്ളിയിലേക്ക് മനുഷ്യർ പോകുന്നത് ഇക്കരെ നിന്നുകണ്ടു.

പഴയ തമാശ, പുതിയ മോഹം

ഇപ്പോഴും കേരളത്തിൽ ബുദ്ധിജീവികൾ പ്രചരിപ്പിക്കുന്ന ഒരു തമാശയുണ്ട്. തമാശയല്ല. പണ്ട് സംഭവിച്ചതാണ്. അവിഭക്ത കമ്യൂണിസ്റ്റ് പ്രസ്ഥാനം സ്റ്റഡി ക്ലാസുകൾ നടത്തിയിരുന്ന ആദ്യത്തെ കാലം. എ കെ ജിയും കേരളീയനും ഇ എം എസുമൊക്കെയാണ് പല സ്ഥലങ്ങളിലും ക്ലാസുകൾ നടത്തിയിരുന്നത്.

കമ്യൂണിസമെന്താണെന്നോ വിപ്ലവം എന്തിനുവേണ്ടിയാണെന്നോ ഒട്ടേറെ പേർ മനസ്സിലാക്കാൻ ശ്രമിക്കുന്ന കാലം. എല്ലാ സ്റ്റഡിക്ലാസുകളിലും പോയിരുന്ന ഒരു യുവാവിനെക്കുറിച്ചാണ് തമാശ.

എല്ലാ ക്ലാസുകളിലും ഈ സഖാവ് ഒരു സംശയം ചോദിക്കും.

"ഭരണം കൊഴിഞ്ഞു പോകും. അതിനുശേഷം?"

"അതിന് ശേഷം ആരു ഭരിക്കും?"

"നാം തൊഴിലാളി വർഗ്ഗം ഭരിക്കും" മറുപടി.

അടുത്ത സ്റ്റഡിക്ലാസിലും ഈ സഖാവ് ഇതേ ചോദ്യം ആവർത്തിക്കും. മറുപടിയിൽ മാറ്റമില്ല.

"തൊഴിലാളി വർഗ്ഗമെന്നാൽ ആരു ഭരിക്കും?"

പിന്നെയും അതേ സംശയം. കുറേ സ്റ്റഡിക്ലാസുകളിൽ ഇതേ ചോദ്യം ആവർത്തിക്കപ്പെട്ടപ്പോൾ സഖാവിനെ പാർട്ടിയിൽനിന്നും പുറത്താക്കി എന്നാണ് തമാശ.

മേല്പറഞ്ഞ ഉദാഹരണം പൂർണ്ണമായും സത്യമാവില്ല. കാരണം അക്കാലത്തെ സ്റ്റഡിക്ലാസുകളിൽനിന്നും രാഷ്ട്രീയമായി വളർച്ച നേടിയ ഒരു വലിയ നിരയാണ് പിന്നീട് കേരളത്തിന് കൈവന്ന സമ്പാദ്യം. അതേ വേളയിൽ സംശയനിവാരണത്തിന് അനുവാദം നല്കാത്ത കമ്യൂണിസ്റ്റുകാരുടെ കേന്ദ്രീകൃത വ്യവസ്ഥ ശരിയല്ല എന്നും ഈ തമാശയിലൂടെ നാം തിരിച്ചറിയുന്നു.

കേന്ദ്രീകൃത ജനാധിപത്യമെന്ന് പേരു നല്കുമ്പോൾ അവ്യക്തമായ ഒട്ടേറെ കാര്യങ്ങളുണ്ട്. അന്നും ഇന്നും. മുകളിൽനിന്നും താഴോട്ടോ? ഇന്നത്തെ ലോക്കൽ കമ്മിറ്റിയിലെ യുവാവിന് നാളെ ഒരു നാൾ സി പി എമ്മിന്റെ കേന്ദ്ര നേതൃത്വത്തിൽ പ്രവേശിക്കാനാകുമെന്ന് അവർ വാദിക്കുന്നു. എന്നാൽ ആ വ്യക്തി സംശയങ്ങളില്ലാത്ത നല്ല സഖാവായിരിക്കണം.

ഇതിപ്പോൾ കുറിപ്പാക്കാൻ കാരണം രാഹുൽഗാന്ധിയെന്ന യുവാവിന്റെ സ്ഥാനാരോഹണവും അതിനുശേഷം അദ്ദേഹം നടത്തിയ പ്രസംഗവുമാണ്. ആ പ്രസംഗം പൂർണ്ണമായും കേട്ടപ്പോൾ വല്ലാത്ത വിഷമം തോന്നി. കോൺഗ്രസിന് ഹൈക്കമാണ്ട് പാടില്ല എന്നാണ്. അധികാരവികേന്ദ്രീകരണം വേണമെന്നാണ് രാഹുൽ പറഞ്ഞത്. ഒരു ദിവസം പത്തു പ്രാവശ്യമെങ്കിലും ഹൈക്കമാണ്ട് എന്ന വാക്കു മാത്രമുച്ചരിച്ചു ജീവിക്കുന്ന കേരളത്തിലെ കോൺഗ്രസ് നേതാക്കൾ ഞെട്ടിക്കാണണം. ഈയിടെയാണ് കെ പി സി സി സംഘടനാ ലിസ്റ്റ് ഹൈക്കമാണ്ടിനെക്കൊണ്ട് അംഗീകരിപ്പിച്ച വലിയ നാടകമുണ്ടായത്. രാഹുൽ ഗാന്ധിയാകട്ടെ, കഴിഞ്ഞ തിരഞ്ഞെടുപ്പിലും ഒട്ടേറെ സ്ഥാനാർത്ഥി നിർണ്ണയങ്ങളിൽ നേരിട്ട് ഇടപെടുകയും ചെയ്തിരുന്നു. പെട്ടെന്ന് എന്താണ് ഈ വികേന്ദ്രീകരണം? 'പഞ്ചായത്തുകൾ നിർണ്ണയിക്കട്ടെ' എന്നു പറയുന്ന രാഹുൽ ഗാന്ധി പാർട്ടി പ്രസിഡന്റായ അമ്മയ്ക്കുശേഷം പാർട്ടിയിലെ രണ്ടാമനായി പ്രതിഷ്ഠിതനായ ശേഷമാണ് അതു പറയുന്നതു എന്നോർക്കുക. രാഹുലിന്റെ അച്ഛൻ രാജീവ് ഗാന്ധിയെ ഒരു ചെറിയ സംഘം കൂടിയാണ് ഒരു ദിവസംകൊണ്ട് പ്രധാനമന്ത്രിയാക്കിയതും പാർട്ടിയുടെ പ്രസിഡന്റാക്കിയതും.

അന്നത്തെ സാഹചര്യങ്ങളിൽ അതു അനിവാര്യമായിരുന്നുവെന്ന് വീണ്ടും വാദിക്കാം. രാജീവ് ഗാന്ധിയെ പ്രധാനമന്ത്രിയാക്കിയപ്പോൾ ഒരു പാർലമെന്റംഗം പോലും എതിർത്തില്ല. ഇന്ന് രാഹുൽ ഗാന്ധിയെ പാർട്ടിയിലെ രണ്ടാമനായി അവരോധിച്ചപ്പോഴും ആരും എതിർത്തില്ല. നാളെ പ്രധാനമന്ത്രി ആക്കിയാലും ആരും എതിർക്കില്ല.

ഈ പ്രക്രിയ കേന്ദ്രീകരണമാണോ വികേന്ദ്രീത പാർട്ടി ജനാധിപത്യമോ എന്ന ചർച്ച അപഹാസ്യമാണ്. പാർട്ടി ഹൈക്കമാണ്ട് എന്ന സംസ്കാരം നിർത്തണമെന്ന് രാഹുൽഗാന്ധി തന്നെ പറയുമ്പോൾ തമാശ പൂർണ്ണമാകുന്നു.

മത്സ്യനിബദ്ധം

സിനിമയുടെ പേരുകൾ എന്നും മലയാളത്തിൽ പ്രധാനമായിരുന്നു. നല്ല സിനിമയുടെ പേര് മിക്കപ്പോഴും ഒരു സാമൂഹിക ഒരു രാഷ്ട്രീയ പ്രസ്താവനയായിരുന്നു എന്നു ചരിത്രം പരിശോധിച്ചാൽ വ്യക്തമാകും. മൂന്നു തരം ശീലങ്ങളായിരുന്നു പണ്ട്. സാഹിത്യസൃഷ്ടിയുടെ അതേ പേരു തന്നെ നല്കുക. (തകഴിയുടെയും എം ടിയുടെയും സൃഷ്ടികളിൽ തുടങ്ങി ഇപ്പോഴും ആ സ്വഭാവമുള്ള സംവിധായകരുണ്ട്. സാഹിത്യസൃഷ്ടിയുടെ പേര് അതേമട്ടിൽ സിനിമയ്ക്കു നല്കുന്നത് ശരിയല്ല എന്നു കരുതുന്നവരുണ്ട്.)

ഇനി വ്യക്തമായ ചില പഴയ സിനിമാപ്പേരുകൾ പരിശോധിക്കാം. *ചട്ടമ്പിക്കല്യാണി* 'ചട്ടമ്പിക്കല്യാണി' തന്നെയായിരുന്നു. *ചട്ടക്കാരി* ചട്ടക്കാരി തന്നെയായിരുന്നു. *ഫുട്ബോൾ ചാമ്പ്യൻ* (പ്രേംനസീർ) ഫുട്ബോൾ ചാമ്പ്യൻ തന്നെയായിരുന്നു. *ആലീസിന്റെ അന്വേഷണം* എന്ന തീവ്രമായ സൃഷ്ടി ആ പേരിനോടും *സൂസന്ന* എന്ന സിനിമ മറ്റൊരു പേരിനോടും നീതി പാലിക്കുന്നവയായിരുന്നു. (ടി വി ചന്ദ്രൻ സിനിമകൾ) എന്നാൽ *ചെമ്മീൻ* എന്ന സിനിമയ്ക്ക് 'കറുത്തമ്മ' എന്നു പേരിടുക വലിയ തെറ്റാകുമായിരുന്നു. പ്രമേയത്തിന്റെ വലിയ അർത്ഥത്തിന് ഭംഗം വരുമായിരുന്നു. *തുലാഭാരം* എന്ന സിനിമയ്ക്ക് അതേപോലെ നാമനീതീകരണമുണ്ട്. അവസാനം മനുഷ്യന്റെ കോടതിയിൽ കഥ തീരുന്നു. *യക്ഷി*യിൽ യക്ഷി തന്നെയാണ്. എന്നാൽ *ചെമ്പരത്തിക്ക്* മറ്റു മാനങ്ങളുണ്ട്. *ഗായത്രി*യിൽ ഉള്ളതുപോലെ.

ചില സിനിമകളുടെ പേരുകൾ പറഞ്ഞുവെന്നേയുള്ളൂ. ബാക്കി വായനക്കാർക്ക് ഊഹിക്കാം. *വിലയ്ക്ക് വാങ്ങിയ വീണ*യിൽ പോലും വീണയെന്ന സംഗീത ഉപകരണമുണ്ട്. *നദി*യിൽ നദിയുണ്ട്. *വടക്കൻ വീരഗാഥ*

വടക്കൻ വീരഗാഥ തന്നെയാണ്. *പഴശ്ശിരാജ*യിൽ പഴശ്ശിരാജയും ഉണ്ട്. പ്രാഞ്ചിയേട്ടനും പുണ്യാളനും അതിൽ കുഴപ്പം വരുത്തിയില്ല.

ഈ പശ്ചാത്തലത്തിലാണ് ഈയിടെ പ്രഖ്യാപിച്ച ഒരു സിനിമയുടെ പേര് എന്നിൽ കൗതുകമുണർത്തുന്നത്. *നെത്തോലി ഒരു ചെറിയ മീനല്ല* എന്നാണ് ടൈറ്റിൽ. വ്യക്തമായ സാമൂഹിക രാഷ്ട്രീയ പ്രസ്താവനയാണെന്ന് തോന്നുന്നു. മത്സ്യവർഗ്ഗത്തിൽപ്പെട്ട നെത്തോലി ഒരു ചെറിയ മീനല്ല എന്നു ശഠിച്ചു പറയുമ്പോൾ നെത്തോലിയെന്ന ഉപജാതിയെ ചിലർ ചെറുതായി കരുതുന്നു എന്ന ആക്ഷേപ സ്വരമുണ്ട്. മത്സ്യവർഗ്ഗത്തോട് സ്നേഹമുള്ള പലർക്കും സധൈര്യം സിനിമാരംഗത്ത് കടന്നുവരാനുള്ള ആഹ്വാനം നല്കുന്നു. ചില ടൈറ്റിൽ നിർദ്ദേശങ്ങൾ ബ്രാക്കറ്റിൽ പ്രമേയ നിർദ്ദേശം.

1. 'തിമിംഗലം ഒരു പാവം മത്സ്യമാണ്' (കടലിനടിയിൽ പൂർണ്ണമായും ചിത്രീകരിക്കാനായാൽ നന്ന്)
2. 'കത്തിയാണെ സത്യം' (കുടുംബകഥ)
3. 'പൊരിക്കാനാവാത്ത അയില' (സ്ത്രീകഥാപാത്രത്തിന് പ്രാധാന്യം)
4. 'മത്സ്യകന്യകയായി ജനിച്ചു പോയി' (തീവ്രവികാരങ്ങൾ)
5. 'കൂർമ്മബുദ്ധിയുള്ളവന്റെ മീൻപൊടി' (ഹാസ്യം)
6. 'എന്റെ മുള്ളുകടിച്ചവൻ ചാകും' (വയലൻസ്)
7. 'എന്നെ കരിമീനെന്നും വിളിക്കേണ്ട ('നീലക്കുയിൽ' പോലെ പ്രേമ നൈരാശ്യം)
8. 'തോട്ടപൊട്ടി ചത്ത മീനുകളുടെ കുളക്കടവ്' (പ്രേമം, വയലൻസ് ഗാനങ്ങൾ വേണം)
9. 'പടവെട്ടിയ പച്ചമീൻ' (ചരിത്രം)
10. 'ഫിഷ് ഫിങ്കേഴ്സ് അഥവാ വിരാൾ മീനുകൾ' (പുതിയ തലമുറയ്ക്ക്)
11. 'മത്സ്യഗന്ധിയുടെ കൊലപാതകം; ഒരു പകൽക്കഥ' (ഹൊറർ)
12. 'ആയിരം മുള്ളുള്ള അപൂർവ്വ അയിലാമണി' (എന്തുമാകാം!)
13. 'മത്തിയെ കെട്ടിയ നെത്തോലി' (സ്വവർഗ്ഗ രതി)
14. 'തിരിച്ചു വരാത്ത മുക്കുവൻ: കേരളാപ്പൊലീസ് ഡയറിക്കുറിപ്പ്' (കുറ്റാന്വേഷണം)
15. 'മത്സ്യ നിബിഡമല്ല അനുരാഗം' (ചങ്ങമ്പുഴക്കവിതകൾ)

മത്സ്യവിഷയങ്ങൾ തീരുമ്പോൾ നമുക്ക് മറ്റു അവതാരങ്ങളുമായി ബന്ധപ്പെടാം. സെൻസർ ബോർഡ് പ്രശ്നങ്ങൾ സൂക്ഷിക്കണം.

ചെറിയ വിവാദങ്ങൾ കുഴപ്പമില്ല. സെൻസർ നിരോധനമുണ്ടാകരുതെന്നേയുള്ളൂ.

നക്ഷത്ര സമ്മതം

ഒരു കുട്ടിയുടെ ജനനവും ജനനസമയവും ദൈവനിശ്ചയമെന്ന് വിശ്വസിക്കുന്നവരും പ്രകൃതിദത്തമെന്ന് കരുതുന്നവരുമുണ്ട്. എന്നാൽ പ്രകൃതിക്കും വിശ്വാസത്തിനുമിടെ കളിക്കുന്ന ഒരു വർഗ്ഗം കൂടി ജനിച്ചിരിക്കുന്നു.

ഗൈനക്കോളജിസ്റ്റ് പ്രസവം നടത്തി അമ്മയ്ക്കും കുട്ടിക്കും കുഴപ്പമില്ലെന്ന് ഉറപ്പുവരുത്തേണ്ട വ്യക്തി. ഈയിടെയായി കേരളത്തിലെ പ്രസവം ഡോക്ടർമാരുടെ കൈകളിൽ വലിയ സമ്മർദ്ദങ്ങളാണ്. അമ്മയ്ക്കും കുട്ടിക്കും അപകടസാദ്ധ്യത തീർത്തും ഒഴിവാക്കുകയാണ് നല്ല ഡോക്ടർമാർ എപ്പോഴും എടുക്കുന്ന തീരുമാനം. അഞ്ചു ശതമാനം സംശയമുണ്ടെങ്കിൽ പോലും അവർ സിസേറിയൻ തീരുമാനിക്കും. സിസേറിയൻ മാത്രം സ്ഥിരം ചെയ്യുന്ന കുറേപ്പേരുണ്ട്. അവർ ന്യൂനപക്ഷമാണ്.

ഈ ന്യൂനപക്ഷമാണ് പലപ്പോഴും വൈദ്യ ധർമ്മങ്ങൾ മറന്ന് ചില ആവശ്യങ്ങൾ നടത്തി കൊടുക്കുന്നത്.

പരിശോധനകൾക്ക് ശേഷം ആണാണോ പെണ്ണാണോ എന്ന് നേരത്തെ പറയരുത് എന്നാണ് ഇന്ത്യൻ നിയമം. കാരണം ഇതു വഴി പെൺഭ്രൂണഹത്യ നടക്കുന്നു. ഈയിടെയായി പെൺകുട്ടിക്ക് വേണ്ടി മോഹിച്ച ചിലർ ആൺ ഭ്രൂണഹത്യയും ചെയ്യുന്നുവത്രെ.

ഈ തെറ്റുകൾക്കിടയിലാണ് മറ്റൊരു തെറ്റ്. നക്ഷത്രമനുസരിച്ചുള്ള സിസേറിയൻ പ്രസവം "മൂന്നു മണിക്കൂർ കഴിഞ്ഞു മതി." എന്നോ ഒന്നര മണിക്കൂർ നേരത്തെയാക്കണമെന്നോ ശഠിക്കുന്ന കുടുംബങ്ങളുടെ എണ്ണം കൂടുകയാണ്. നല്ല ഡോക്ടർമാർ സമ്മതിക്കില്ല. എന്നാലും ചിലർ വഴങ്ങുന്നു. ഒന്നരമണിക്കൂർ ചിലപ്പോൾ പന്ത്രണ്ടു മണിക്കൂർ തന്നെയാകുന്നു. നക്ഷത്രവിശ്വാസം വർദ്ധിക്കുന്ന പ്രശ്നമറിയാതെ കുറച്ചു നേരത്തെയോ വൈകിയോ കുട്ടി ജനിക്കുന്നു.

ഇതു ഹിന്ദുക്കളുടെ മാത്രം പ്രശ്നമെന്ന് കരുതരുത്. Zodiac Sign അനുസരിച്ചാണത്രെ പലരുടെയും പ്രസവം. ചിലർക്ക് ഇംഗ്ലീഷ് കലണ്ട റിലെ കൃത്യദിവസം തന്നെ വേണം. ഉദാഹരണത്തിന് അടുത്ത കൊല്ലം ജനിക്കേണ്ട കുട്ടിയുടെ ജന്മനാൾ 3.3.13 എന്നാക്കി കിട്ടാൻ ഇപ്പോൾ തന്നെ പദ്ധതികളാണ് എന്നു പറയുമ്പോൾ അവിശ്വസിക്കരുത്. നേരിട്ടു കേട്ട താണ്. ഇങ്ങനെ ജനിക്കുന്ന കുട്ടികളുടെ കാര്യം ആലോചിക്കുക. ഈ കുട്ടികളുടെ ജനനം പ്രകൃതി ദത്തമെന്നോ ഈശ്വരനിശ്ചയമെന്നോ പറ യാനാവില്ല. ചില ഇടനിലക്കാർ വിശ്വാസത്തെയും പ്രകൃതിയെയും കബ ളിപ്പിച്ച് കൂട്ടത്തിൽ സ്വയം പറ്റിച്ച് നക്ഷത്രങ്ങളോടും തീയതികളോടും കാണിക്കുന്ന നിന്ദയാണ്. ചില കുട്ടികൾക്ക് ഇതു വഴി പിന്നീട് കുഴപ്പങ്ങ ളുമുണ്ടാകുന്നു. നിർബ്ബന്ധിത ഗർഭ വിരാമത്തെപ്പോലെ തന്നെയുള്ള ഒരു വലിയ തെറ്റാണ് നിർബ്ബന്ധിത ജനനസമയവും. കൂടുതൽ വിദ്യാഭ്യാസവും സമ്പത്തുമുള്ളവരാണ് പലപ്പോഴും ഗൈനക്കോളജിസ്റ്റുകളെ സ്വാധീനിച്ച് ഇത് ചെയ്യിക്കുന്നത്. കേരളത്തിൽ കുറവാണ്. എന്നാലും അപൂർവ്വമല്ല.

പലരും ചിന്തിക്കുന്നില്ല. ജന്മനക്ഷത്രം ഏതെന്ന് ആ നക്ഷത്രവും കൂടി സമ്മതിക്കേണ്ടെ! വല്ലപ്പോഴും ആകാശത്തു നോക്കുന്നത് നല്ലത്.

വിളികൾ തമാശകൾ

ഇ എം എസ് ജീവിച്ചിരുന്ന കാലത്ത് ചില സഖാക്കൾ അദ്ദേഹത്തെ 'ഇ എം' എന്നു മാത്രം പരാമർശിച്ചിരുന്നു. പെട്ടെന്ന് 'എസ്' എവിടെപ്പോയി എന്ന് ചിലർ അന്വേഷണം നടത്തി. ഒടുവിലുണ്ടായ നിഗമനം വളരെ അടുപ്പമുള്ള സഖാക്കൾക്ക് അങ്ങനെ വിളിക്കാമെന്നായിരുന്നു. അവസാന ദിവസങ്ങളിൽ കേൾവിക്കുറവുണ്ടായിരുന്ന ഇ എം എസ് താൻ 'ഇ എം എസാ'ണോ 'ഇ എമ്മാ'ണോ എന്നൊക്കെ ചിന്തിക്കാതെ സന്തോഷത്തോടെ വിട പറഞ്ഞു.

എൺപതുകളുടെ ആരംഭത്തിൽ കെ കരുണാകരനെ 'ലീഡർ' എന്നു മാത്രം വിളിച്ചിരുന്നവരുണ്ട്. കരുണാകരന് അക്കാലത്ത് അതു നന്നേ ബോധിച്ചിരുന്നുവെന്ന് പലരും കരുതി. പിന്നീടുള്ള വർഷങ്ങളിൽ കെ കരുണാകരന് ഭംഗിയായി ബോദ്ധ്യപ്പെട്ടു. ആദ്യം 'ലീഡർ' എന്നു തന്നെ വിളിച്ചവരാണ് പിന്നീട് തള്ളിപ്പറഞ്ഞതെന്ന കാര്യം. മാധ്യമപ്രവർത്തകർ പോലും അദ്ദേഹത്തെ അങ്ങനെ അഭിസംബോധന ചെയ്യാൻ തുടങ്ങിയിരുന്നു.

ഹിറ്റ്ലറായിരുന്നു 'ഫ്യൂറർ' എന്നപേരിൽ പണ്ട് വിലസിയിരുന്നത് എന്ന് അദ്ദേഹത്തെ ചില നല്ലവർ ഉപദേശിച്ചു. ഒരു സന്ദർഭത്തിൽ കരുണാകരൻ തന്നെ 'ലീഡർ' എന്നു വിളിച്ച ഒരു കോൺഗ്രസ് നേതാവിനെ ശകാരിക്കുന്നത് ഞാൻ കാണുകയും കേൾക്കുകയും ചെയ്തു.

ചില പേരുകളുണ്ട്. ഒരു ഉദാഹരണം എം ജി ആർ തന്നെ. 'തലൈവർ' എന്നോ മറ്റോ മറ്റു പേരുകൾ നല്കിക്കോളൂ. എന്നാൽ എം ജി രാമചന്ദ്രനിലെ എം ജി ആറിൽ ഒരു കഷണം ആരും മുറിക്കാൻ ധൈര്യപ്പെട്ടില്ല. എൻ ടി രാമറാവുവിന് എൻ ടി ആറുമാകാം. രാമറാവുവുമാകാം. എന്നാൽ എം ജി ആർ ഒരിക്കലും രാമചന്ദ്രൻ മാത്രമാവില്ല. എം ടി വാസു

ദേവൻ നായർക്ക് 'എം ടി'യായാലും ഒരു കുഴപ്പവുമില്ല. പി ഗോവിന്ദപ്പിള്ളയും അതേ ഗണത്തിൽപ്പെടുന്നു. ഗോവിന്ദപ്പിള്ളയാകാം. പി ജി യാകാം. രണ്ടും എല്ലാ മനുഷ്യർക്കും മനസ്സിലാകും.

ഒ വി വിജയന് തന്നെ ചിലർ 'ഒ വി' എന്ന് വിളിക്കുന്നതിനോടുള്ള വിഷമം എന്നോടു പറഞ്ഞിട്ടുണ്ട്. ഞാനൊക്കെ മാഷ് എന്നോ അല്ലെങ്കിൽ നേരിട്ട് വിജയനെന്നോ വിളിച്ചിരുന്നു. വിജയൻ സക്കറിയയെ സക്കറിയയുടെ ആദ്യനാമത്തിലാണ് ലാളനയോടെ വിളിച്ചിരുന്നത്. 'പോൾ' എന്ന് ശുദ്ധ ഇംഗ്ലീഷിൽ. 'കറിയ'എന്നാവും ചിലപ്പോൾ മലയാള സംഭാഷണത്തിൽ. അല്ലെങ്കിൽ തമാശയ്ക്ക് 'നസ്രാണി.'

ഇതൊക്കെ മനുഷ്യരുടെ സംബോധനാശീലങ്ങൾ കൊണ്ടുണ്ടാകുന്നതാണ്. പി ടി ഉഷയെ 'പി ടി' എന്നോ 'പി ടി യു' എന്നോ വിളിക്കുന്നത് എത്ര അരോചകമാണ് എന്നാലോചിക്കുക. ചുരുക്കണമെങ്കിൽ ഉഷയെന്നു മാത്രം മതി. കെ എം മാണിയെ 'കെ എം' എന്നാക്കിയാൽ ആരെങ്കിലും സമ്മതിക്കുമോ?

ഇതെല്ലാം ഇപ്പോൾ എഴുതാൻ കാരണം മുഖ്യമന്ത്രി ഉമ്മൻചാണ്ടിയുടെയും കെ പി സി സി പ്രസിഡന്റ് രമേശ് ചെന്നിത്തലയുടെയും ശ്രദ്ധക്ഷണിക്കാനാണ്. കുറേക്കാലമായി നിങ്ങളുടെ ചില നേതാക്കൾ നിങ്ങളെ പരാമർശിക്കുന്നത്. 'ഒ സി'യെന്നും 'ആർ സി'യെന്നുമാണ്. ഈ പ്രവണത കൂടുതൽ വഷളാകുന്നതിന് മുമ്പ് അതു നിരുത്സാഹപ്പെടുത്തണം. എ കെ ആന്റണിയെ 'എ കെ' എന്നു വിളിക്കുന്നതിൽ വലിയ തെറ്റില്ല. അദ്ദേഹത്തിന് ഇഷ്ടമാണോ എന്നറിയില്ല. എ കെ 47 തോക്കുമായി ബന്ധപ്പെടുത്തിയുള്ള ചില തമാശകളുണ്ട്. 'ഒ സി'യും 'ആർ സി'യും വലിയ പ്രചാരത്തിലുള്ള ചില മദ്യബ്രാൻഡുകളുടെ ചുരുക്കപ്പേരുകളാണ് എന്നതാണ് തമാശ എന്നും പറയട്ടെ.

സോവിയറ്റ് യൂണിയനിൽ റഷ്യൻ വിരുദ്ധ വിപ്ലവം നടക്കുമ്പോൾ കേരളത്തിലെ ബാറുകളിൽ 'ഗ്ലാസ്നോസ്റ്റും' 'പെരിസ്ത്രോയ്ക്ക'യും ചോദിച്ച സമൂഹമാണ്. വലുതും ചെറുതുമായ പെഗ്ഗുകൾക്കിട്ട പേരുകൾ! ചില കോൺഗ്രസുകാർ തന്നെ ഈ തമാശയ്ക്ക് പ്രചാരം നല്കുന്നുവെന്നത് ഖേദകരമാണ്. 'ആർ സി'യും അടിച്ചിരിക്കാം: 'ഒ സി' പിടിച്ചു നില്ക്കും- തുടങ്ങിയ വൃത്തികെട്ട ഹാസ്യ സംഭാഷണങ്ങൾ.

മനുഷ്യർ ചാർത്തിത്തരുന്ന പേരുകൾ ചരിത്രത്തിന്റെ ഭാഗമാണ്. 'ജി' എന്നു മാത്രം പറഞ്ഞാൽ മാത്രം ആ മഹാകവി ആരാണെന്ന് ഇന്നും മനസ്സിലാകുന്നു. തമാശകളിൽ തളർത്തേണ്ടതല്ല മനുഷ്യനാമങ്ങൾ.

വാഹനജഢങ്ങൾ

ഒന്നാം ഓണത്തിനും ഉത്രാടദിവസവും കേരളത്തിന്റെ ചില ഭാഗങ്ങളിലൂടെ കാറിൽ യാത്ര ചെയ്യാൻ ധൈര്യപ്പെട്ട ഒരു മനുഷ്യനാണ് ഇതെഴുതുന്നത്. വലിയ യാത്രയൊന്നുമല്ല. തിരുവനന്തപുരത്ത് നിന്നും ആലപ്പുഴ വരെ ആദ്യനാൾ. ഇടതുവശം ചേർന്ന് ചെറിയ വേഗത്തിൽ മാത്രം വണ്ടിയോടിച്ചാൽ മതി എന്ന കർക്കശമായ നിർദ്ദേശത്തിന് വിധേയനാണ് ഡ്രൈവർ ശ്രീറാം. കാറപകടങ്ങളിലേറ്റ മുറിവുകൾ എന്റെ ശരീരത്തും മനസ്സിലുമുണ്ട്.

ആദ്യഘട്ടത്തിൽ ചെറിയ അപകടങ്ങളിൽപ്പെട്ട ചില വാഹനങ്ങൾ കണ്ടാൽ സംസാരപ്രകൃതിയായ ശ്രീറാം പറഞ്ഞു: "നല്ല അടികിട്ടിക്കാണും."

മഴ ചാറുന്ന റോഡിലാകെ ഗതാഗതക്കുരുക്ക്. അതു ന്യായമാണ്. സ്വന്തം വാഹനം ഓടിക്കാൻ മാത്രമല്ലല്ലോ ഹൈവേ. ഇടയ്ക്കിടെ മുമ്പിൽ നിന്നും പിന്നിൽനിന്നും വേഗത്തിലോടിച്ചു പോകുന്ന ആംബുലൻസുകൾ. സാവകാശം ഞങ്ങൾ ആലപ്പുഴ പാതിരപ്പള്ളിയിലെ ചേച്ചിയുടെ വീട്ടിലെത്തി. വളരെ വൈകി ഉച്ചഭക്ഷണം വൈകുന്നേരം കഴിച്ചു. ഒന്നു വിശ്രമിച്ച ശേഷം സന്ധ്യക്ക് ആലപ്പുഴയിൽനിന്നും ഇടം തിരിഞ്ഞ് ചങ്ങനാശ്ശേരി റോഡിലേക്ക്. കോട്ടയത്തുള്ള മകളെയും ഭർത്താവിനെയും കുട്ടിയെയും കാണുകയാണ് അടുത്ത ഉദ്ദേശ്യം. ആ ചെറിയ റോഡിൽ കുട്ടനാടിന്റെ മഹത്വം മനസ്സിലാക്കാതെ ആരെയോ കൊല്ലാൻപോകുന്ന വേഗതയിൽ കാറുകൾ. ശബ്ദം പേടിച്ച് വേമ്പനാട്ട് കായൽ വിറങ്ങലിച്ചു കിടക്കുന്നു. ഒട്ടേറെ മത്സ്യങ്ങൾ ഹൃദയാഘാതംമൂലം മരിച്ചു കാണണം.

ചങ്ങനാശ്ശേരിക്കും കോട്ടയത്തിനുമിടയിൽ വീണ്ടും ഒരു അപകടദൃശ്യം. ചിലർ ചുറ്റും കൂടി നില്ക്കുന്നു. "വലിയ കാര്യമില്ല" എന്നു സമാ

ധാനിച്ച് മഴയോടൊപ്പം ഒന്നാം ഓണരാത്രിയിൽ ഞാൻ മകളുടെ വീട്ടിലെത്തി. കുട്ടിയെ കളിപ്പിച്ച് ഭക്ഷണം കഴിച്ച് കിടന്നുറങ്ങിയ ആ രാത്രിയിൽ മുഴുവനും ഞാൻ പണ്ട് കണ്ട ഒരു ഇംഗ്ലീഷ് സിനിമയുടെ ദൃശ്യങ്ങളായിരുന്നു. "The Car" എന്ന സിനിമ. പ്രേതബാധയുണ്ടായ ഒരു കാർ മനുഷ്യ നായാട്ടിനിറങ്ങുന്ന ചലച്ചിത്രം. കണ്ണിൽ കണ്ട എല്ലാവരെയുമല്ല, ചിലരെ മാത്രം ലക്ഷ്യം വച്ചുകൊണ്ട് പിന്തുടരുന്ന കാറ്. ആ സിനിമയിലെ കാറിന് കൊലവിളി നടത്താൻ ഒരു കാരണമെങ്കിലുമുണ്ടായിരുന്നു. കേരളത്തിലെ റോഡുകളിൽ ഓണക്കാലത്ത് പോലും ഈ ഭ്രാന്ത് അനുവദിക്കുകയാണ് നാം; എല്ലാ വാഹനങ്ങൾക്കും.

രാവിലെ എഴുന്നേറ്റപ്പോൾ കണ്ണൂർ ടാങ്കർ ലോറി ദുരന്ത വാർത്ത. മരണസംഖ്യ കൂടിക്കൊണ്ടിരിക്കുന്നു.

എം സി റോഡ് വഴിയുള്ള മടക്കയാത്രയിൽ രണ്ടു കാറുകളുടെ ജഡങ്ങൾ കൂടി കണ്ടു. സഞ്ചാരികളുടെ സ്ഥിതി അറിയില്ല. രൂപത്തിൽ പകുതിയായ ഒരു കാറിനെ കെട്ടി വലിച്ച് കൊണ്ടുപോകുന്നു. അന്തിമക്രിയകൾക്കായിട്ടാവണം.

ബൈപാസുകൾ പൂർണ്ണമായും കീഴടക്കി ഭരിക്കുന്ന വലിയ കാറുകൾ, ഏതു പട്ടണത്തിലും പട്ടണത്തിന്റെ പ്രാന്തത്തിലും എല്ലാവരെയും ഇടിച്ചിടാൻ അവകാശമുള്ള ബസുകൾ. മരണഭയമില്ലാതെ റോഡിലിറങ്ങി രക്തസാക്ഷിത്വം വരിക്കുന്ന മോട്ടോർ സൈക്കിളും സ്കൂട്ടറുമെല്ലാം, പാവം; കാൽനടക്കാരും. തമിഴ്നാട്ടിലും കർണ്ണാടകത്തിലും ഒരാളെ ശ്രദ്ധക്കുറവുകൊണ്ട് കൊന്ന ഒരു ഡ്രൈവർ എളുപ്പത്തിൽ രക്ഷപ്പെടില്ല. എന്നാൽ, കേരളത്തിൽ ഇതു സാദ്ധ്യമാണ് എന്ന് എല്ലാ കണക്കുകളും തെളിയിക്കുന്നു. ശിക്ഷിക്കപ്പെട്ട ആ കൊലയാളികൾ തന്നെ വീണ്ടും വാഹനമോടിക്കുന്നു.

നമ്മുടെ മന്ത്രിമാർ ഇടയ്ക്കിടെ ഉപയോഗിക്കുന്ന ഒരു ഇംഗ്ലീഷ് പ്രയോഗമുണ്ട്, 'Infrastructure'. നല്ല റോഡുകൾ എന്നാണ് പ്രധാനമായും ഉദ്ദേശിക്കുന്നത്. കൂടുതൽ നല്ല റോഡുകളുണ്ടാക്കി കൂടുതൽ കൊലയാളികൾക്ക് സമ്മാനിച്ച് കൂടുതൽ പാവങ്ങളെ കൊല്ലാനാണോ ഈ 'Infrastructure' വേണ്ടത്! ഇന്ത്യൻ ശിക്ഷാനിയമങ്ങളുടെ ബലഹീനതയും കേരളം ഭരിക്കുന്നവരുടെ കഴിവില്ലായ്മയും കൂടിച്ചേരുമ്പോൾ റോഡുകളിൽ മരിക്കുന്നവരുടെ എണ്ണത്തിന്റെ കാര്യത്തിലും നാം ദേശീയ റെക്കോർഡ് വരിക്കും.

ഒരു ചെറിയ സംസ്ഥാനമായാൽ എന്താണ്, ഒരു കൊച്ചു കേരളമായാൽ എന്താണ്, റോഡപകടങ്ങളിൽ കൊല്ലപ്പെടുന്നവരുടെ റെക്കോർഡിന്റെ കാര്യത്തിൽ നമുക്ക് ശാഠ്യമുണ്ട്.

അതേ ഓണം!

ഉത്രാടപ്പാച്ചിലും ഓണക്ഷീണവും കഴിഞ്ഞ് തളർന്നുകിടക്കുന്ന ഒട്ടേറെ മലയാളി ഭവനങ്ങളിലേക്കാവും ഈ കുറിപ്പ് എത്തുക. ഈ പംക്തിയിൽ ഈ വിഷമം രേഖപ്പെടുത്താൻ കാരണമായത് എന്റെ മൊബൈലിൽ ഒരു സന്ധ്യക്ക് വന്ന ഒരു ഫോൺവിളിയാണ്. തിരുവനന്തപുരത്തെ ഏറ്റവും തിരക്കേറിയ ഒരു വസ്ത്രവില്പനകേന്ദ്രത്തിൽ ശ്വാസം മുട്ടൽ കാരണം ചിലർ കുഴഞ്ഞുവീണു. അന്വേഷിച്ചപ്പോൾ മനസ്സിലായി. തിക്കിലും തിരക്കിലുംപെട്ട് ക്ഷീണംകൊണ്ടും പ്രാണവായു ലഭിക്കാതെയുമാണ് ഇവർ തളർന്നതെന്ന കാര്യം. അവർക്ക് വെള്ളം നല്കി ആശ്വസിപ്പിച്ച് പരാതിയില്ലാതെ പ്രശ്നം തീർത്തു. പിന്നീട് മനസ്സിലായി, ഇത്തരം സ്ഥാപനങ്ങളിൽ ഈ അനുഭവങ്ങൾ വളരെ സാധാരണമാണ്. എല്ലാ ഉത്സവകാലത്തും.

വസ്ത്രം ശരീരം മറയ്ക്കാൻ വേണ്ടിയാണ്. ഭംഗിയുള്ള വസ്ത്രവും ആഭരണവുമെല്ലാം പറുദീസയിൽനിന്ന് പുറത്താക്കപ്പെട്ട പിൻഗാമികളുടെ മോഹം മാത്രമാണെന്ന് ബൈബിളിൽ പറയുന്നു. ശരീരം തന്നെ ഭാഗ്യം കൊണ്ടു ലഭിച്ച വസ്ത്രമാണെന്നും അതുപേക്ഷിക്കാൻ പേടിക്കേണ്ടെന്നും ഗീത പറയുന്നു. അത്തരം ഉപദേശങ്ങൾ *ഖുറാനിലു*മുണ്ട്.

എന്നാലും എല്ലാം വായിച്ചിട്ടും ഓണക്കാലത്ത് വസ്ത്രശാലകളിലും ആഭരണശാലകളിലും ശ്വാസംമുട്ടി വീഴുന്ന ഒരു മനുഷ്യസമൂഹം നമ്മുടെ മുമ്പിൽ ചീറിപ്പായുന്നു. ഈ അനുഭവങ്ങൾക്കുശേഷം വാഹനം കിട്ടാതെ വിഷമിക്കുന്നു. വീടുകളിൽ വലിയ വഴക്കുകൾ.

റോഡിലെങ്ങും ട്രാഫിക് കുരുക്ക്. അമിത ചാർജ്ജ് ഈടാക്കുന്ന ഓട്ടോറിക്ഷകളും ടാക്സികളും (അവർക്കുമുണ്ടല്ലോ ആവശ്യങ്ങൾ!)

ഇതിനിടയിൽപ്പെട്ട് കുറേ കുട്ടികൾ കുപ്പായങ്ങൾക്കായി ഓടിത്തളർന്ന് പനി പിടിച്ചു കിടക്കുന്നു.

ആ ദിവസം തന്നെ സർക്കാർ ആശുപത്രികളിൽ ഡോക്ടർമാരുടെ പണിമുടക്ക്. പണിമുടക്കിന്റെ കാരണമെന്താണ്? സത്നാംസിങ് എന്ന പാവത്തെ പീഡിപ്പിച്ചുകൊന്നതിന് നേരിട്ടോ അല്ലാതെയോ ഉത്തരവാദികളായ ചില ഡോക്ടർമാരെ സസ്പെൻഡ് ചെയ്തതിന്! സർക്കാർ മന്ദിരത്തിൽ പണി ചെയ്യാനെത്തുന്നവരെ കയറ്റിവിടുന്നില്ല. ബാങ്കുജീവനക്കാരും പണിമുടക്കുന്നു.

ഇതേ കാലയളവിലാണ് നാട്ടിലെ ബന്ധുക്കളെയും സുഹൃത്തുക്കളെയും കാണാൻ കൂടുതൽ സമ്പത്തുള്ള മലയാളികളും കേരളത്തിലെത്തുന്നത്. എല്ലാ വില്പന ശാലകളിലും വിലയെഴുതി തൂക്കുന്ന ചെറുതുണിക്കഷണം മാറ്റുന്നു. 500 രൂപ ഒരു രാത്രിയിൽ 800 രൂപയാകുന്നു.

ഇതേ ദിവസങ്ങളിലാണ് കേരളത്തിൽ ഒട്ടേറെ വസ്ത്രശാലകളുടെയും ആഭരണശാലകളുടെയും പുതിയ ബ്രാഞ്ചുകൾ തുറക്കുന്നത്.

ഈ ഓണപ്പാച്ചിൽ കാണുമ്പോൾ തോന്നും, ഒരാഴ്ച കഴിഞ്ഞാൽ ഈ വില്പനശാലകൾ പൂട്ടിപ്പോകുമെന്ന്! ചില മനുഷ്യർക്ക് ഭ്രാന്ത് കേറ്റുമ്പോൾ അത് എല്ലാ മനുഷ്യരിലും ഉടനെ സംക്രമിക്കുന്ന അപൂർവ്വരോഗത്തിന്റെ ഉടമകളാണ് മലയാളികൾ. ശ്വാസംമുട്ടി മരിച്ചാലും വിഷമമില്ലാത്ത ഒരു രോഗം.

ഇങ്ങനെ ഓണക്കാലത്ത് ഓടിത്തളരുന്നവർ അറിയുന്നില്ല, രണ്ടാഴ്ച കാത്തിരുന്നാൽ ഇതേ സാധനങ്ങൾ പകുതിവിലയ്ക്ക് വാങ്ങാമെന്ന്. ഇതു പറഞ്ഞപ്പോൾ 'തീർന്നുപോകും' എന്ന് ഒരാളുടെ മറുപടി. ശരീരം തളരുന്നതിലും ഭേദമല്ലേ വിപണിയിലെ വസ്ത്രം തീരുന്നത്! ആത്മാവിന് വസ്ത്രാഭരണങ്ങളുടെ ആവശ്യവുമില്ല എന്നല്ലേ കുട്ടിക്കാലം മുതൽ പഠിച്ചത്.

ഒരു കാർഷികോത്സവത്തെ ഈ മട്ടിൽ അവഹേളിക്കുന്ന നാട്ടിൽ കൃഷിയുമില്ല. വിഷം തീണ്ടാത്ത ഭക്ഷണവസ്തുക്കൾ കുറവാണ്.

മലയാളിക്ക് ഓണക്കാലത്ത് ബോണസ് നല്കുന്ന സർക്കാർ സമീപനം നിർത്തലാക്കണമെന്ന് ധൃതിയിൽ പറയാൻ വരട്ടെ. മറ്റൊരുനാൾ പ്രഖ്യാപിച്ചാൽ അതു മറ്റൊരു ദുരന്തമാകും.

നേരത്തെ തയ്യാറാക്കിയ നല്ല സദ്യയുണ്ടാക്കി കഴിച്ച് ബഹളമില്ലാത്ത സാഹചര്യങ്ങളിൽ വിശ്രമിച്ചവർ ഭാഗ്യവാന്മാരും ഭാഗ്യവതികളും.

നഗരവീഥികളിൽ കരഞ്ഞു നടക്കുന്ന കുട്ടികളുടെ മുഖങ്ങൾ കണ്ടതിന്റെ വേദനയാണ് ഈ കുറിപ്പ്. വിഷമം തോന്നിയവർ ക്ഷമിക്കണം.

ഉടുക്ക്

രാഷ്ട്രീയ നേതാക്കളുടെ ഈയിടെയുള്ള ഭാഷാപ്രയോഗങ്ങൾ കേരളത്തിന്റെ ജനാധിപത്യ ചരിത്രത്തിന്റെ ഭാഗമാവുകയാണ് എന്ന് അവർ എത്രത്തോളം അറിയുന്നുണ്ട് എന്നറിയില്ല.

പണ്ട് നെൽപ്പാട സംരക്ഷണത്തിനായി മറ്റു കൃഷി നടത്തിയ വയലുകളിൽ വി എസ് അച്യുതാനന്ദന്റെ നേതൃത്വത്തിൽ നടന്ന സമരം ഓർമ്മയിൽ വരുന്നു. 'വെട്ടി നിരത്തും' എന്ന ആ പ്രയോഗത്തിന് അക്ഷരാർത്ഥത്തിലുള്ള മാനങ്ങൾ മാത്രമല്ല ഉണ്ടായത്. പ്രത്യേക അരാഷ്ട്രീയ സ്വഭാവം കൈ വന്നു. പാർട്ടി അച്യുതാനന്ദൻ വിഭാഗത്തെ 'വെട്ടി നിരത്തി' എന്ന തലക്കെട്ടുകളുമുണ്ടായി.

ആ പ്രയോഗത്തിലെ 'ആക്രമണ വാസന'യെ എതിർപക്ഷം നന്നായി ഉപയോഗിച്ചു. മാധ്യമങ്ങളും പിന്നീട് ഒരു പാർട്ടി കോൺഗ്രസിൽ വോട്ടെടുപ്പിലൂടെ പിണറായി പക്ഷം ആധിപത്യം തെളിയിച്ചപ്പോൾ 'മിന്നൽപ്പിണർ' എന്ന തലക്കെട്ടും ഏവരും ആസ്വദിച്ചു. മിന്നൽപ്പിണരുകൾകൊണ്ട് മനുഷ്യവർഗ്ഗത്തിന് പൊതുവെ കുഴപ്പങ്ങളാണ് ഉണ്ടായിട്ടുള്ളത്. ഇടയ്ക്കിടെ നമുക്കായി മഴ പെയ്യിക്കുന്ന നല്ല മേഘങ്ങൾക്കിടയിലുണ്ടാകുന്ന ഇടിയും മിന്നലും കാല്പനിക രാഷ്ട്രീയത്തിന്റെ പ്രയോഗമായി. കൂടുതൽ അടുത്ത കാലത്തായി കമ്യൂണിസ്റ്റ് രാഷ്ട്രീയം സമ്മാനിച്ച പുനർജ്ജീവൻ നല്കിയ 'കുലംകുത്തി' എന്ന പ്രയോഗത്തിലും 'വെട്ടിനിരത്ത'ലിന്റെ അതേ അനുഭവമാണുണ്ടായത്.

കുലത്തിന്റെ നാശത്തിന് പ്രവർത്തിക്കുന്നവൻ എന്നു മാത്രമേ പിണറായി ആദ്യം ഉദ്ദേശിച്ചുള്ളൂവെന്ന് തോന്നുന്നു; കുലമെന്നാൽ പാർട്ടി എന്ന അർത്ഥത്തിൽ 'കുലംകുത്തി' എന്ന വാക്കിന് ശാപസ്വരം മാത്രമല്ല. വൈരാഗ്യ മോഹവുമുണ്ട് എന്ന് വാദിക്കപ്പെട്ടു. ചോദ്യം ആവർത്തിച്ച

പ്പോൾ സാധാരണഗതിയിൽ ഒരു രാഷ്ട്രീയ നേതാവ് പറയുക പാർട്ടിയെ നശിപ്പിക്കുവാൻ ശ്രമിക്കുന്നവൻ എന്ന അർത്ഥത്തിലാണ് താനുദ്ദേശിച്ചത്. മറ്റു വ്യാഖ്യാനങ്ങൾ വേണ്ട എന്നായിരുന്നു. പക്ഷേ, കുലംകുത്തിയെന്നും കുലംകുത്തിയാണ് എന്ന് അദ്ദേഹം വ്യക്തമാക്കിയപ്പോൾ പുതിയ വ്യാഖ്യാനങ്ങൾക്ക് കാരണങ്ങളായി. എന്നെപ്പോലൊരു നിരീക്ഷകൻ ഈ പ്രയോഗങ്ങളെ നിർദ്ദോഷമായിട്ടാണ് കാണുന്നത്. 'വെട്ടി നിരത്തും' എന്നു പറയുമ്പോൾ മനുഷ്യരെ വെട്ടുമെന്നോ കുലം കുത്തിയെന്നു വിശേഷിപ്പിക്കുമ്പോൾ അവരെ 'കുത്തു'മെന്നോ തോന്നേണ്ട കാര്യം സാധാരണ ഗതിയിലില്ല. എന്നാൽ പറയുന്ന സാഹചര്യവും ശൈലിയുമാണ് അപകടമുണ്ടാക്കുന്നത്.

അർത്ഥലോപം സംഭവിച്ച വാക്കുകളെ അല്ലെങ്കിൽ അർത്ഥവ്യതിയാനങ്ങളുണ്ടാക്കുന്ന സന്ദർഭങ്ങളെ ഒഴിവാക്കുക പക്വതയുള്ള രാഷ്ട്രീയ നേതാക്കളുടെ ഉത്തരവാദിത്വമാണ്.

ഒരുപക്ഷേ, പ്രേക്ഷകരെയും വായനക്കാരെയും ഏറ്റവും കൂടുതൽ അത്ഭുതപ്പെടുത്തിയത് എം എം മണിയാണ്. എങ്ങനെ പട്ടികയുണ്ടാക്കി മൂന്നുപേരെ കൊന്നുവെന്ന് അദ്ദേഹം പറഞ്ഞത് നമ്മെ ഞെട്ടിച്ചു. അക്കൂട്ടത്തിൽ എനിക്ക് രസം തോന്നിയത് മറ്റൊരു പ്രയോഗമാണ്. 'വെടിക്കെട്ടുകാരന്റെ പട്ടിയെ ഉടുക്ക് കൊട്ടി പേടിപ്പിക്കരുത്!' വളരെക്കാലമായി മലയാളത്തിലുള്ള പ്രയോഗമാണ്. ഇപ്പോൾ തോന്നിയ സംശയം ഇതാണ്. വെടിക്കെട്ടുകാരൻ വെടിക്കെട്ടു നടത്തുന്നത് അമ്പലപ്പറമ്പുകളിലാണ്.

അവിടെ സാധാരണഗതിയിൽ തന്റെ നായയെ കൊണ്ടുപോകാൻ വഴിയില്ല. വല്ലപ്പോഴും വീട്ടിലോ ആലയിലോ വെടിക്കോപ്പുകൾ തയ്യാറാക്കുമ്പോൾ അപകടമുണ്ടായാലേ ആ വലിയ ശബ്ദങ്ങൾ പട്ടി കേൾക്കുകയുള്ളൂ. അപ്പോഴും വെടിയൊച്ച കേട്ടു വെറുതെ നില്ക്കാൻ ഒരു പട്ടിയും തയ്യാറാവുകയുമില്ല.

ഉടുക്ക് സാന്ത്വനം നല്കുന്ന ഒരു ശബ്ദോപകരണമാണ്. പാട്ടുകാരന് താളബോധം നല്കുന്ന ആ പഴങ്കാല ഉപകരണത്തെ പട്ടികളെ പേടിപ്പിക്കാൻ ഉപയോഗിച്ചവർക്ക് നല്ല അനുഭവങ്ങളും ഉണ്ടായിക്കാണില്ല. കാരണം ഉടുക്ക് തന്നെ പേടിപ്പിക്കാനായിട്ടുള്ള ഒരു വസ്തുവായി ഒരു നായയും കരുതില്ല. പുച്ഛത്തോടെ കുരയ്ക്കുകയേയുള്ളൂ. നന്നായി കൊട്ടുന്നത് നായയ്ക്കിഷ്ടമാവുകയും ചെയ്യും. പാവം ഉടുക്കിനെ വെറുതെ വിടുക. ഇക്കാലത്തെ പാണനാർക്ക് നാവുമാത്രം മതി, ഉടുക്ക് വേണ്ട.

സമുദായം, വസ്ത്രം, രാഷ്ട്രീയം

നമ്മുടെ നിയമസഭാരേഖകൾ പരിശോധിച്ചാൽ സമുദായികമായ പരാമർശങ്ങളുടെ വലിയൊരു നിധി തന്നെ ലഭിക്കും. അക്കാലത്ത് അത്തരം പരാമർശങ്ങൾക്ക് നർമ്മത്തിന്റെ ചുവയുണ്ടായിരുന്നു. ജാതിയും മതവും അമ്പലവും പള്ളിയും പറഞ്ഞുള്ള പഴയ കളിയാക്കലുകൾ ഒന്നിച്ചു വായിച്ചാൽ എന്തു നല്ല കേരളമായിരുന്നു അന്ന് എന്നു തോന്നിപ്പോകും. ഇ എം എസ് രാജിവച്ച് അച്യുതമേനോൻ മുഖ്യമന്ത്രിയാകുന്നതിന് തൊട്ടു മുമ്പുള്ള നിയമസഭാസമ്മേളനങ്ങളാകും ഏറ്റവും രസകരം. 'എന്തിനാ നമ്പൂതിരി?' എന്ന് എം എൻ ഗോവിന്ദൻനായരും മറുപടി പ്രസംഗത്തിൽ 'എന്തിനാ നായരെ എന്നു ഞാൻ വിളിക്കുന്നില്ല' എന്ന് ഇ എം എസും പറയുന്ന വേളകളിൽ ജാതിബന്ധിതമായ പ്രയോഗങ്ങളെ തമാശയായി കാണാനുള്ള പ്രബുദ്ധത കേരളജനതയ്ക്കുണ്ടായിരുന്നു. മുസ്ലീങ്ങളായ അംഗങ്ങൾ മാത്രമല്ല, ഖുറാൻ ഉദ്ധരിച്ച് എതിർപക്ഷത്തെ തോല്പിക്കാനും പഴയ ബൈബിളിന്റെയും പുതിയ നിയമത്തിന്റെയും ഭാഗങ്ങളുപയോഗിച്ച് സമർത്ഥമായി ക്രിസ്തുവിശ്വാസികളെ പരാജയപ്പെടുത്തുവാൻ ഹിന്ദു വിശ്വാസികളും ഉണ്ടായിരുന്നു. മറിച്ച്, ഗീതയെ ഉദ്ധരിക്കുന്ന മുസ്ലീംലീഗ് കേരള കോൺഗ്രസ് അംഗങ്ങളും. കേരളത്തിന്റെ തനതായ ജനാധിപത്യത്തിൽ ഉടലെടുത്ത ഒരു സംസ്കാരമായിരുന്നു അത്.

ആ പഴയ കാലമോർക്കുക. തലപ്പാവണിയാതെ മുസ്ലീംലീഗ് അംഗങ്ങൾ നിയമസഭയിൽ പ്രവേശിക്കില്ലായിരുന്നു. കമ്യൂണിസ്റ്റുകാർക്ക് ട്രൗസേഴ്സും മറ്റുതരം വസ്ത്രങ്ങളും നിഷിദ്ധമായിരുന്നു. ബൂർഷ്വാസ്വഭാവമായി കണ്ടിരുന്നു. ജീൻസും ഫാബിന്ത്യയിലെ ഷർട്ടുമായി ഡോ. തോമസ് ഐസക്കിന് കടന്നുവരാൻ പറ്റില്ലായിരുന്നു.

ഇ എം എസിനെയും പി ഗോവിന്ദപ്പിള്ളയെയും പോലുള്ള ആചാ

ര്യന്മാരാണ് 'കുട്ടികൾ ഇഷ്ടമുള്ളത് ഇട്ടോട്ടെ.' എന്ന മനോഭാവം കാണിച്ചത്. 'തോന്നിയത് പറയാതിരുന്നാൽ മതി' എന്ന നിർദ്ദേശവും.

വസ്ത്രത്തിലല്ല, വാക്കുകളിലും ഔപചാരികത വേണമെന്ന ശാഠ്യം ഭൂരിപക്ഷം കോൺഗ്രസുകാർക്കും ഇന്നുമുണ്ട്. ഖദർ എന്ന ഗാന്ധിയൻ രാഷ്ട്രീയ വസ്ത്രത്തിന് 'ഈ പുലിത്തോൽ ഇട്ടുപോയില്ലേ' എന്നു പരിതപിക്കുന്ന ചില കോൺഗ്രസ് നേതാക്കളെ എന്നെപ്പോലുള്ള മാധ്യമപ്രവർത്തകർ കണ്ടിട്ടുണ്ട്.

എ കെ ആന്റണിയെ തോല്പിക്കാനായി കമ്യൂണിസ്റ്റു നേതാക്കൾ പണ്ട് ബിഷപ്പുമാരെ കണ്ടിരുന്നു. ഇന്ന്, നെയ്യാറ്റിൻകരയിൽ ജയിക്കാനായി ബിഷപ്പുമാരെ കാണുന്നു. പണ്ട് പി വി നരസിംഹറാവുവിന്റെ പേരിലായിരുന്നു നായർ സർവ്വീസ് സൊസൈറ്റിയുടെ കലാപം. ഇന്ന് മുസ്ലീം ലീഗിന്റെ അഞ്ചാം മന്ത്രിയുടെ പേരിലായിരിക്കുന്നു. മന്നം ഉപയോഗിച്ച ഭാഷയല്ലായിരുന്നു നാരായണപ്പണിക്കർക്ക്. നാരായണപ്പണിക്കർ ഉപയോഗിച്ച ഭാഷയല്ല സുകുമാരൻ നായർക്ക്. കാലാനുസൃതം പ്രയോഗങ്ങൾക്ക് ഭാഷാവ്യതിയാനം വരുത്താൻ മിടുക്കനാണ് വെള്ളാപ്പള്ളി നടേശൻ!

ഇന്ന് നിയമസഭയിലെ നടപടികൾ ഒരു പരിധിവരെയെങ്കിലും തത്സമയം വീട്ടിൽ ടെലിവിഷനുള്ള നാട്ടുകാർ കാണുന്നു.

സത്യപ്രതിജ്ഞയ്ക്കു ധരിച്ച തൊപ്പി നിയമസഭയ്ക്കകത്തു കയറുമ്പോൾ വേണ്ട എന്നു തീരുമാനിച്ചവരുടെ സങ്കോചമില്ലായ്മ പഴയകാലത്തെ ചിലരെയെങ്കിലും അത്ഭുതപ്പെടുത്തും. മുസ്ലീംലീഗ് അംഗങ്ങൾ ഒരേ വേഷത്തിൽ ഒന്നിച്ചു കടന്നുവരുമ്പോൾ എന്തായിരുന്നു വമ്പും പ്രതാപവും! അന്ന് ടെലിവിഷനില്ല. ഇന്നു കാലം മാറി. മേൽവസ്ത്രത്തിലല്ല തേജസ്സെന്ന് ഇക്കാലത്തെ ലീഗ് നേതാക്കൾ തിരിച്ചറിഞ്ഞിരിക്കുന്നു; കമ്യൂണിസ്റ്റ് നേതാക്കളെപ്പോലെ.

കുഴപ്പത്തിലായിരിക്കുന്നത് കോൺഗ്രസുകാരാണ്. മതത്തെയും ജാതിയെയും വെല്ലുവിളിക്കാനുമാകുന്നില്ല. പഴയ വസ്ത്രം മാറാനുമാകുന്നില്ല.

ഇപ്പോൾ കേരളത്തിൽ നടക്കുന്ന സാമുദായിക പ്രീണനം എന്ന ചർച്ച എത്രകാലം മുമ്പോ തുടങ്ങിയതാണ്! മാർക്സിസ്റ്റുകാർ മറന്നുകൂടാ. മലപ്പുറം ജില്ലയുടെ രൂപീകരണത്തിന്റെ കഥ കേരളത്തിൽ ഒരു പാകിസ്ഥാൻ ഉണ്ടാക്കി എന്നു ചില കോൺഗ്രസ് നേതാക്കളും പ്രസംഗിച്ച കാര്യം പുതിയ കോൺഗ്രസ് തലമുറയും മറക്കണ്ട.

ഇന്നത്തെ രാഷ്ട്രീയ നാടകങ്ങളെ ഈ മട്ടിലേ നമുക്ക് കാണാനാകൂ. ഇവർക്കിടയിൽ ആരാണ് നല്ലവരെന്ന് നമുക്ക് ഇടയ്ക്കിടെ തപ്പിനോക്കാം.

വ്യക്തിയും പ്രസ്ഥാനവും

ഒരു ഈസ്റ്റർ സന്തോഷത്തിന്റെ രാത്രിയിലാണ് ഇതെഴുതുന്നത്. യേശുവിന്റെ ഉയിർത്തെഴുന്നേല്പിന്റെ സാന്ത്വനവിപ്ലവം ഒരു അനുഭൂതിയായി സ്വീകരിക്കാൻ മടിക്കുന്നവൻ നല്ല മനുഷ്യനല്ല. ഒരിക്കലും നല്ല മനുഷ്യനാവില്ല. യേശു ദൈവപുത്രനോ മനുഷ്യപുത്രനോ രാജാധിരാജനോ തുടങ്ങിയ പ്രയോഗങ്ങളല്ല ഇവിടെ പ്രധാനം. ഈ ഭൂമിയിൽ ഇങ്ങനെയൊരു ജനനമുണ്ടായി. ആ നല്ല ജന്മത്തെ കുരിശിലേറ്റി കൊന്നുവെന്ന് ബോധമുള്ള മറ്റു മതവിശ്വാസികളും അംഗീകരിക്കുന്നു.

ബൈബിൾ കഥകൾക്കിടയിൽ ചരിത്രസത്യങ്ങളേതാണ് എന്ന ഗവേഷണങ്ങൾ ഇന്നും തുടരുന്നുവെന്നതാണ് തമാശ. യേശു ക്രിസ്തു സ്ഥാപിച്ച സഭകൾ തന്നെ അബദ്ധകരമായ അത്തരം ചർച്ചകളുടെ ഭാഗമാകുന്നു. ചരിത്രം സമ്മാനിച്ച വലിയ സത്യമാണ് ഇമ്മാനുവലെന്ന യേശു. ആർഭാടരഹിതമായി ആ സന്ദേശം ഏറ്റുവാങ്ങുവാൻ ക്രൈസ്തവസഭയുടെ അംഗത്വം വേണ്ട. മഹാത്മാഗാന്ധി എന്ന മനുഷ്യനെ ഉൾക്കൊള്ളാൻ കോൺഗ്രസുകാരനാകണ്ട. എബ്രഹാം ലിങ്കണെയും മാർട്ടിൻ ലൂഥർ കിങ്ങിനെയും തിരിച്ചറിയാൻ നമുക്ക് കറുത്ത തൊലി വേണ്ട. നാം അടിമവർഗ്ഗത്തിൽ ജനിക്കണമെന്നുമില്ല.

മാർക്സും എംഗൽസും നിരവധി ആശയങ്ങളെ സമന്വയിപ്പിച്ചത് മനുഷ്യ സ്നേഹത്തോടെയും ചരിത്രഗവേഷണപാടവത്തോടെയുമായിരുന്നു. മുതലാളിത്വത്തിന് അക്കാലത്ത് മുതലാളിത്തം എന്ന വാക്കു നല്കിയതുതന്നെ അവരുടെ സമ്മാനമാണ്.

ഫ്യൂഡലിസം, ബൂർഷ്വാ, പെറ്റി ബൂർഷ്വാ തുടങ്ങിയ പ്രയോഗങ്ങളെല്ലാം ഈ കാലത്തിനിടയിൽ നിർമ്മിതമായതാണ്. 'പാർലമെന്ററി വ്യാമോഹം' എന്ന വാക്ക് ഈയിടെ സൃഷ്ടിച്ചത് പാർട്ടി നേതൃത്വം തന്നെ

യാണ്. സീതാറാം യെച്ചൂരിയെപ്പോലെയുള്ള സത്യസന്ധരായ കമ്യൂണിസ്റ്റുകൾ 'മൂലധനം' എന്ന വാക്കിന് പാർട്ടിയും ഇന്ന് അതീതരല്ലെന്നു സമ്മതിക്കുന്നു. അതുകൊണ്ടാണ് 'സഖാക്കൾക്ക്' 'തൊഴിലാളികൾക്ക്' നല്കുന്ന വേതനം നല്കണമെന്ന ആശയമുണ്ടായത്.

പൊതുമേഖലാസ്ഥാപനങ്ങളിൽ പണ്ടും ഈയിടെയായി സ്വകാര്യമേഖലയിലും യൂണിയൻ നേതാക്കൾക്ക് ജോലി ചെയ്യണ്ട. വേതനം ലഭിക്കും. തൊഴിലാളിവർഗ്ഗത്തിലെ നേതാക്കൾ മാത്രം എന്തിന് ത്യാഗം സഹിക്കണം? ഇതാണ് ചോദ്യം. മറുപടി വ്യക്തമല്ല.

പാർട്ടി വളരണമെങ്കിൽ മുതൽമുടക്കണം. റിയൽ എസ്റ്റേറ്റാകാം. മാധ്യമങ്ങളാകാം. മറ്റു പദ്ധതികളാകാം. ഇത് ലാറ്റിനമേരിക്കയിലും റഷ്യയിലും ചൈനയിലുമെല്ലാം ഒരു പരിധിവരെ പണ്ടേ നടപ്പിലായതാണെന്നും ഓർക്കുക.

ഇതുതന്നെയല്ലേ മതവിശ്വാസസഭകളിലും നടന്നത്? മഠാധിപതികളെ അനുഗമിക്കുന്ന, ആ മൂലധനം സംരക്ഷിക്കുന്ന സഖാക്കൾ ആരാണ്? വിഭിന്നമായ ക്രൈസ്തവ സഭകളിലെ അധികാര വികേന്ദ്രീകരണം എന്താണ്? ഇസ്ലാം രാഷ്ട്രങ്ങളും ഇസ്ലാം സംഘടനകളും പരസ്പരം കൊല്ലുകയും കലഹിക്കുകയും ചെയ്യുന്നത് എന്തുകൊണ്ടാണ്?

സിനായ് കുന്നിന്റെ മുകളിൽനിന്ന് ഇടയൻ മോസസ് ദൈവശബ്ദത്തോട് ചോദിച്ചു.

"ഈ കർത്തവ്യം ഏറ്റെടുക്കാൻ ഞാൻ ആരാണ്?"

"You are the chosen man. നിന്നെയാണ് നിയോഗിക്കുന്നത്?"

ആ ശക്തിയിൽ കടലിനോട് മാറുവാൻ ആജ്ഞാപിക്കാൻ മോസസിന് കഴിഞ്ഞു.

ഇതേ ചോദ്യമാണ് തിരുവനന്തപുരം സുഭാഷ് നഗറിലെ മാർക്സിയൻ സൈദ്ധാന്തികനായ മനോഹരനായ ഒരു മനുഷ്യനും മറ്റൊരർത്ഥത്തിൽ ചോദിക്കുന്നത്. നല്ല പുഞ്ചിരിയോടെ.

"ഞാനാരാണ്?"

തരം താഴ്ത്തപ്പെട്ടവനെന്ന് ഒരിക്കലും അദ്ദേഹം സ്വയം വിശേഷിപ്പിച്ചിട്ടില്ല. ഇതുപോലെ ഒട്ടേറെ മാർക്സിസ്റ്റുകൾ ഇന്ത്യയിൽ ഇന്നും കർമ്മനിരതരായി കഴിയുന്നു. ചിലരെ നാം അറിയുന്നു. മറ്റുചിലരെ പാർട്ടി നേതൃത്വത്തിലെതന്നെ പലർക്കുമറിയില്ല.

നല്ല ഇടയനെ മാറ്റിനിർത്തിക്കൊണ്ടുള്ള ആട്ടിൻപറ്റങ്ങളെ വേതനം നല്കി സൃഷ്ടിക്കാമെന്ന ഈ പുതിയ ആശയം നമ്മെ ഞെട്ടിക്കുന്നു. എന്തായിരുന്നു മാർക്സിന്റെയും എംഗൽസിന്റെയും ഹോച്ചിമിന്നിന്റെയും ആദ്യകാല വേതനം!

'ക്ഷാമ' കേരളം

ഒട്ടേറെ മനുഷ്യരെപ്പോലെ വൈദ്യുതിയും വെള്ളവും ഭക്ഷണവസ്തുക്കളും മറ്റും പാഴാക്കുന്നതു കാണുമ്പോൾ അരിശമോ വേദനയോ രണ്ടു വികാരങ്ങളും ഒന്നിച്ചോ വരുന്ന പ്രകൃതത്തിൽപ്പെട്ടവനാണ് ഞാനും. ഭാഗ്യവശാൽ എനിക്ക് രക്തസമ്മർദ്ദമില്ല. അല്ലെങ്കിൽ വളരെ പണ്ടേ ഈ കാഴ്ചകൾ നിരന്തരം കണ്ട് വലിയ രോഗിയോ, ഭ്രാന്തനോ, അല്ലെങ്കിൽ ചില സിനിമകളിൽ കാണുന്നതുപോലെ ലോകം നന്നാക്കാനായി ചീത്ത മനുഷ്യരെ കൊല്ലുന്ന പ്രത്യേകതരം മനോരോഗിയോ ആയി മാറേണ്ടതാണ്.

ഒരു ഭാഗത്ത് വൈദ്യുതിക്ഷാമം. എന്നാൽ ചില വീടുകളിൽ എല്ലാ മുറികളിലെയും എ സിയും ഫാനും ടെലിവിഷനുകളും എപ്പോഴും പ്രവർത്തിച്ചുകൊണ്ടിരിക്കുന്നു. പല മുറികളിലും ആളുകൾ വല്ലപ്പോഴുമേ കയറുന്നുള്ളൂ. അപ്പോൾ മണിക്കൂറുകൾ വലിയ മുറികളിൽ ആരുമില്ലാതെ ഈ യന്ത്രങ്ങൾ ചലിച്ചുകൊണ്ടിരിക്കുന്നു. പകലില്ല, രാത്രിയില്ല. സ്വിച്ച് ഓഫ് എന്ന സ്വഭാവം ആർക്കുമില്ല. ഇതിനെല്ലാം ബില്ലു കൊടുക്കുവാൻ പ്രാപ്തിയുള്ള ധനാഢ്യരാകാം. ജനറേറ്ററുള്ളവരാകാം. എന്നാലും എത്ര വൈദ്യുതിയാണ്, ഡീസലാണ് വെറുതെ പോകുന്നത്?

വലിയ വി ഐ പികൾ രാത്രികളിൽ വേഗത്തിൽ സഞ്ചരിക്കുമ്പോൾ എല്ലാ തെരുവു വിളക്കുകളും കത്തിക്കിടക്കുന്നത് സുരക്ഷയുടെ പേരിൽ മനസ്സിലാക്കാം. ഇരുട്ടിന്റെ മറവിൽ ഒരു വലിയ നേതാവ് കൊല്ലപ്പെടരുത്. എന്നാൽ തെരുവുവിളക്കുകൾ അടുത്ത ദിവസം രാവിലെ എട്ടുമണിക്കും ചിലപ്പോൾ അതിനുശേഷവും കത്തിക്കിടക്കുന്നത് കാണുമ്പോൾ നമുക്കുണ്ടാകുന്ന രോഷമോർക്കുക. അതും നമ്മുടെ കാശാണ്. എത്ര മാധ്യമങ്ങൾ ചിത്രങ്ങളും ചലിക്കുന്ന ദൃശ്യങ്ങളുമടക്കം എത്രയെത്ര റിപ്പോർട്ടുകൾ വർഷങ്ങളായി നാട്ടുകാരെയും ബന്ധപ്പെട്ടവരെയും അറിയിച്ചുകൊണ്ടിരിക്കുന്നു. മിക്കപ്പോഴും ഈ പകൽവിളക്കുകൾ കത്തിക്കിട

ക്കുന്നു എന്ന് വിളിച്ചറിയിക്കുന്നത് തന്നെ പൗരബോധമുള്ള മനുഷ്യരാണ്.

ഒരു ഭാഗത്ത്, കുടിവെള്ളക്ഷാമം. വീടുകളിലെ കുടിവെള്ളടാപ്പുകളിലെ ചെറിയ പ്രശ്നങ്ങൾ പരിഹരിക്കാത്തതുകൊണ്ട് നിരന്തരം വെള്ളം ഒലിച്ചുകൊണ്ടിരിക്കുന്നു. ചിലർക്ക് ടാപ്പുകൾ നേരാംവണ്ണം അടയ്ക്കാൻപോലും താല്പര്യമില്ല. 'കുറച്ചു'വെള്ളം പോയാലെന്താണ് പ്രശ്നം എന്നതാണ് സമീപനം. ഇതേ നാട്ടിൽ ഒരു കുടം നല്ല കുടിവെള്ളത്തിനായി മനുഷ്യർ മൈലുകൾ നടക്കുന്നു.

ഒരുഭാഗത്ത് ഭക്ഷണക്ഷാമം. ആവശ്യത്തിലേറെ ഭക്ഷണമുണ്ടാക്കി പിന്നീട് ചവറ്റുകൊട്ടയിലെറിയുന്നു. ചിലർ ആവശ്യത്തിലേറെ ഭക്ഷണം വിളമ്പിച്ച് പ്ലേറ്റിലോ ഇലയിലോ ഉപേക്ഷിക്കുന്നു. വലിയ ഫ്രിഡ്ജുകളിൽ സസ്യ, മാംസാഹാര വസ്തുക്കൾ നിറയ്ക്കുന്നു. പാചകംപോലും ചെയ്യാതെ കേടായി, പഴകി എന്നീ കാരണങ്ങൾ പറഞ്ഞു വലിച്ചെറിയുന്നു. ഇങ്ങനെ കളയുന്ന ഭക്ഷണത്തിന്റെ 50 ൽ ഒരംശം വേണ്ട. ഇന്ത്യയിൽ ഇപ്പോഴും വിശന്നുമരിക്കുന്നവരെ രക്ഷിക്കാൻ.

ഒരുഭാഗത്ത് പാൽക്ഷാമം. സ്റ്റൗവിൽ പാലുതിളപ്പിക്കാൻ വച്ചശേഷം സീരിയൽ കാണുകയോ അയൽക്കാരോട് കുശുമ്പുകൾ പറയുകയോ ചെയ്തുനിന്നശേഷം അടുക്കളയിൽ മടങ്ങിവരുമ്പോൾ പാൽ തിളച്ചുമറിഞ്ഞില്ലാതായിരിക്കുന്നു. പാത്രവും സ്റ്റൗവും കേടായിരിക്കുന്നു.

ഒരുഭാഗത്ത് പാചകവാതകക്ഷാമം. ചില വർഷങ്ങൾക്കകം ഭൂമിയിൽ തന്നെ ഈ വാതകനിക്ഷേപം ഇല്ലാതാകുമെന്നാണ് കണക്കുകൾ വ്യക്തമായി സൂചിപ്പിക്കുന്നത്. ആ സ്ഥിതിവിശേഷത്തിൽ എന്തു ചെയ്യുമെന്ന് ബുദ്ധിയുള്ളവർ അന്താരാഷ്ട്രയോഗങ്ങൾ നടത്തി തല പുകയ്ക്കുന്നു. ഇവിടെ ചില വീടുകളിൽ ഗ്യാസ് സ്റ്റൗവിന്റെ സ്വിച്ച് ഓഫ് ചെയ്യാൻ പോലും മറക്കുന്നു. വീട്ടിലെ സിലിണ്ടർ തീർന്നതിന് പകരമെത്തിക്കാൻ ജോലിത്തിരക്കുള്ള ഭർത്താവിനെ വിളിച്ച് ഉപദ്രവിക്കുന്നവരുമുണ്ട് ഇതേ കൂട്ടത്തിൽ. വൈദ്യുതി ബോർഡിന്റെ കണക്കുകളനുസരിച്ച് വിതരണത്തിൽ തന്നെ ഉണ്ടാകുന്ന നഷ്ടത്തിൽ കേരളം ഒന്നാം പന്തിയിലാണ്.

നമ്മുടെ ബസ് ഡ്രൈവർമാർ പലരും ചായകുടിക്കാൻ നിർത്തുമ്പോൾ എൻജിൻ ഓഫാക്കാറില്ല. ചോദിച്ചാൽ പറയും. പിന്നെ സ്റ്റാർട്ടാക്കാൻ ബുദ്ധിമുട്ടാണ്! കെ എസ് ആർ ടി സി എന്ന വെള്ളാനയ്ക്ക് ഓരോ വർഷത്തിലും വലുപ്പംകൂടുന്നു. എത്ര ആയിരം കോടികൾ കഴിഞ്ഞാലാണ് നഷ്ടത്തിന്റെ കാര്യത്തിൽ നാം ലോക റിക്കോർഡ് സ്ഥാപിക്കുന്നത് എന്നറിയില്ല. ഇതേ കേരളത്തിൽ സ്വകാര്യ ബസുകൾ (അവർ കാണിക്കുന്ന കൊലവെറികളിൽനിന്നും ലാഘവത്തോടെ കോഴ നല്കി രക്ഷപ്പെട്ടിട്ടും!) ലാഭത്തിലോടുന്നു.

"ജയിക്കാനായി ജനിച്ചവൻ ഞാൻ" എന്ന് പഴയകാലത്ത് എല്ലാവരും മൂളിനടന്ന ഒരു മലയാള സിനിമാഗാനമുണ്ട്. "പാഴാക്കാനായി ജനിച്ചവൻ ഞാൻ" എന്നൊരു പാട്ടാകും ഇന്നത്തെ കാലത്തിന് യോജിച്ചത്. അതിന് പറ്റിയ ഗാനരചയിതാക്കളുണ്ട്. സംഗീതജ്ഞരുണ്ട്. ഗാനത്തിന്റെ കൊറിയോഗ്രാഫി ചെയ്യുന്നവരുണ്ട്. സംവിധായകരുണ്ട്, നിർമ്മാതാക്കളെയും കിട്ടും. ഇന്നത്തെ കേരളത്തിൽ സിനിമ വിജയിക്കുകയും ചെയ്യും.

എവിടെ ഒരു ഇ എം എസ്?

കെ ആർ ഗൗരിയമ്മയെ പാർട്ടിയിൽനിന്നും പുറത്താക്കിയ സന്ദർഭം. പാർട്ടിക്ക് അന്ന് വളരെ ബുദ്ധിമുട്ടുണ്ടാക്കിയ ഒരു തീരുമാനമായിരുന്നു അത്. എങ്ങനെ കേരളത്തിലെ ഗൗരിയമ്മയെ ആരാധിക്കുന്ന പാർട്ടി ഘടകങ്ങളോട് ഇതു വിശദീകരിക്കും? മാധ്യമങ്ങളിലെല്ലാം വിഷണ്ണയായ ഗൗരിയമ്മയുടെ ചിത്രങ്ങളും വാക്കുകളും. അന്ന് പാർട്ടി തീരുമാനിച്ചു. ഇ എം എസ് തന്നെ ആ വിശദീകരണ യാത്ര നടത്തണം.

ഇ എം എസ് അതിന് തയ്യാറായി. അക്കാലത്ത് ഏഷ്യാനെറ്റിന് ഇ എം എസിന്റെ അപൂർവ്വനിമിഷങ്ങൾ പകർത്താൻ ഒരു പദ്ധതിയുണ്ടായിരുന്നു. അതിന്റെ സാദ്ധ്യതകൾ ആരായുമ്പോഴാണ് ഗൗരിയമ്മയെ പുറത്താക്കുന്ന വലിയ സംഭവം.

അഞ്ചുദിവസത്തെ കേരളയാത്ര. ഉന്മേഷവാനായി രാവിലെ മുതൽ രാത്രി വരെ പ്രസ്ഥാനത്തിനുവേണ്ടി ജീവിക്കുന്ന ഇ എം എസിന്റെ വലിയ നിമിഷങ്ങൾ ഞങ്ങൾക്ക് ചിത്രീകരിക്കാനായി.

ഈ ചിത്രീകരണത്തിന്റെ പ്രധാന കാർമ്മികൻ രവീന്ദ്രനായിരുന്നു. (ചിന്ത രവി) രവിയും ഞാനും ഇ എം എസിന്റെ വേഗതയുമായി പിടിച്ചുനില്ക്കാൻ ക്ലേശിച്ചു. ഞങ്ങളുടെ ചിത്രീകരണസ്വഭാവം ഇ എം എസിനും കൗതുകമായിരുന്നു. രാവിലെ പ്രാതൽ കഴിക്കുമ്പോൾ; പിന്നീട് സഖാക്കളെ കാണുമ്പോൾ; യോഗസ്ഥലങ്ങൾ നിശ്ചയിക്കുമ്പോൾ; പ്രസംഗവേദികളിൽ മറ്റു പാർട്ടി പരിപാടികൾ: ഉച്ചഭക്ഷണം, വിശ്രമം: എഴുത്ത്, (dictation), വീണ്ടും പ്രസംഗങ്ങൾ.

രവി അന്നു പറഞ്ഞു. "നമുക്ക് കൂടെ പിടിച്ചുനില്ക്കാൻ പറ്റുന്നില്ലല്ലോ." വിവിധ ജില്ലകളിൽ ഇ എം എസിനെ സഖാക്കൾ കൈമാറുകയാണ്. അംബാസഡർ കാർ. ഓരോ സ്ഥലത്തും നേരത്തെ നിശ്ചയിച്ച സമ

യമനുസരിച്ചുള്ള പ്രസംഗങ്ങൾ. "വിക്കിയദ്ദേഹം ചൊല്ലുന്നതെല്ലാം വിപ്ലവത്തിന്റെ മൂലമന്ത്രങ്ങളാം." എന്ന് കവി വാക്യം. ഇ എം എസിന്റെ പ്രതികരണം.

"ഞാൻ എപ്പോഴും വിക്കാറില്ല. ഞാൻ പറയുന്നതെല്ലാം വിപ്ലവത്തിന്റെ മന്ത്രങ്ങളുമല്ല. മാർക്സിസം മനുഷ്യരാശിക്ക് വേണ്ടിയുള്ള വലിയ ആശയമാണ്. ഞാൻ അതിന്റെ സഖാവാണ്." (ഉദ്ധരണി ഓർമ്മയിൽനിന്നും)

രവിയും ഞാനും അഞ്ചുദിവസത്തെ ആ യാത്രയെക്കുറിച്ച് എപ്പോഴും സംസാരിക്കുമായിരുന്നു. ഇ എം എസ് താമസിച്ചിരുന്ന ഗസ്റ്റ് ഹൗസിൽ എത്താൻ ഒരു ദിവസം രാവിലെ ഞങ്ങൾ വൈകി. ഞങ്ങൾ ക്യാമറയുമായി കയറുമ്പോൾ ഇ എം എസ് പുറപ്പെടുന്നു. "നിങ്ങൾ വൈകി, ഇനി സമ്മേളനസ്ഥലത്തുവരൂ." ഞങ്ങൾ ശുദ്ധമലയാളത്തിൽ പറഞ്ഞാൽ വല്ലാതെ ചമ്മി.

എന്തായാലും അന്ന് ഉച്ചയോടുകൂടി സൗഹൃദം പുനഃസ്ഥാപിച്ചു. ഉച്ചഭക്ഷണം ഒന്നിച്ചായിരുന്നു. ഇ എം എസ് ഡോക്ടറുടെ നിർദ്ദേശ പ്രകാരം അച്ചടക്കത്തോടെ മത്സ്യാഹാരം കഴിക്കുന്ന ദൃശ്യങ്ങളും ഞങ്ങൾക്ക് ലഭിച്ചു.

പ്രകാശ് കാരാട്ടിനറിയാം നേരത്തെ നല്കിയ ചോദ്യാവലിക്ക് പുറത്ത് ഒരു അധിക ചോദ്യമുയർത്തിയതിന് ഇ എം എസ് എന്നോടു ദേഷ്യപ്പെട്ട കാര്യം. ദുഃഖിതനായി ഞാൻ ഡൽഹിയിലെ പഴയ പാർട്ടി ഓഫീസിലെ ഇ എം എസിന്റെ മുറിയിൽ നിന്നിറങ്ങുമ്പോൾ ഇ എം എസ് എന്നെ നിർത്തി കുടുംബവിശേഷങ്ങൾ അന്വേഷിച്ചു. മാധ്യമ പ്രവർത്തകൻ എന്ന ഞാൻ വേറെ, ഞാൻ എന്ന കുട്ടി വേറെ!

പ്രകാശ് കാരാട്ടിനോടും സീതാറാംയെച്ചൂരിയോടും ഞാൻ ഇതു പറഞ്ഞു. "Don't get upset. You know him. You are different, you as a journalist are different!" കാരാട്ട് അദ്ദേഹത്തിനു മാത്രം സാദ്ധ്യമാകുന്ന മനോഹരമായ ചിരിയോടെ പറഞ്ഞു.

അഗ്നിശമനയന്ത്രങ്ങൾ

തൃശൂരിൽ നടന്ന സി പി ഐ യുടെ ദേശീയ സമ്മേളനം. അക്കാലത്ത് ആ സമ്മേളനത്തിന് ദേശീയ പ്രസക്തിയുണ്ടായിരുന്നു. ആ സമ്മേളനത്തിന്റെ ഭാഗമായി സാംസ്കാരിക നായകരുടെ വലിയ പ്രസംഗങ്ങളും ഉണ്ടായിരുന്നു.

ഇന്ത്യയുടെ വിവിധ ഭാഗങ്ങളിൽ അന്ന് മതസ്പർദ്ധയുടെ പേടിപ്പിക്കുന്ന മുഹൂർത്തങ്ങളായിരുന്നു. പല സ്ഥലങ്ങളിലും പലരെയും കൂട്ടത്തോടെ അകാരണമായി കൊല്ലുന്നു. അതിന്റെ കുഴപ്പങ്ങൾ കേരളത്തിലും പ്രതിഫലിക്കുന്നു. രണ്ട് ഇംഗ്ലീഷ് മാധ്യമങ്ങൾക്ക് വേണ്ടി തൃശൂരിൽ ചെന്നതാണ് ഞാൻ. സാംസ്കാരിക സമ്മേളനം തുടങ്ങുന്ന കൃത്യമായ വേളയിലെത്തി.

"ഇന്ത്യയാകെ അഗ്നിപടരുകയാണ്. ഇവിടെയുള്ള യുവാക്കളോട് ഞാൻ പറയുന്നു. നിങ്ങൾ എല്ലാവരും അഗ്നിശമന യന്ത്രങ്ങളാകണം അല്ലെങ്കിൽ കേരളത്തിനോ ഇന്ത്യക്കോ രക്ഷയില്ല." ഡോ. സുകുമാർ അഴീക്കോട് പ്രസംഗിക്കുന്നു. അദ്ദേഹത്തിന്റെ സാന്ത്വനം നിറഞ്ഞ ശബ്ദധ്വനിയും ശരീരഭാഷയും കൂട്ടിയാലോചിക്കുക. ആത്മാർത്ഥതയുടെ മാത്രം സ്ഫുരണങ്ങൾ. ആ സന്ധ്യയിൽ തൃശൂർ കോരിത്തരിച്ചുനിന്നു.

"നിങ്ങൾ ഏവരും അഗ്നിശമനയന്ത്രങ്ങളാകൂ." എന്ന പ്രയോഗം നേരത്തെ കരുതിക്കൂട്ടി പറഞ്ഞതല്ല. സുകുമാർ അഴീക്കോടിന്റെ പ്രാസംഗികമായ മോഹനത്തിൽ പെട്ടെന്ന് വിരിഞ്ഞ ഒരു പുഷ്പവാക്യമായിരുന്നു.

അന്നു രാത്രി ഞാൻ പരിഭാഷപ്പെടുത്തി.

"India is burning. You all should become Fire extinguishers"

ആ റിപ്പോർട്ട് ആ മട്ടിൽ തന്നെ ദേശീയ മാധ്യമങ്ങളിൽ ചർച്ച ചെയ്യപ്പെട്ടു. മലയാളമറിയാത്ത സി പി ഐ യുടെ ചില ദേശീയ നേതാക്കളും

പിന്നീടാണ് ആ വാക്കുകളുടെ പൊരുൾ മനസ്സിലാക്കിയത്. പരേതനായ പി കെ വിയാണ് എന്നോട് ആ കാര്യം പറഞ്ഞത്.

അഴീക്കോടന്റെ ആ പ്രസംഗം അന്നു ദൂരെ നിന്നും കേട്ടശേഷമാണ് അദ്ദേഹത്തിന്റെ പ്രഭാഷണത്തിൽ കള്ളവും പൊളിയുമില്ല എന്ന് എനിക്ക് ബോദ്ധ്യമായത്.

വി കെ മാധവൻ കുട്ടിയും രവീന്ദ്രനും (ചിന്ത) ശശികുമാറും ഞാനും കൂടി അദ്ദേഹത്തിന്റെ തൃശൂരിലെ വീട്ടിൽ ചെന്നിരുന്നു. ഏഷ്യാനെറ്റിന്റെ പ്രാരംഭഘട്ടത്തിൽ ആശീർവ്വാദം തേടാൻ. ശശികുമാർ തെരഞ്ഞെടുത്ത ഒരു ഇംഗ്ലീഷ് പുസ്തകം സമ്മാനിച്ചു. കുറേ സമയം സംസാരിച്ചിരുന്നു. അദ്ദേഹം സന്തോഷത്തോടെ ഞങ്ങളോട് ആ സന്ധ്യയിൽ വിട പറഞ്ഞു. അദ്ദേഹത്തിൽനിന്നും തൃശൂരിൽ തന്നെ ഒരു പുരസ്കാരം ഏറ്റുവാങ്ങാനുള്ള ഭാഗ്യവും എനിക്കുണ്ടായി. ആരോഗ്യപ്രശ്നങ്ങൾ അദ്ദേഹത്തെ വല്ലാതെ അലട്ടുന്ന കാലമായിരുന്നു. എന്നെക്കുറിച്ച് പറഞ്ഞ നല്ല വാക്കുകൾ ഓർക്കുന്നു. കൈപിടിച്ച് പടിയിറങ്ങുമ്പോൾ നല്കിയ നല്ല പുഞ്ചിരിയും.

കേരളീയരുടെ ഒരു പ്രശ്നം മരണത്തിനും നാം പേരിടും. "നല്ല മരണം," "ദുർമ്മരണം" എന്നൊക്കെ. ചെറിയ പ്രായത്തിൽ ഒരാൾ മരിച്ചാൽ "അകാലമരണം" എന്നു പറയുന്നത് മനസ്സിലാക്കാം. ആത്മഹത്യയോ കൊലപാതകമോ ആണെങ്കിൽ "ദുർമ്മരണം" എന്നു പറയുന്നതിലും തെറ്റില്ല. എന്നാലും എന്താണ് ഈ "നല്ല മരണം?" നല്ല മനുഷ്യർ പരമാവധി കാലം ജീവിക്കണം. പ്രത്യേകിച്ച് ഒന്നും ചെയ്യണമെന്നില്ല. അഴീക്കോടിന്റെ നിശ്ശബ്ദ മാസങ്ങളിലും അദ്ദേഹത്തിന്റെ സാന്നിദ്ധ്യം ഒരു സംഭാവനയായിരുന്നു. അവസാന നിമിഷങ്ങളിൽ തന്നെ വന്നു കണ്ടവരുടെ മുഖം കാണുമ്പോൾ എന്തെല്ലാം ചിന്തകളായിരിക്കും ആ മനസ്സിലൂടെ കടന്നുപോയി കാണുക! അപ്പോൾ ആ വലിയ മനുഷ്യൻ ചിന്തിച്ചിട്ടുണ്ടാകുന്ന വാക്കുകൾ ആലോചിക്കുക.

അദ്ദേഹത്തെ വേദനിപ്പിച്ചവർക്കാണ് ഇനി വേദന. എന്നാൽ അഴീക്കോട് ആവാഹിച്ച അഗ്നിശമനയന്ത്രങ്ങൾ സോന്മേഷം പ്രവർത്തിക്കുന്നു.

2011/2012 വിതച്ചതും കൊയ്യുന്നതും

രണ്ടായിരത്തിപന്ത്രണ്ട് എന്ന ക്രിസ്തുവർഷത്തിന്റെ ആദ്യദിനങ്ങൾ കേരളത്തിന് ശുഭസൂചനകളൊന്നുംതന്നെ നല്കുന്നില്ല. 2012 ന്റെ ആദ്യ ദിനങ്ങൾ മാത്രമല്ല, 2011 ലെ അവസാന ആഴ്ചകളും ഈ വർഷത്തെ നാം ഭീതിയോടെ കാണണമെന്ന് മുന്നറിയിപ്പ് നല്കുന്നു. എല്ലാ മേഖലയും നമുക്ക് പരിശോധിക്കാം.

രണ്ടു സീറ്റുകളുടെ വ്യത്യാസം കേരള സർക്കാരിനെ അസ്ഥിരമാക്കുമെന്ന് ചിലർ പ്രവചിച്ചിരുന്നു. അങ്ങനെ സംഭവിച്ചില്ല. എന്നാൽ ലക്ഷ്യപ്രാപ്തിക്കുവേണ്ടി ഉമ്മൻചാണ്ടിയെന്ന മുഖ്യമന്ത്രി സ്വയം കല്പിച്ച ജാഗ്രതയും നയതന്ത്രജ്ഞതയും നിരന്തരം വെല്ലുവിളികളെ നേരിടുന്ന കാഴ്ചയാണ്. ഘടകകക്ഷികളുടെ സമ്മർദ്ദം മാത്രമല്ല ഇവിടെ ഉദ്ദേശിക്കുന്നത്. മന്ത്രിസഭ വീണാലും പ്രശ്നമല്ലെന്നു കരുതുന്ന കോൺഗ്രസ് നേതാക്കളുടെ എണ്ണം പെരുകുന്നു. എന്റെ പാർട്ടിയിലെ സ്ഥാനാർത്ഥികൾ വിജയിച്ചില്ലെങ്കിലും ഞങ്ങളുടെ കോർപ്പറേഷൻ ചെയർമാൻ പോലുള്ള സ്ഥാനങ്ങൾ നല്കണമെന്ന് യാചിക്കുന്ന കെ ആർ ഗൗരിയമ്മയുടെ അവസ്ഥ മാത്രം കാണുക.

അതിലേറെ ദയനീയമാണ് ഇടതുപക്ഷത്തിന്റെ സ്ഥിതി. പാർട്ടി കോൺഗ്രസിന്റെ പശ്ചാത്തലത്തിൽ എല്ലാ മനുഷ്യരെയും മടുപ്പിച്ചുകൊണ്ടുള്ള വിഭാഗീയതയുടെ ചർച്ചകൾ മാത്രമാണ് സി പി എമ്മിൽ. വി എസ് അച്യുതാനന്ദന് കൂടുതൽ അനുകൂലികൾ സി പി ഐയിലാണ് എന്നു ചിലർ പറയുമ്പോൾ മൗനത്തിലൂടെ അതംഗീകരിക്കുന്ന സി പി ഐ നേതൃത്വം.

ആർക്കും ആരെയും വിശ്വാസമില്ലാത്ത ഒരു രാഷ്ട്രീയക്കളരിയായി പ്രബുദ്ധ കേരളം മാറിയിരിക്കുന്നു.

പ്രസംഗവേളയിൽ "സഖാവ്" എന്നു പറഞ്ഞുകൊണ്ട് ഒരു നേതാവിനെ പരാമർശിക്കുമ്പോൾ "സഖാവ്" എന്ന വലിയ വാക്കിന്റെ അർത്ഥം മറന്നുകൊണ്ടുള്ള ആരോപണങ്ങളാണ് അതേ പ്രസംഗത്തിന്റെ പ്രധാന ഭാഗത്തിൽ. 'ബഹുമാന്യനായ' എന്നു പറഞ്ഞുകൊണ്ട് തുടങ്ങുന്ന പ്രസംഗം പിന്നീട് വലിയ ആരോപണങ്ങളായിത്തീരുന്നു. എല്ലാവരും എല്ലാവരെയും ശപിക്കുകയാണ് എന്ന തോന്നൽ നമുക്കുണ്ടാകുന്നു. ഈ കൂട്ടത്തിൽ ചിലർ സ്വയം ശപിക്കുകയും ചെയ്യുന്നുവെന്നത് കൂടുതൽ ആശങ്കയുണ്ടാക്കുന്നു.

പ്രധാന പ്രശ്നങ്ങളിലെല്ലാം നാം പരാജയം മുന്നിൽ കാണുകയാണ്. മുല്ലപ്പെരിയാർ ഒരുദാഹരണം. പെട്ടെന്നൊരു നാൾ പൊട്ടിക്കേണ്ട ബോംബല്ലായിരുന്നു ഈ വലിയ പ്രശ്നം. നാം ചെറുതായി രാഷ്ട്രീയവല്ക്കരിച്ചപ്പോൾ അതിലേറെ ശക്തിയോടെ തമിഴ്നാട്ടിലെ നേതാക്കൾ ഒന്നിച്ചണിനിരന്നു.

കൊച്ചി മെട്രോ പദ്ധതിയുടെ കാര്യം നോക്കൂ. എങ്ങനെയാണ് ഇല്ലാത്ത പ്രശ്നമുണ്ടാക്കാമെന്നതിന്റെ വലിയ ഉദാഹരണമാണ് ഡൽഹി മെട്രോ പദ്ധതി. സമയബന്ധിതമായി നടപ്പിലാക്കി ഏവരുടെയും പ്രശംസ ഏറ്റുവാങ്ങിയ ഇ ശ്രീധരനെ ക്ഷണിച്ചു വരുത്തി. പിന്നീട് ചില കുബുദ്ധികൾ കളംമാറിച്ചവിട്ടാൻ തുടങ്ങി. ഇനി എന്താകുമെന്നാർക്കറിയാം? ഈ കാര്യത്തിൽ കോൺഗ്രസ് നേതാക്കൾക്കിടയിൽ തന്നെ വിഭാഗീയതയാണ്!

2012 ന്റെ ആരംഭത്തിൽ യഥാർത്ഥ കേരളത്തിൽ എന്തു സംഭവിക്കുന്നു? തലസ്ഥാനനഗരിയിലെ മാലിന്യം, കൂടുതൽ റോഡപകടങ്ങൾ, സ്ത്രീപീഡനക്കേസുകൾ, ടൂറിസം മേഖലയിലെ തിരിച്ചടികൾ, റിയൽ എസ്റ്റേറ്റ് മാഫിയകൾ, പിടിച്ചുപറിക്കാർ, കള്ളക്കച്ചവടക്കാർ, ധാർമ്മിക പൊലീസ് ചമയുന്ന തീവ്രവാദികൾ, കള്ളനോട്ടുസംഘങ്ങൾ, ജാതിയും മതവും പറഞ്ഞുള്ള വിദ്വേഷ പ്രസ്താവനകൾ, സാമുദായികമായുള്ള ഭീഷണികൾ.

പരശുരാമൻ പണ്ടെറിഞ്ഞ മഴു വഴിയുണ്ടായ ഭൂമി ഇന്ന് ചുഴലുന്ന ഒരു പമ്പരമാണ്. നിർത്താനാകാതെ ചുറ്റിക്കറങ്ങുന്ന ആ പമ്പരത്തെ ഭീതിയോടെ കാണുന്ന ഒരു സമൂഹമാണ് ഇന്ന് നമ്മുടേത്. പമ്പരത്തെ അച്ചടക്കമുള്ള ഒരു മഴുവായി വീണ്ടും പരശുരാമന്റെ കൈയിലെത്തിക്കാൻ താല്പര്യമുള്ള സമൂഹം. സ്വർണ്ണവില കൂടുന്നതാണ് പ്രധാന പ്രശ്നമെന്ന് കരുതി അടുത്ത ആത്മഹത്യക്ക് വഴിതേടുന്ന ഒരു മുൻ തലമുറ. 2012 നമുക്ക് എന്തു നല്കാൻ?

2011 ൽ നാം എന്തു വിതച്ചു, 2012 ൽ കൊയ്യാൻ? 2012 ൽ നാം എന്തു വിതയ്ക്കും അടുത്ത വർഷം കൊയ്യാൻ? സഹനത്തിന്റെയും അദ്ധ്വാനത്തിന്റെയും ശക്തിയുള്ള സമൂഹത്തിനേ വിതയ്ക്കാനും കൊയ്യാനും കഴിയൂ. അല്ലാത്ത സമൂഹം പൂമ്പാറ്റകളുടേതാണെന്ന് പണ്ട് ചിലർ നമ്മെ പഠിപ്പിച്ചിട്ടുണ്ട്.

പകയും വൈരാഗ്യവും

രണ്ടു ഭാഷാപ്രയോഗങ്ങൾ ഇന്ന് കേരളത്തിൽ ചർച്ചാവിഷയമായിരിക്കുന്നു. 'പക'യും 'വൈരാഗ്യ'വും. ഈ വാക്കുകൾ തമ്മിൽ വലിയ അർത്ഥവ്യത്യാസങ്ങളില്ല എന്നു തോന്നുമെങ്കിലും രണ്ടു പ്രയോഗങ്ങൾക്കും കാലങ്ങളിലൂടെ അർത്ഥലോപം സംഭവിച്ചിട്ടുണ്ട്. ആർ ബാലകൃഷ്ണപിള്ളയും മകൻ ഗണേശ് കുമാറും ഉപയോഗിച്ചതാണ് പക. വി എസ് അച്യുതാനന്ദൻ പകയോടെ പെരുമാറി. പെരുമാറുന്നു എന്നു പറയുമ്പോൾ എന്തുകൊണ്ട് ആ 'പക' ഉണ്ടായി എന്ന് പൂർണ്ണമായും അദ്ദേഹം സമർത്ഥിക്കുന്നില്ല. വി എസിന് വ്യക്തിപരമായി പകയുണ്ടാകാൻ എന്തായിരുന്നു കാരണങ്ങൾ എന്ന് വ്യക്തമാക്കപ്പെടുന്നില്ല. അതേ വേളയിൽ അഴിമതിക്കാർക്കെതിരെ എന്നും വൈരാഗ്യം ഉണ്ടാകുമെന്ന് വി എസും പറയുന്നു.

വി എസ് എന്തുകൊണ്ട് 'പക' എന്ന പ്രയോഗം ഉപേക്ഷിച്ചു എന്ന് ഊഹിക്കാവുന്നതാണ്. 'വൈരാഗ്യം' എന്ന പ്രയോഗത്തിൽ അദ്ദേഹം കൂടുതൽ മാനങ്ങൾ തേടുന്നു. വിരോധിയോടു കാണിക്കുന്നതാണല്ലോ വൈരാഗ്യം. തന്നെയോ, താൻ ബന്ധപ്പെടുന്ന മറ്റുള്ളവരെയോ, ഉപദ്രവിച്ചവനോട് തോന്നുന്നതാണ് പക. എന്തർത്ഥത്തിലും വിരോധി വിരോധി തന്നെയാണ്. പകയുള്ളവന് പക മാറുന്നുമില്ല.

ഇവിടെ വാക്കുകൾ തമ്മിലുള്ള വഴക്കുകളല്ല ഉദ്ദേശിക്കുന്നത്. ഇന്നത്തെ കേരള രാഷ്ട്രീയത്തിൽ വ്യക്തിപരമായ വൈരാഗ്യങ്ങൾക്ക് ഒരു പ്രസക്തിയുമില്ല എന്ന് പണ്ടേ നമുക്ക് ബോദ്ധ്യപ്പെട്ടതാണ്. അതിന്റെ തീവ്രമായ വേദനകളനുഭവിച്ച ശേഷമാണ് കെ കരുണാകരൻ എന്ന വലിയ നേതാവ് മരിച്ചത്. അദ്ദേഹത്തിന്റെ വ്യക്തിപരമായ പകയും വൈരാഗ്യവും ശാഠ്യവും അദ്ദേഹത്തിനുതന്നെ തിരിച്ചടിയായി. ഇ എം എസിന്റെ മട്ടിൽ

നിസ്സംഗമായ ആശയസമ്പന്നത ഉണ്ടായിരുന്നുവെങ്കിൽ കരുണാകരന്റെ വേദനകൾ കുറയുമായിരുന്നു. ഇ എം എസുപോലും വ്യക്തിപരമായ ഇഷ്ടാനിഷ്ടങ്ങൾക്ക് ഉപരി അല്ലായിരുന്നു. എന്നാൽ അവസാന വർഷങ്ങളിൽ സന്തോഷത്തോടെ ജീവിച്ചു മരിച്ചു.

തങ്ങളുടെ സ്വകാര്യജീവിതത്തെയോ രാഷ്ട്രീയഭാവിയെയോ വി എസും ബാലകൃഷ്ണപിള്ളയും എങ്ങനെ നോക്കിക്കാണുന്നുവെന്ന് നമുക്കാർക്കും അറിയില്ല. എന്തായാലും വ്യക്തിപരമായി പകയുടെയും വൈരാഗ്യത്തിന്റെയും പ്രായം ഇരുവർക്കും കഴിഞ്ഞിരിക്കുന്നു. അതുകൊണ്ട് ആ പ്രയോഗങ്ങളെ നാം അതേ മട്ടിൽ സ്വീകരിക്കേണ്ടതില്ല. വി എസ് എല്ലാം സാങ്കേതികമായി പറയുമ്പോൾ ബാലകൃഷ്ണപിള്ള പലപ്പോഴും വികാരത്തിന്റെ ഭാഷ ഉപയോഗിക്കുന്നു.

"തവറു എൻപതു തവറി ചെയ്വത്.
തപ്പു എൻപതു തെരിന്തു ചെയ്വത്.
തവറു ചെയ്തവൻ തിരുന്തിയാകണം.
തപ്പു ചെയ്തവൻ വരുന്തിയാകണം."

'തവറ് എന്നാൽ തവറി– അറിയാതെ– ചെയ്യുന്നതാണ്. തപ്പ് എന്നാൽ അറിഞ്ഞുകൊണ്ട് ചെയ്യുന്ന തെറ്റാണ്. തവറ് ചെയ്തവൻ സ്വഭാവം മാറ്റി നല്ലവനാകാൻ ശ്രമിക്കണം. അറിഞ്ഞുകൊണ്ട് കുറ്റം ചെയ്തവൻ നന്നായി വേദനിച്ചേ പറ്റൂ.' ഇതാണ് ആ തമിഴ് കവിതയ്ക്ക് ഞാൻ അദൃശ്യരൂപത്തിൽ കാണുന്ന പരിഭാഷ

ആ പശ്ചാത്തലത്തിൽ വേണം വി എസിന്റെയും ബാലകൃഷ്ണപിള്ളയുടെയും ഭാഷാപ്രയോഗങ്ങളെ നാം കാണാൻ. ഏതാണ് പക, ഏതാണ് വൈരാഗ്യം, ഏതാണ് തവറ്, ഏതാണ് തപ്പ്!

ധാരണയും അനുരഞ്ജനവും

മലയാളിയുടെ പുതിയ തലമുറയ്ക്ക് ഇഷ്ടഭോജ്യമായി തീർന്ന ചില വാക്കുകളുണ്ട്. ഇംഗ്ലീഷിലും മലയാളത്തിലും മാറി മാറി ഉപയോഗിക്കപ്പെടുന്നു. മലയാളത്തിൽ 'ധാരണ' എന്നു പറയുമ്പോൾ ഇംഗ്ലീഷിൽ 'understanding' എന്നാകുന്നു. മലയാളത്തിൽ 'അനുരഞ്ജനം' എന്ന് പറയുമ്പോൾ ഇംഗ്ലീഷിൽ 'Compromise' എന്നാകുന്നു. മലയാളത്തിൽ 'വിട്ടുവീഴ്ച' എന്നു പറയുമ്പോൾ ഇംഗ്ലീഷിൽ 'Surrender' എന്നു മാത്രമേ പറയാനാവുകയുള്ളൂ.

വാക്കുകളുടെ പ്രയോഗം കൊണ്ടു മാത്രം രാത്രിയുറങ്ങുന്ന ഒരു ഭാഷാ സംസ്കാരത്തിന് നാം ജന്മം നല്കിയിരിക്കുന്നു. "ഞാനിന്ന് സറണ്ടർ ചെയ്തില്ല. ഒരു അണ്ടർ സ്റ്റാന്റിങ്ങിലെത്തി" ഇംഗ്ലീഷിലോ? "I didnot surrender we reached a point of understanding."

'ധാരണ' എന്ന മലയാളി പ്രയോഗം കൂടുതൽ സൂക്ഷ്മമാണ്. "ഞങ്ങൾ ഒരു ധാരണയിലെത്തി" ഇംഗ്ലീഷിലോ? "We reached a compromise" എന്നാകും. അല്ലെങ്കിൽ മലയാളത്തിൽ 'അനുരഞ്ജനം' എന്നുമാകാം. മാധ്യമപ്രവർത്തകർക്ക് മലയാളഭാഷയുടെ മറ്റു പരിമിതികൾ കാരണം വീണ്ടും വീണ്ടും ഈ വാക്കുകൾ തന്നെ ഉപയോഗിക്കേണ്ടിവരുന്നു. നിയമസഭയിൽനിന്നും ഇറങ്ങിപ്പോകുന്നുവെന്നും പറയുന്നു, ഇറങ്ങിപ്പോകുന്നുമില്ല!

നാം പലപ്പോഴും മറന്നു പോകുന്നത് കേരളം ഇന്ത്യയിലെ ഒരു ചെറിയ സംസ്ഥാനമാണെങ്കിലും ലോക മലയാളികളും മലയാളികളല്ലാത്ത മറ്റു സംസ്കൃതികളിൽ പെട്ടവരും സ്നേഹത്തോടെ ലാളിക്കുന്ന ഒരു ഭൂപ്രദേശമാണ്. നാം കാണിക്കുന്ന തെറ്റുകളാണ് അവർ കാണുന്നത്. തെറ്റുകൾ മാധ്യമങ്ങൾ കാണിക്കരുത് എന്ന് പറയുന്ന നേതാക്കൾ മറ്റേതോ

ലോകത്തിലാണ്. മാധ്യമ പ്രവർത്തനം ഇവിടെ നല്ല കാര്യങ്ങൾ നടന്നു കാണുവാനുള്ള ഒരു മോഹമാണ്; അത്രേയുള്ളൂ, അത്രേ പാടുള്ളൂ നല്ല മാധ്യമ പ്രവർത്തകർക്ക്.

മാധ്യമ പ്രവർത്തനത്തിൽ 'ധാരണ'യും 'അനുരഞ്ജന'വും 'വിട്ടുവീഴ്ച'യും വേണ്ടിവരും. എന്നാൽ മാധ്യമ പ്രവർത്തകരുടെയോ പ്രവർത്തകന്റെയോ സ്വകാര്യതാല്പര്യം കടന്നുവരുമ്പോൾ പലപ്പോഴും നേരത്തെ പറഞ്ഞ വാക്കുകൾക്കിടയിൽ കളിക്കേണ്ടിവരുന്നു. 'പറഞ്ഞു' എന്നു പറയുന്നതിനും 'ചൂണ്ടിക്കാട്ടി' എന്നു പറയുന്നതിനും തമ്മിലുള്ള അർത്ഥവ്യത്യാസം നോക്കുക. പറഞ്ഞതാണെങ്കിൽ ഒരാൾ പറഞ്ഞതാണ്. 'ചൂണ്ടിക്കാട്ടി'യതാണെങ്കിൽ അയാൾ പറയുന്നത് ശരിവയ്ക്കലാണ്. "He said" എന്നതിനും "He pointed out" എന്നു പറയുന്നതിനും തമ്മിലുള്ള വലിയ വ്യത്യാസം. ഒരു പടികൂടി മുമ്പോട്ടു പോയാൽ "അടിവരയിട്ടു കാര്യം പറഞ്ഞു. ഇംഗ്ലീഷിൽ "He underlined the fact!"

ഇതെല്ലാം ഒരു മാധ്യമശില്പശാലയിൽ പറയേണ്ടതാണ്. എന്തുകൊണ്ട് ഇതെല്ലാം ഈ പംക്തിയുടെ വിഷയമാകുന്നു എന്ന ചോദ്യം ന്യായമാണ്. കാരണം ഈ മാധ്യമഭാഷാ സ്വഭാവം പൊതുവായി മലയാളി സമൂഹത്തെയും ബാധിച്ചിരിക്കുന്നു. "നമുക്ക് adjust ചെയ്യാം. ഒരു ധാരണയിലെത്താം!" "നമുക്ക് Compromise ചെയ്യാം."

മലയാളി സമൂഹം ഇന്ന് എല്ലാ അനുരഞ്ജനങ്ങളുടെയും അടിമകളാണ്. ഗുണഭോക്താക്കളാണ്. ഏതു ധാരണയ്ക്കും ഏതു അനുരഞ്ജനത്തിനും പിന്നിൽ നടക്കുന്നത് വിട്ടുവീഴ്ചകളാണ്. അതുകൊണ്ടുതന്നെ വിവിധ മണ്ഡലങ്ങളിൽ പ്രവർത്തിക്കുന്ന മിടുക്കരും സൽക്കർമ്മികളുമായ മലയാളികൾക്ക് മറ്റു മലയാളികളെ മടുക്കുന്നു. പുതിയ തലമുറ വേറെ മാർഗ്ഗം തേടുന്നു.

സഭാകമ്പം

'സഭ' എന്ന വാക്ക് പഴങ്കാല പ്രയോഗമാണ്. ഇന്ത്യയിലെ മിക്ക വാറും എല്ലാ ഭാഷകളിലും ഒരേ ശബ്ദധ്വനിയോടെ ഈ വാക്ക് പ്രയോഗി ക്കപ്പെടുന്നു.

പണ്ടെല്ലാം 'തിരുസഭ'കളായിരുന്നു. 'തിരു' എന്നു തമിഴിലും 'ശ്രീ' എന്നു മറ്റുഭാഷകളിലും ഉപയോഗിച്ചിരുന്നു. മഹാകവി കാളിദാസനും തിരു സഭയിലെ അംഗമായിരുന്നു. ശ്രീമാന്റെ സഭയ്ക്ക് അർത്ഥലോപം സംഭ വിച്ച് 'തിരു' എന്നാൽ രാജാവ് എന്നായി. വള്ളുവരെ പോലെ അപൂർവ്വം കവികൾക്കേ പേരിനു മുമ്പിൽ 'തിരു' കല്പിച്ചുകൊടുത്തിട്ടുള്ളൂ. കാരണം വള്ളുവരെഴുതിയത് തിരുക്കുറലാണ്. കുറൽ എന്നാൽ ചൊല്ല്- പദ്യം എന്ന അർത്ഥമേയുള്ളൂ. കുറിയത് - പറഞ്ഞത് - ചൊല്ലിയത് 'തിരുക്കുറൽ' എന്നാകുമ്പോൾ ദൈവം ചൊല്ലിയത് എന്ന അർത്ഥമേ വള്ളുവർ തേടി യുള്ളൂ. അതുവഴി ആ മഹാൻ തിരുവള്ളുവരായി. അക്കാലത്തെ രാജാ ക്കന്മാർ സഭയിൽ എല്ലാമായിരുന്നു. സ്പീക്കറും മുഖ്യമന്ത്രിയും ചില പ്പോൾ പ്രതിപക്ഷനേതാവും. അക്കാലത്തും സഭയിൽ രാജാവിനെതിരെ സംസാരിച്ചിട്ടുള്ളവരുണ്ട് എന്ന് ചരിത്രം പറയുന്നു. പണ്ഡിതസഭയാക ട്ടെ, ശിക്ഷണ തീരുമാനങ്ങളെടുക്കുന്ന യുദ്ധസഭയാകട്ടെ, ഇന്ത്യൻ ചരിത്രം ചില കീഴ്‌വഴക്കങ്ങൾ പണ്ടേ ഉണ്ടാക്കിയിട്ടുണ്ട്. അതു തെറ്റിച്ച രാജാക്ക ന്മാരുണ്ട്. സഭാംഗങ്ങളുമുണ്ട്. ചിലരെ സഭയിൽത്തന്നെ ശിരച്ഛേദം നട ത്തിയിട്ടുമുണ്ട്.

ഏതാണ്ട് ഈ ചരിത്രം തന്നെയാണ് ഗ്രീസിലും റോമിലും. സഭയെ അവർ സെനറ്റ് എന്നു വിളിച്ചുവെന്നേയുള്ളൂ. ഇപ്പോഴും ആ വാക്ക് തന്നെ യാണ് അമേരിക്കയിലും ചില യൂറോപ്യൻ രാജ്യങ്ങളും ഉപയോഗിക്കു ന്നത്. ജൂലിയസ് സീസറെ കൊന്നതും സഭയുടെ അങ്കണത്തിലാണ്.

പാർലമെന്ററി ജനാധിപത്യത്തിനുശേഷമാണ് 'തിരുസഭ'കൾ നിയമസഭകളായത്. കാരണം നിയമനിർമ്മാണമാണ് സഭാംഗങ്ങളുടെ പ്രധാന കർമ്മം. എന്നാലും നാം പഴയ പ്രയോഗം കൈവെടിഞ്ഞില്ല. 'ജനാധിപത്യത്തിന്റെ ശ്രീകോവിൽ' എന്നിടയ്ക്കിടെ എല്ലാ പാർട്ടിക്കാരും പറയുന്നു. 'ശ്രീ'യോ 'തിരുവോ' ഇല്ലാതെ നമുക്ക് പറ്റില്ല!

കേരള നിയമസഭയിൽ മാത്രമല്ല, ഇന്ത്യൻ പാർലമെന്റിലും മറ്റു നിയമസഭകളിലും നടക്കാൻ പാടില്ലാത്തത് നടക്കുന്നു. 'സഭ്യം' എന്നു വാക്കുണ്ടായത് 'സഭ'യിൽ നിന്നാണ്. 'സഭ'യിൽ പാടില്ലാത്തത്. (Un parliamentary) ആയാൽ 'സഭ്യേതര'മാകുന്നു. 'സഭ്യേതര' വാക്കുകളുടെ ഒരു പട്ടിക തന്നെ സഭാംഗങ്ങൾക്ക് തുടക്കത്തിലേ കൈമാറിയിട്ടുണ്ട്. ചേഷ്ടകളുടെ കാര്യത്തിലും മറ്റും നിയമാവലിയുണ്ട്.

ഇന്ത്യയിൽ മാത്രമല്ല ഒട്ടേറെ രാജ്യങ്ങളിൽ സഭകളിൽ ഇടയ്ക്കിടെ കൈയാങ്കളിയും മറ്റും നടക്കുന്നു. സഭാംഗങ്ങൾക്ക് പരിക്കു പറ്റുന്നു. ജനാധിപത്യത്തിന് നാം നല്കുന്ന വിലയാണിത്. എല്ലാവരും ഒടുവിൽ മനുഷ്യരാണ്. "ശ്രീ കോവിലി"ന്റെ കാര്യം ചിലപ്പോൾ ആവേശത്തിൽ മറന്നുപോകും. എന്നാൽ നേരത്തെ ആസൂത്രണം ചെയ്താണ് ചെയ്യുന്നതെങ്കിൽ ജനാധിപത്യത്തോടുള്ള അധിക്ഷേപമാണ് എന്നതിൽ തർക്കമില്ല.

കഷ്ടമെന്തെന്നാൽ ഇത്തരം കാര്യങ്ങളിൽ കേരളനിയമസഭ ലോകവാർത്തയാകുന്നു. നടന്നത് എന്താണ് എന്നറിയാത്തവർ വിവിധ ഭാഷകളിൽ നമ്മുടെ സംസ്ഥാനത്തെ തരം താഴ്ത്തുന്നു; വായിൽ തോന്നിയതു പറയുന്നു, എഴുതുന്നു.

നമുക്ക് പരിചിതമായ മറ്റൊരു പ്രയോഗമുണ്ട്. 'സഭാകമ്പം.' ഒരു സഭയിൽ പോയിരിക്കാനും സംസാരിക്കാനും പെരുമാറാനുമുള്ള ഭീതി. കേരള നിയമസഭാംഗങ്ങൾക്ക് ചിലർക്കെങ്കിലും കുറേക്കാലം സഭാകമ്പമുണ്ടാകുന്നത് നല്ലതാണ്. ശ്രീകോവിലല്ലെ!

വ്യാസന്റെ ചിരി

രവിയോട് ഞാൻ വാക്കുപാലിച്ചു. ഒരാഴ്ചയ്ക്കകം ചെന്നു കണ്ടു. ജീവിക്കുന്ന, ശബ്ദിക്കുന്ന പുഞ്ചിരിക്കുന്ന "അതു പോട്ടെടാ" എന്നു പറയുന്ന രവിയായിരുന്നില്ല എന്നതേയുള്ളൂ.

രവി സ്വയം സൃഷ്ടിച്ച വലിയ പ്രപഞ്ചത്തിൽ നോഹയുടെ പെട്ടകത്തിലെന്നപോലെ കടന്നുകയറിയ ആയിരമായിരം ജീവികളുണ്ട്. ഇവരിൽ പലരും ഇനി അനാഥമാണ്. ജീവിക്കാൻ പുതിയ കാരണങ്ങൾ കണ്ടെത്തേണ്ടവർ. ആ മുഖങ്ങളെയും അവരുടെ വാക്കുകളെയും പരമാവധി ഒഴിവാക്കിക്കൊണ്ട് തൃശൂരിൽ ഞാൻ ചെലവിട്ട മണിക്കൂറുകൾ ഇനിയും വിട്ടുമാറുന്നില്ല.

ഒന്നും വേണ്ടാത്തവനായിരുന്നു രവി. നല്കുന്ന സ്നേഹം തിരിച്ചു കിട്ടണമെന്നു പോലും ചിന്തയില്ലായിരുന്നു. ഷർട്ടിന്റെ പോക്കറ്റിലെ കാശു മാത്രമല്ല. ഷർട്ടും കവർന്നു സ്ഥലംവിട്ട ഒരു സുഹൃത്തിന്റെ കഥ ഒരിക്കൽ പതിവുചിരിയോടെ എന്നോടുപറഞ്ഞു. ഒരു ഓട്ടോറിക്ഷ പിടിക്കാനുള്ള കാശുപോലും കൊണ്ടുപോയ മനുഷ്യൻ ബാക്കിവെച്ചില്ല. "അവന് വലിയ എന്തെങ്കിലും ആവശ്യം വന്നുകാണും" രവി വീണ്ടും ചിരി.

'വ്യാസന്റെ ചിരി' എന്നു കുട്ടികൃഷ്ണമാരാർ രേഖപ്പെടുത്തിയ അദ്ധ്യായം പോലെയായിരുന്നു രവിയുടെ ജീവിതം. ശാന്തമായ മനസ്സിനും അശാന്തിയുടെ തീക്ഷ്ണതയ്ക്കുമിടയിലാണ് വടിവൊത്ത കൈയക്ഷരങ്ങളിൽ രവീന്ദ്രൻ നല്ല മലയാളത്തിൽ നല്ല കാവ്യങ്ങൾ സഭ്യമായ വാക്കുകളിലൂടെ നമ്മളുമായി സംവദിച്ചത്. രവിയെ മുപ്പതോളം വർഷമായി അടുത്തറിയുന്ന എന്നെപ്പോലെയുള്ളവർ വലിയ ഭാഗ്യവാന്മാർ.

രവി തന്നോട് ഏറ്റവും വലിയ തെറ്റു ചെയ്തവനോടും പറയുന്ന വലിയ ശാസന ഇതായിരുന്നു. "നീ അതു ചെയ്യാൻ പാടില്ലായിരുന്നു."

മറ്റേ വ്യക്തി കുറ്റബോധത്തിൽ മുഖം താഴ്ത്തുമ്പോൾ പിന്നീട് ആശ്വാസവാക്കുകളായി.

"അതു വിടടാ." ഇത്തരം ചില സന്ദർഭങ്ങളിൽ ഞാൻ വഴക്കുണ്ടാക്കിയിട്ടുണ്ട്. "നീ പ്രശ്നമാക്കാതെ വിട്."

അങ്ങനെ എന്തെല്ലാം വിട്ടിരിക്കുന്നു. കമ്യൂണിസ്റ്റുകാരനായ ഈ ബുദ്ധൻ മകന് തഥാഗതൻ എന്നുപേരിട്ടതിൽ ഞാൻ കളിയാക്കുമായിരുന്നു. "ഈ പേരുംകൊണ്ട് കോയമ്പത്തുരിൽ തമിഴ് പയ്യന്മാർക്കിടയിൽ ഇവൻ എങ്ങനെ കഴിയും?"

"വളരുമ്പോൾ അവന് മനസ്സിലാകും."

രവി ഫുട്ബോൾ ഭ്രാന്തനായിരുന്നു. ഇടയ്ക്ക് താൻ കോളേജിൽ വലിയ കളിക്കാരനായിരുന്നുവെന്ന് വീമ്പു പറയും. ക്രിക്കറ്റിനോട് വെറുപ്പുണ്ടായിരുന്ന രവി പെട്ടെന്ന് ക്രിക്കറ്റ് സ്നേഹിയായി. ഒരുദിവസം രാത്രി മെഡിക്കൽ കോളേജ് ഫ്ളാറ്റിൽനിന്നും ധൃതിയിൽ പുറത്തിറങ്ങി.

"ഒരു ഫോൺ ചെയ്യണം."

അന്ന് ആരുടെയും കൈയിൽ മൊബൈൽ ഇല്ല.

പത്തുമിനിട്ടിൽ രവി തിരിച്ചുവന്നു. എന്തോ നേടിയതുപോലെ.

"ഞാൻ കുട്ടനെ വിളിച്ച് അഭിനന്ദിച്ചു."

"എന്തിന്?"

"ഇന്ത്യ ക്രിക്കറ്റിൽ ജയിച്ചില്ലേ?" അവിടെച്ചെന്ന എന്നെപ്പോലെയുള്ളവരിൽനിന്നും സൂക്ഷ്മ വിവരങ്ങൾ ശേഖരിച്ചശേഷമായിരുന്നു കുട്ടനെ വിളിക്കാനായി ചെന്നത്? "കുട്ടൻ, ചന്ദ്രിക, അമ്മ തുടങ്ങിയ പ്രയോഗങ്ങൾ കൂടാതെ ഒരു മണിക്കൂറിലേറെ രവിക്ക് ഗ്രാംഷിയടക്കമുള്ള ഒരു കാര്യത്തിലും സംസാരിക്കാൻ സാധിക്കില്ലായിരുന്നു. അഥവാ സംസാരിച്ചാൽ തന്നെ രവിയുടെ ഇഷ്ട സുഹൃത്തുക്കളുടെ പേരും കടന്നുവരും. അരവിന്ദൻ. അല്ലെങ്കിൽ ഇ എം എസിന്റെയോ ആര്യയുടെയോ രാധയുടെയോ പേരാകാം.

രവിയെ 'ചിന്ത' രവിയാക്കിയത് ഇ എം എസായിരുന്നു. ചിന്ത 'ചന്ദ്രേട്ടൻ' രവിക്ക് ജീവനായിരുന്നു. രവി മാർക്സിയൻ - ലെനിനിസ്റ്റ് - സ്റ്റാലിനിസ്റ്റ് അച്ചടക്കങ്ങളിൽനിന്നും വ്യതിചലിക്കുന്നുവെന്ന് പണ്ട് ഇ എം എസിനോട് ചിലർ പരാതിപ്പെട്ടു.

"അയാളങ്ങനെയാ. നിങ്ങൾ വിഷമിക്കണ്ട." എന്നായിരുന്നു ഇ എം എസിന്റെ മറുപടി. എന്നാൽ രവിയോട് "കുറച്ച് സൂക്ഷിക്കണം." എന്ന് പിന്നീട് ഉപദേശിക്കുകയും ചെയ്തു.

ഏഷ്യാനെറ്റ് തുടങ്ങിയ കാലത്ത് ശശികുമാറിന്റെ ആശയത്തിൽ ഇ എം എസിനെക്കുറിച്ച് ഒരു ഡോക്യുമെന്ററി ഉണ്ടാക്കാൻ തീരുമാനമായി. ഒരു നല്ല സന്ദർഭത്തിനായി കാത്തിരിക്കുമ്പോഴാണ് ഗൗരിയമ്മയെ പാർട്ടിയിൽനിന്നും പുറത്താക്കുന്നത്. എന്തുകൊണ്ട് പുറത്താക്കി എന്നു കേരളത്തോട് വിശദീകരിക്കാൻ ഇ എം എസ് നടത്തിയ അഞ്ചു ദിവസത്തെ ആ യാത്രയോടൊപ്പം ഞങ്ങൾ രണ്ടുപേരും സഞ്ചരിച്ചു. ഇ എം എസ്

രാവിലെ പുറപ്പെടുന്നതു മുതൽ രാത്രി വിശ്രമിക്കുന്നതുവരെ. അങ്ങനെയാണ് ഇ എം എസിന്റെ അപൂർവ്വമായ ഒരു ദൃശ്യശേഖരം ഏഷ്യാനെറ്റിനുണ്ടായത്.

ഇ എം എസിന് ഇത് ഒരു തമാശയായിരുന്നു. ഞങ്ങളെ രണ്ടുപേരെയും പ്രത്യേകിച്ച് രവിയെ ഇഷ്ടമായിരുന്നതുകൊണ്ട് സഹകരിച്ചു.

ഒരുദിവസം ഞങ്ങൾ രാവിലെ എത്തിയത് വൈകിയായിരുന്നു. ഇ എം എസ് കാറിൽ കയറാൻ തുടങ്ങുമ്പോൾ ഞങ്ങളെ കണ്ടു. "നിങ്ങൾ വൈകി. ഇന്നലെ രാത്രി കിടക്കാൻ വൈകിക്കാണും." എന്ന തമാശയും പറഞ്ഞ് ഞങ്ങളെ ജാള്യരാക്കി ഇ എം എസ് പോയി.

"ഇഷ്ടാ ഇതു വലിയ കുഴപ്പമായല്ലോ." ഞങ്ങൾ അന്ന് നിശ്ചയത്തോടെ ഇ എം എസ് നടത്തിയ അഞ്ചു പ്രസംഗങ്ങളിലും നല്ല കുട്ടികളായി മുൻ നിരയിലുണ്ടായിരുന്നു.

രവി കുട്ടിയായിരുന്നു. സുഹൃത്തുക്കളുടെ കുട്ടികളോട് കാണിച്ചിരുന്ന വാത്സല്യം അവർ ഒരിക്കലും മറക്കില്ല. രവി ഭംഗിയായി ജീവിച്ചു സന്തുഷ്ടിയോടെ മരിച്ചു എന്ന് ചിലർ പറയുന്നു. അതത്ര ശരിയല്ല. ജീവിതം ആസ്വദിക്കുമ്പോഴും രവി എപ്പോഴും തന്നോടും ലോകത്തോടും കലഹിക്കുമായിരുന്നു. ഒച്ചപ്പാടില്ലാതെയുള്ള ഒരു കലഹം. അതേക്കുറിച്ച് പിന്നീടൊരിക്കലെഴുതാം.

മരണത്തെ രവി ഒരിക്കലും പേടിച്ചിട്ടില്ല. കുറേക്കൂടി സൃഷ്ടികളുടെ ഒരുവലിയ മോഹമുണ്ടായിരുന്നു. അതുണ്ടാവില്ല എന്നത് നമ്മുടെ നഷ്ടം. രവി ഭൗതികമായി നമ്മളോടൊപ്പമില്ല എന്നത് കുറേ പുലർച്ചകൾ കൂടി നമ്മെ വേട്ടയാടും. ചില രാത്രികളെയും. നമുക്ക് വേദനിക്കാം.

മൊബൈൽ പീഡനം

സാങ്കേതിക വിനിമയ മാർഗ്ഗങ്ങൾ വളർന്നതോടെ അതുമായി പരിചയപ്പെടുന്ന മലയാളികൾ (മറ്റു നിവാസികളും ഉണ്ടാകും) ഒരാവശ്യവുമില്ലാതെ അബദ്ധങ്ങൾ കാണിക്കുന്നുണ്ട്. ഒരു ചെറിയ ഉദാഹരണത്തിൽ തുടങ്ങാം.

സെൽഫോണിന്റെ ദുരുപയോഗം. ഓണം, വിഷു, പുതുവർഷം, ക്രിസ്മസ്, ഈദ് തുടങ്ങിയ മലയാളി ആഘോഷങ്ങളിൽ നാം നമ്മുടെ മൊബൈൽ യന്ത്രം നിശ്ചലമാക്കേണ്ട അവസ്ഥയിലെത്തിയിരിക്കുന്നു.

ഒരുപൊതുസന്ദേശം ആദ്യം തയ്യാറാക്കുക. മലയാളത്തിൽ വള്ളത്തോളിന്റെ പദ്യഭാഷയിലോ ഇംഗ്ലീഷിൽ ഷേക്സ്പിയറിന്റേതോ സ്വന്തം ക്രിയാത്മകതയിൽ തയ്യാറാക്കിയ വരികളോ ആകാം. 'Send all' എന്നതിൽ ബട്ടണമർത്തി (അർത്ഥം എല്ലാ കഴുതകൾക്കും പൊക്കോട്ടെ) അയയ്ക്കുന്നു. ഞാനടക്കമുള്ള കഴുതകൾക്ക് ഞാനറിയുക പോലും ചെയ്യാത്ത മാന്യന്മാർ ഇതു കൈമാറുന്നു. നാളെ ഓണമല്ലേ, വിഷുവല്ലേ, പുതുവർഷമല്ലേ എന്ന സന്തോഷത്തിൽ തലേന്നാൾ ഉറങ്ങി രാവിലെയെഴുന്നേറ്റ് അത്യാവശ്യകാര്യങ്ങൾക്ക് ഫോൺ ചെയ്യാൻ തുനിയുമ്പോൾ ആയിരമായിരം അമ്പുകൾ പതിക്കുന്നു. അർജ്ജുനന്മാർ തൊടുത്തത് ഒന്നു മാത്രമാണ്. നാം ആയിരങ്ങൾ സഹിക്കണം. ഓരോ അസ്ത്രവും പിഴുതുകളയണം.

എല്ലാം ഒന്നിച്ചൊഴിവാക്കാനുമാകില്ല. വ്യക്തിപരമായ സ്നേഹത്തോടെ അയച്ച സന്ദേശങ്ങളും അടിയന്തര സ്വഭാവമുള്ള ഗൗരവപ്രദമായ കാര്യങ്ങളും കാണും. ആ നല്ല ദിവസം മുഴുവനും നമുക്ക് നഷ്ടപ്പെടുന്നു.

ഈയിടെയായി ഈ സന്ദേശങ്ങളിൽ ചില സുഹൃത്തുക്കളുടെ തമാ

ശയാണ്. 'വിഷുവിന്റെ കൈനീട്ടം ഡ്രാഫ്റ്റായി അയച്ചാലും മതി.' തുടങ്ങിയ ബോറുകൾ.

കുറെക്കാലമായി ഈ കാര്യത്തിൽ നിർബ്ബന്ധബുദ്ധിയുള്ള ദീർഘകാലമായി പരിചയമുള്ള ഒരു വ്യക്തിയെ ഞാൻ ഈയിടെ വിളിച്ചു.

"ആ മെസേജ് അയച്ചത് 'Send all' ൽ പോയിട്ടല്ലേ?"

"അതെ."

"തന്റെ മൊബൈലിലെ ലിസ്റ്റിൽ നമ്മുടെ സുഹൃത്ത്.... പേരുണ്ടോ?"

"ഉണ്ടല്ലോ. അയാൾ ഈയിടെയായി എവിടെയാണ്?" ചോദ്യം.

"താൻ ഈശ്വരവിശ്വാസിയല്ല, അയാൾ ഈയിടെയായി സ്വർഗ്ഗത്തിലാണ്. മരിച്ചിട്ട് നാലഞ്ചുമാസമായി."

"ങേ."

"അതെ. തന്റെ ഫോൺ ബുക്കിൽ മരിച്ചിട്ടുള്ള എനിക്കറിയാത്ത മറ്റുള്ളവരും കാണും. ഒന്നു ശ്രദ്ധിക്ക്."

ഞാൻ സംഭാഷണം അവസാനിപ്പിച്ചു. കുറച്ചു ക്രൂരമായിപ്പോയോ എന്നു തോന്നി. എന്നാലും പശ്ചാത്താപത്തിന് കാരണമുണ്ടായില്ല.

മൊബൈൽ അഥവാ സെൽഫോൺ അത്യാവശ്യത്തിനുപയോഗിക്കേണ്ട തൊഴിൽപരവും വ്യക്തിപരവുമായ ഒരുപകരണമാണ്. ആ പാവം യന്ത്രത്തെ എന്നെപ്പോലുള്ള സാധുക്കളുടെ ശത്രുവാക്കരുത്. ഞങ്ങളിൽ പലർക്കും ഇപ്പോൾത്തന്നെ സംശയരോഗമാണ്. നാളെ ഇത് വിഷാദരോഗമായി മാറാനുമിടയുണ്ട്. ഈ രോഗത്തിന് മിടുക്കർ ചിലർ കൂടി 'syndrome' എന്നവസാനിക്കുന്ന ഒരു പേരും നല്കും. അതിന് സ്പെഷ്യലിസ്റ്റുകളുണ്ടാകും. ആശുപത്രികളിൽ പ്രത്യേക വിഭാഗവും തയ്യാറാകും. വലിയ ചെലവുള്ള കൗൺസലിങ്ങും മറ്റും വേണ്ടി വരും.

നാം നേരത്തെ ഇതു നിർത്തുന്നതല്ലേ ബുദ്ധി? ഉപയോഗമല്ല; പീഡനം.

കണ്ണാടിപോലെ തിളങ്ങും ഓർമ്മകളിൽ

ബംഗാളിൽ മമതാ ബാനർജി മുഖ്യമന്ത്രിയായി തിരഞ്ഞെടുക്കപ്പെട്ടപ്പോൾ ഞാൻ ഓർത്തത് എന്റെ പഴയ ഡൽഹി ഔദ്യോഗികകാലമാണ്. അന്ന് പാർലമെന്റ് റിപ്പോർട്ട് ചെയ്യാൻ പോകുമ്പോഴാണ് ആദ്യമായി മമതയെ കാണുന്നത്. ബംഗാളിന് എതിരായി ഏതു ചർച്ചകൾക്ക് എതിരെയും കടുത്ത വിമർശനവുമായി മമത മുന്നിലുണ്ട്. പിന്നെ കടുത്ത ബഹളമാണ് മമത. ഇതു കാണുമ്പോൾ പലർക്കും പരിഹാസമാണ്. കോൺഗ്രസിനുള്ളിലുള്ളവർ പോലും സോമനാഥ് ചാറ്റർജി അടക്കം എല്ലാവരും പരസ്യമായി മമതയെ പരിഹസിക്കുന്നതു കാണുമ്പോൾ കാഴ്ചക്കാരായ ആർക്കും മനസ്സിൽ ഒരു വിഷമം തോന്നാം. പക്ഷേ, മമത അതൊന്നും വകവെക്കുന്ന മട്ടില്ല. പലരും അവരുടെ നീക്കങ്ങളെ ഗൗരവമായി എടുത്തിരുന്നില്ല. പക്ഷേ, അതൊന്നും അവരെ തകർത്തു കണ്ടില്ല.

ബംഗാളിന്റെ പ്രശ്നമെങ്കിൽ അവർ പിന്നോട്ട് പോകില്ല. ബംഗാളിന്റെ മനസ്സ് അവർക്കറിയാമെന്നു തോന്നുംവിധത്തിലാണ് അവർ അന്നേ പെരുമാറിയത്. അന്നുമുതലേ ജനങ്ങളുടെ ഇടയിൽ ഇറങ്ങി പ്രവർത്തിക്കാൻ കഴിഞ്ഞുവെന്നതാണ് മമതയുടെ നേട്ടം. അതാകണം ഇത്രയും ജനകീയയാകാൻ അവർക്ക് കഴിഞ്ഞതും. സ്ത്രീകൾ തങ്ങളുടെ ധീരത ചൊരിഞ്ഞു മുന്നേറാമെങ്കിൽ ഒരാൾക്കും അവളുടെ ആത്മവിശ്വാസം കെടുത്താനാകില്ലെന്നതാണ് മമത സ്ത്രീകൾക്ക് നല്കുന്ന പാഠം. ഇതേ പോലെ എന്നെ കർമ്മമേഖലയിലെ മികവിനാൽ അത്ഭുതപ്പെടുത്തിയ മറ്റൊരാൾ ഷീലാ ദീക്ഷിത്താണ്.

രാഷ്ട്രീയ പാരമ്പര്യമുള്ള കുടുംബത്തിൽനിന്ന് കടന്നുവന്ന ഷീല ഡൽഹിയെ മാറ്റിമറിക്കാൻ ശ്രമിച്ചത് കാണണമെങ്കിൽ ഡൽഹിയിൽ പോയേ മതിയാകൂ മെട്രോയടക്കം എത്രയോ മാറ്റങ്ങൾ വരുത്തുന്നതിന്

പിന്നിൽ ഷീലയുടെ മനസ്സുണ്ടായിരുന്നു. തന്റെ കർമ്മമേഖലയുടെ മികവ് കൊണ്ട് ഈ സ്ത്രീകൾ മുന്നിലെത്തിയതെങ്കിൽ പ്രവർത്തനശൈലിയുടെ മുന്നേറ്റം കൊണ്ടാണ് മേധാപട്കറെ ഞാൻ ഇഷ്ടപ്പെട്ടിരുന്നത്. പക്ഷേ, അടുത്തു പരിചയപ്പെട്ട ദിവസം തന്നെ ഞാനേറ്റവും വെറുക്കപ്പെടുന്ന സ്ത്രീയായി മാറിയതും അവരാണ്. ഡൽഹിയിൽ നടന്ന ഒരു വർക്ക്ഷോപ്പിൽ പങ്കെടുക്കാൻ ചെന്നതാണ് ഞാനടക്കം വിവിധ സംസ്ഥാനങ്ങളിൽ നിന്ന് പത്തുപേർ.

തെന്നിന്ത്യൻ സംസ്ഥാനത്തിൽ നിന്നുമുള്ളവരുള്ളതിനാൽ ഇംഗ്ലീഷിൽ സംസാരിക്കണമെന്നായി പൊതുവെയുള്ള ധാരണ. പക്ഷേ, മേധ മാത്രം ഇംഗ്ലീഷിൽ സംസാരിക്കാൻ തയ്യാറല്ല. അതോടെ ഞങ്ങൾ പലരും വർക്ക്ഷോപ്പിൽ പങ്കെടുക്കുന്നില്ലെന്നായി. പക്ഷേ, സുന്ദരമായി ഇംഗ്ലീഷ് സംസാരിക്കാൻ അറിയുമെങ്കിലും ഇംഗ്ലീഷ് സംസാരിക്കാൻ അവർ തയ്യാറായില്ല. സാധാരണക്കാർ നിലനില്ക്കുന്നുവെന്ന് പറയുമ്പോഴും ഇതുപോലെയുള്ള കാർക്കശ്യം സൂക്ഷിക്കുന്ന സ്ത്രീയെന്ന നിലയിൽ അവർ എന്നെ നിരാശപ്പെടുത്തി. അന്നേവരെ അവരോടുണ്ടായിരുന്ന ബഹുമാനം നഷ്ടമാവുകയും ചെയ്തു.

കുസൃതികൾ തിരിച്ചറിഞ്ഞ അമ്മ

എന്നെ ഞാനായി തിരിച്ചറിഞ്ഞ സ്ത്രീ ആരെന്നുചോദിച്ചാൽ അതിന് ഉത്തരം അമ്മയെന്നേ എനിക്ക് പറയാൻ പറ്റൂ. എന്നിൽ ശക്തമായ ചിന്താഗതിയും വായനാശീലവുമൊക്കെ പകർന്നുതന്നത് അമ്മ തന്നെയാണ്. എക്കാലവും എന്റെ എല്ലാത്തരം കുസൃതികൾ തിരിച്ചറിഞ്ഞതും അമ്മയാണ്. വഴിയിൽ നിന്നു ഒരു പെണ്ണിനോട് സംസാരിക്കുക അന്ന് വലിയ സംഭവമാണ്. അങ്ങനെ ഞാൻ സംസാരിച്ചാൽ ഒരുപക്ഷേ, മറ്റുചിലർ മോശമായി കാണാൻ ശ്രമിച്ചാലും ആ കുസൃതിയുടെ രസം അമ്മ മനസ്സിലാക്കിയിരുന്നു.

സ്ത്രീകളോട് എത്ര കൗതുകത്തോടെയും സുന്ദരവുമായി പെരുമാറാനാകുമെന്ന് എന്നെ ബോദ്ധ്യപ്പെടുത്തിയതും അമ്മയാണ്. ആരോടും മോശമായി പെരുമാറരുത്. അവരുടേതായ സ്വകാര്യതകളിലേക്ക് കടന്നുകയറ്റം പാടില്ല. ഇതൊക്കെ എന്നെ ബോദ്ധ്യപ്പെടുത്തിയത് അമ്മയാണ്. അത് തെറ്റിച്ച് ഞാനെന്റെ സ്ത്രീസൗഹൃദങ്ങളെ കണ്ടിട്ടില്ല.

വനിതകൾക്ക് പ്രസ് ക്ലബ്ബ്

ഡൽഹിയിൽ ജോലി ചെയ്യുന്ന കാലത്താണ് കുറേ നല്ല സ്ത്രീസൗഹൃദങ്ങൾ എനിക്ക് ലഭിക്കുന്നത്. ഇന്നും മുറിയാതെ തുടരുന്ന സൗഹൃദങ്ങൾ. ജ്യോതി മൽഹോത്രയടക്കമുള്ള കുറേ നല്ല പെൺസുഹൃത്തുക്കൾ. വനിതാ പത്രപ്രവർത്തകർക്ക് അവിടെ നല്ലൊരു കൂട്ടായ്മയുണ്ട്. സ്വന്തമായി ചെലവഴിക്കാൻ ഒരിടമുള്ള ഇന്ത്യയിലെ ഏക വനിതാപത്ര

പ്രവർത്തകരുള്ള ഇടമാണ് ഡൽഹി. അവർക്കായി പ്രത്യേക പ്രസ് ക്ലബ്ബുണ്ടവിടെ. അവിടെ തന്റെ പുരുഷസുഹൃത്തുമായി സംസാരിച്ചിരിക്കാൻ അവർക്ക് കഴിയും. ഒറ്റയ്ക്കിരിക്കാൻ തോന്നുന്ന നിമിഷങ്ങളിൽ അതിനും കഴിയും. അവർക്ക് ഇന്നും ഡൽഹിയിൽ പോയാൽ ഏതെങ്കിലും സുഹൃത്തിനെ വിവരം അറിയിച്ചാൽ മതി ഒന്നിച്ചിരുന്നു വർത്തമാനം പറയാനും മറ്റും പുരുഷസുഹൃത്തുക്കൾ അടക്കം എല്ലാവരും ഒന്നിച്ചു കൂടും. ആ കൂട്ടായ്മ അതേ ശക്തിയോടെ ഇന്നും നിലനില്ക്കാൻ കാരണവും ഞങ്ങൾക്കൊപ്പമുള്ള സ്ത്രീപത്രപ്രവർത്തകരുടെ കൂട്ടുകെട്ട് കൂടിയുള്ളതുകൊണ്ടാണെന്ന് തോന്നാറുണ്ടെനിക്ക്. വളരെ വികാരപരമായി സൗഹൃദങ്ങളുടെ ആവശ്യകത തുറന്നു സമ്മതിച്ചു തരും സ്ത്രീ. അവർക്ക് നല്ലൊരു കൂട്ടുകാരനെ മതി. ലൈംഗികപങ്കാളിയെ ആവശ്യമില്ല. ചില പുരുഷന്മാർ അവരുടെ നല്ല ഉദ്ദേശ്യത്തെ തെറ്റിദ്ധരിച്ചു കളയും. അവിടെയാണ് ബന്ധങ്ങൾ വഷളാകുന്നത്.

മനസ്സ് ആനന്ദിക്കുന്നത്

സ്ത്രീകളോട് ഒരിക്കലും നുണ പറഞ്ഞു കൊണ്ട് ഒരു കൂട്ടുകെട്ടിനും ശ്രമിച്ചിട്ടില്ല ഞാൻ. വിവാഹം കഴിച്ച ശേഷം അവിവാഹിതനെന്ന ലേബലിൽ സ്ത്രീകളോട് അടുപ്പം കാണിക്കുന്ന പുരുഷന്മാരുണ്ട്. ഒന്നിനോടും തീരെ ആത്മാർത്ഥത കാണിക്കാത്ത പുരുഷന്മാർ. എന്നെത്തേടിയും അങ്ങനെ ചില പ്രണയങ്ങൾ ഉണ്ടായിട്ടുണ്ട്. അവരോട് സത്യാവസ്ഥ തുറന്നുപറഞ്ഞു ബോദ്ധ്യപ്പെടുത്തേണ്ടി വന്നിട്ടുണ്ട്. അല്ലാതെ കുറച്ചു നാൾ അവരോട് പ്രണയം കാട്ടിനടക്കാം എന്നു കരുതിയില്ല.

പ്രണയത്തിൽ പെടുന്ന അവസ്ഥയാണ് ജീവിതത്തെ കൂടുതൽ സുന്ദരമായി നിർത്തുന്നത് എന്ന കാര്യത്തിൽ തർക്കമില്ല. ശരീരത്തിന്റെ ആവശ്യമല്ല മറിച്ച് മനസ്സിന്റെ ആവശ്യമാണ് ഇത്തരം പ്രണയാവസ്ഥ. അത്തരം മാനസികാവസ്ഥയിൽ കഴിയുന്നതു കൊണ്ടാണ് എനിക്കും കൂടുതൽ ക്രിയേറ്റീവായി ഇരിക്കാൻ കഴിയുന്നത്. സ്ത്രീകളുമായി പരിചയപ്പെടുന്നതും പിന്നീട് അവർ വിളിക്കുന്നതും സൗഹൃദം പങ്കുവെക്കുന്നതുമൊക്കെ മനസ്സിന് രസം പകരുന്ന കാര്യങ്ങളാണ്. ചിലർ സ്ഥിരമായി വിളിക്കുന്നു. ചിലർ സ്ഥിരമായി മെസേജുകൾ അയയ്ക്കുന്നു. അതൊക്കെ ജീവിതത്തിന് ആവശ്യമാണെന്ന തോന്നലിലാണ് ഞാനിന്ന്. ഇത്തരം പ്രണയത്തിന്റെ പോയിട്ട് നല്ല സൗഹൃദം പോലും നന്നായി ആസ്വദിക്കാൻ കഴിയാത്തവർ. അങ്ങനെ ചില സ്ത്രീകളുമുണ്ട്. അതൊന്നും പറഞ്ഞാൽ കൂടി മനസ്സിലാകില്ല. ഇത്തരക്കാർക്ക് അതൊക്കെ കാണുമ്പോൾ സഹതാപമാണ് തോന്നുക. ഇത്തരക്കാർക്ക് അനുരാഗത്തിന്റെ സുഖമെന്താണെന്നു അറിയില്ല. ഈ വികാരം അനുഭവിക്കാൻ കഴിയാതെ വരുന്ന ഇത്തരക്കാർക്ക് പ്രണയത്തിന്റെ മാസ്മരികതയാണല്ലോ ജീവിതത്തിൽനിന്ന് നഷ്ടപ്പെടുന്നതെന്ന് തോന്നാറുണ്ട്.

ഒരു പ്രായം കഴിഞ്ഞാൽ ഇതൊന്നും ഇത്ര തീവ്രമായി ആസ്വദിക്കാൻ കഴിയുമോ. എനിക്ക് തോന്നുന്നില്ല. സ്ത്രീയുമായി സൗഹൃദത്തിലാവുക. കുറേ നാളുകൾക്കു ശേഷം അവരുടെ ഒരു ഫോൺ കോൾ തേടിയെത്തുകയുമൊക്കെ ചെയ്യുമ്പോൾ മനസ്സ് ആനന്ദിക്കുന്നത് ഞാൻ തിരിച്ചറിയാറുണ്ട്. അതെന്റെ ജോലിയിൽ പോലും കൂടുതൽ ശ്രദ്ധ ചെലുത്താൻ സഹായിക്കാറുണ്ട്. ഒരു ദിനം മുഴുവൻ ആ സൗഹൃദം തിരികെക്കിട്ടിയ സന്തോഷത്തിലാകാറുണ്ട് ഞാൻ.

കൂടുതൽ വികാരപരമായി പ്രശ്നങ്ങളെ കൈകാര്യം ചെയ്യുന്നത് കൊണ്ടാണെന്നു തോന്നുന്നു സ്ത്രീകൾക്ക് കൂടുതൽ ക്രിയാത്മകമായി ചിന്തിക്കാൻ കഴിയുന്നത്. മാധ്യമരംഗത്ത് പുരുഷന്മാരേക്കാൾ മികച്ച പ്രകടനം കാഴ്ച വയ്ക്കാൻ ചില സ്ത്രീകൾക്കെങ്കിലും കഴിയുന്നതും അതുകൊണ്ടാണ്. അത് ലോകത്തെവിടെയും ഒരുപോലെയാണ്.

സ്നേഹത്തോടെ പെരുമാറുമ്പോൾ

സ്ത്രീകളുമായുള്ള ചില അഭിമുഖങ്ങൾക്കുശേഷം അയ്യോ അഭിമുഖം അവസാനിച്ചല്ലോയെന്ന സങ്കടം തോന്നാറുണ്ട്. അത് അവരുടെ സംസാരത്തിലോ മറ്റോ തോന്നുന്ന ചില കൗതുകങ്ങളാകണം. അവരുമായി പിന്നീട് നല്ല സൗഹൃദത്തിലാകാറുമുണ്ട്. അത്തരം ബന്ധങ്ങളിലൊക്കെ തീവ്രമായ സ്നേഹത്തിന്റെ ഇഴയടുപ്പം ഉണ്ടാകാറുണ്ട്.

ഇത്തരം സ്നേഹ അടുപ്പങ്ങളിലൊക്കെ സ്ത്രീകൾ കാട്ടുന്ന അടുപ്പം അതേ തീവ്രതയോടെ മടക്കി നല്കാനും ശ്രമിക്കാറുണ്ട്. എന്നാൽ ഇത്തരം ചില സ്നേഹബന്ധങ്ങളെ മോശമായി കാണുകയും മനസ്സിൽ ലൈംഗിക അരാജകത്വം സൂക്ഷിക്കുകയും ചെയ്യുന്ന ചില പുരുഷന്മാരുണ്ട്. അവർക്ക് സ്ത്രീകളെ ലൈംഗികതയുടെ കണ്ണിലൂടെയേ കാണാൻ കഴിയുന്നുള്ളൂവെന്നതാണ് പ്രശ്നം. ഇത്തരക്കാരാണ് നല്ല സ്ത്രീ പുരുഷ ബന്ധങ്ങളെപ്പോലും മോശം രീതിയിൽ കാണാൻ ശ്രമിക്കുന്നത്.

സ്ത്രീകളുമായുള്ള ബന്ധങ്ങളിൽ ലൈംഗികത കലർത്തിയേ ഇന്നു പലർക്കും കാണാൻ കഴിയുന്നുള്ളൂ. സ്ത്രീകളുമായി നല്ലൊരു ബന്ധം ഉണ്ടാക്കിയിട്ട് മറ്റു പുരുഷന്മാരോട് അതേക്കുറിച്ച് വീരവാദം പറയുന്ന പുരുഷന്മാരെ കാണാൻ കഴിഞ്ഞിട്ടുണ്ട്. സ്ത്രീകളുമായുള്ള സ്നേഹബന്ധത്തെ ഇത്തരം മോശമായ രീതിയിൽ വർണ്ണിക്കുന്ന പുരുഷന്മാരെ കാണുമ്പോൾ പുച്ഛമാണ് തോന്നുക. ഏതു സ്ത്രീയാണെങ്കിലും അവർ പുരുഷന്മാരോട് സ്നേഹത്തോടെ പെരുമാറുമ്പോൾ തിരിച്ചു പ്രതീക്ഷിക്കുക അതേ സ്നേഹവും ബഹുമാനവുമാകണം. ഇവിടെ ഉണ്ടാകുന്ന പ്രശ്നം സ്ത്രീകളുടെ സ്വകാര്യതയിലേക്കുള്ള കടന്നുകയറ്റമാണ്. അത്തരം പുരുഷന്മാരുമായി വഴക്കിട്ട് കൈയേറ്റത്തിന് വരെ ശ്രമിച്ചിട്ടുണ്ട്.

സമവായം?

കേരള രാഷ്ട്രീയത്തിൽ കാലാകാലമായി ഉപയോഗിക്കപ്പെടുന്ന ഒട്ടേറെ പ്രയോഗങ്ങളുണ്ട്. രാഷ്ട്രീയ പ്രവർത്തനത്തിൽ തന്നെ മുഖ്യക ക്ഷികളും സഖ്യകക്ഷികളും സമയോചിതമായി കണ്ടുപിടിക്കുന്ന പദ ങ്ങൾ കൂട്ടിച്ചേർത്താൽ ഒരു പ്രത്യേക രാഷ്ട്രീയനിഘണ്ടു തന്നെ നമുക്ക് ഉണ്ടാക്കാനാകും. മലയാളഭാഷയുടെ വളർച്ചയ്ക്ക്, രാഷ്ട്രീയ വ്യതിയാന ങ്ങളെ ന്യായീകരിക്കാൻ ഓരോ ഘട്ടത്തിലും ഉപയോഗിക്കപ്പെടുന്ന വാക്കു കളുടെ ചരിത്രം പഠിക്കാൻ സാമൂഹിക ഭാഷാപഠനത്തിൽ തല്പരരായ യുവതലമുറയെ ക്ഷണിക്കുകയാണ്; ഈ കുറിപ്പിലൂടെ. ഇതിന് കാരണ ക്കാരൻ കെ പി സി സി മുൻ അദ്ധ്യക്ഷനും മുൻ മന്ത്രിയുമായ സി വി പത്മരാജനാണ്. അദ്ദേഹവുമായി പാലക്കാട്ട് ഈയിടെ ഒരു വേദി പങ്കി ടാൻ സന്ദർഭമുണ്ടായി.

സി വി പത്മരാജനെക്കുറിച്ച് ആരും എന്തും പറഞ്ഞോട്ടെ.

എന്നാൽ അദ്ദേഹം പാലക്കാട് നടത്തിയ പ്രസംഗത്തിൽ പറഞ്ഞ ഒരു കാര്യം പണ്ട് തിരഞ്ഞെടുപ്പ് എന്ന പ്രക്രിയയായിരുന്നു കോൺഗ്രസ് പാർട്ടിയിൽ. പി ബാലൻ - ബാലേട്ടൻ. (അനുസ്മരണ ചടങ്ങിൽ) ഇന്ന് സംഘടനാ തിരഞ്ഞെടുപ്പില്ല. എല്ലാം 'സമവായ'മാണ്! 'എന്താണ് ഈ സമവായം?' അതായിരുന്നു ചോദ്യം.

ദശകങ്ങളായി കോൺഗ്രസിനു വേണ്ടി പ്രവർത്തിച്ച ഒട്ടേറെപ്പേർ സദ സ്സിലുണ്ടായിരുന്നു. അവരിൽ ചിലർ കൈയടിച്ചു. മറ്റു ചിലർ അർത്ഥ ഗർഭത്തോടെ മന്ദഹസിച്ചു.

ഇന്ന് കോൺഗ്രസ് നേതാക്കൾ നിരന്തരം ഉപയോഗിക്കുന്ന ഒരു വാക്കുണ്ട്. "ഹൈക്കമാൻഡ്." സി പി ഐ (എം) എപ്പോഴും നടത്തുന്ന പ്രയോഗങ്ങളാണ് 'പൊളിറ്റ് ബ്യൂറോ' 'കേന്ദ്രകമ്മിറ്റി' 'സംസ്ഥാനകമ്മിറ്റി' തീരുമാനങ്ങൾ എന്ന്.

ഹൈക്കമാൻഡിന്റെ തീരുമാനം ചിലപ്പോൾ കെ പി സി സി ക്ക് വിടും. അതേകാര്യം തന്നെ തീരുമാനിക്കാൻ കെ പി സി സി ഹൈക്കമാൻഡിനോട് അഭ്യർത്ഥിക്കും!

പൊളിറ്റ് ബ്യൂറോ ഒരു തീരുമാനം എടുക്കാതെ സി പി എം സംസ്ഥാനകമ്മിറ്റിക്ക് വിടും.

സംസ്ഥാന കമ്മിറ്റി എടുക്കുന്ന തീരുമാനം വേണ്ട. മാറ്റണം എന്ന് പൊളിറ്റ് ബ്യൂറോ പിന്നീട് തീരുമാനിക്കുന്നു! മുസ്ലീംലീഗിൽ എല്ലാ തീരുമാനങ്ങളും പാണക്കാട് തങ്ങൾക്ക് വിടുന്നുവെന്നാണ് അന്നുമിന്നുമുള്ള സമീപനം.

സി വി പത്മരാജന് ഈ ചരിത്രം ഭംഗിയായി അറിയാം. 'സമവായം' എന്നാൽ രാഷ്ട്രീയ അർത്ഥം പ്രധാനികൾ തമ്മിലുണ്ടാക്കുന്ന അവസാന ധാരണ എന്നുതന്നെയാണ്. പത്മരാജൻ അത്തരം അനുരഞ്ജനങ്ങളുടെ ഭാഗമായിട്ടുണ്ട്.

എന്നാലും ഇന്നദ്ദേഹം ചൂണ്ടിക്കാണിക്കുന്നത് കോൺഗ്രസ് പാർട്ടിയിൽ പണ്ടുണ്ടായിരുന്ന ചെറിയ ഉൾപ്പാർട്ടി ജനാധിപത്യംപോലും ഇന്നില്ലാതായിരിക്കുന്നു എന്നാണ്.

എങ്ങനെ ആ ജനാധിപത്യമുണ്ടാകും. രാഹുൽഗാന്ധി തീരുമാനിക്കുന്ന 23 സ്ഥാനാർത്ഥികളുണ്ടായാൽ? രമേശ് ചെന്നിത്തലയെ ഇന്നത്തെ പദവിയിലെത്തിച്ചത് ഇന്ദിരാഗാന്ധി കുറിച്ച ഒരു തുടക്കമാണല്ലോ, കരുണാകരന്റെ ആശീർവ്വാദത്തോടെ!

ഇന്ത്യൻ രാഷ്ട്രീയം നിസ്സംശയം ഇപ്പോഴും വ്യക്തികളിൽ അധിഷ്ഠിതമാണ്. ജ്യോതിബസു ഇല്ലാതെ പശ്ചിമബംഗാൾ കമ്യൂണിസം കുഴപ്പത്തിലായിരിക്കുന്നു. പകരം വന്നതും ഒരു വ്യക്തിയുടെ രാഷ്ട്രീയം-മമതാ ബാനർജി.

അതുപോലെ തന്നെ ജയലളിതയും മായാവതിയും. കേരളത്തിൽ ഇടതുപക്ഷത്തിന് പൊരുതി തോല്ക്കാനായത് വി എസ് അച്യുതാനന്ദനെക്കൊണ്ടു മാത്രമാണ്.

യു ഡി എഫ് കഷ്ടിച്ച് രക്ഷപ്പെട്ടത് അവരുടെ 'സമവായ' പ്രശ്നങ്ങളെ അതിജീവിച്ചുമാണ്.

സ്ത്രീരാഷ്ട്രീയം

തിരഞ്ഞെടുപ്പുഫലങ്ങൾ പുറത്തുവന്നിട്ട് കുറേ ദിവസങ്ങളായി. നിയമസഭയിലെ കണക്കുകൾക്ക് മാത്രമാണ് ഇനി പ്രാധാന്യം. ഇപ്പോഴും ചിലർ മണ്ഡലങ്ങളുടെയും വോട്ടുകളുടെ ശതമാനത്തിന്റെയും കണക്കുകൾ പറഞ്ഞുകൊണ്ടിരിക്കുകയാണ്. ജയിച്ചവരും തോറ്റവരും ഇനിയെങ്കിലും അതുപറഞ്ഞു മലയാളികളെ വിഷമിപ്പിക്കരുത് എന്നൊരു അഭ്യർത്ഥന രേഖപ്പെടുത്തുകയാണ്.

ഒരു സ്ത്രീമനസ്സിന്റെ കത്തിക്കാളൽ പോലെയാണ് ജനാധിപത്യവാഞ്ഛ. അത് ചിലപ്പോൾ ജയപ്രകാശ് നാരായണനാകും അണ്ണാഹസ്സാരെയാകും. കുഴപ്പം സംഭവിക്കാത്ത ജനാധിപത്യത്തിൽ ഇവർ രംഗപ്രവേശം ചെയ്യേണ്ട ആവശ്യമുണ്ടാകില്ല. ഒരു തമിഴ് പാട്ടിലെന്നതുപോലെ നദി ഭംഗിയായി ഒഴുകിയാൽ മതി. "അമൈതിയാന നദിയിനിലെ ഓടം, ഓടം അളവിലാത വെള്ളം വന്താൽ ആടും." ശാന്തമായൊഴുകുന്ന പുഴയാണ് ജനാധിപത്യമെങ്കിൽ അതിലൊഴുകുന്ന ഓടങ്ങളെ തകർക്കാൻ അഴിമതിക്കഥകൾ ജനിക്കരുത്. പുഴയിൽ വീണുമരിക്കുന്നത് എപ്പോഴും വെറും പാവങ്ങളാണ്.

കനിമൊഴിയെപ്പോലൊരു സ്ത്രീ തിഹാർ ജയിലിൽ കിടക്കുന്നത് കണ്ടാസ്വദിക്കണമെന്നല്ല ഇവിടെ സൂചന നല്കുന്നത്. സ്ത്രീമനസ്സിന്റെ ശക്തി കനിമൊഴി പോലും മറന്നുപോയി എന്നത് ഇന്നത്തെ തമിഴ് സത്യമാണ്. ജയലളിതയെ ജയിപ്പിച്ചവരും സ്ത്രീകൾ. കനിമൊഴിയെ തോല്പിച്ചവരും സ്ത്രീകൾ!

ഒരു സാധാരണ സ്ത്രീ ഒരു സാധാരണ പുരുഷനേക്കാളും ശക്തമായ വികാരങ്ങളുള്ളവളാണ്. അതുകൊണ്ടുതന്നെ അവൾക്ക് ക്രോധവും അനിഷ്ട സ്വഭാവവും കൂടും. എന്നാൽ പുരുഷന്മാരിൽ ഭൂരിപക്ഷത്തിനു

മുള്ള ഒരു രോഗം അപൂർവ്വം സ്ത്രീകൾക്കേ ഉള്ളൂ. നിരന്തരമായ പ്രതികാരദാഹം. കരയുന്നതുപോലെ പിന്നീട് ചിരിക്കാനും പെണ്ണിന് കഴിയുന്നതിൽ കള്ളത്തരമുണ്ടെങ്കിലും നന്മയുമുണ്ട്.

ഇന്ത്യയിലെ സ്ത്രീകൾ ഏറ്റവും ആദരിക്കുകയും സ്നേഹിക്കുകയും ചെയ്ത വനിത ആരാണ്? ഒരു തർക്കവുമില്ല. ഇന്ദിരാഗാന്ധി. മറ്റൊരു ഘട്ടത്തിൽ ഇന്ത്യയിലെ സ്ത്രീകളാകെ വെറുക്കപ്പെട്ടവളായി പ്രഖ്യാപിച്ചതാരെയാണ്? ആ ഇന്ദിരാഗാന്ധിയെത്തന്നെ.

വീണ്ടും ഇന്ദിരാഗാന്ധിയെയും പിന്നീട് മകൻ രാജീവ്ഗാന്ധിയെയും ഇപ്പോൾ സോണിയാഗാന്ധിയെയും അധികാരപർവ്വത്തിൽ കൊണ്ടുവന്നതും ആർക്കും നിർണ്ണയിക്കാനാവാത്ത സ്ത്രീശക്തിയാണ്. ജയലളിതയ്ക്കും ഈ പാഠങ്ങളറിയാം.

ഇവിടെ ചില തെറ്റായ രാഷ്ട്രീയനിരീക്ഷണങ്ങൾ നടക്കുന്നുണ്ട്. ബംഗാളിൽ മമതയും ഉത്തർപ്രദേശിൽ മായാവതിയും തമിഴ്നാട്ടിൽ ജയലളിതയും എന്ന മട്ടിൽ. അത്തരം നിരീക്ഷകർ മറന്നുപോകുന്ന ഒരു കാര്യം ഇന്ത്യൻ സ്ത്രീസമൂഹം ഒട്ടേറെ വലിയ വനിതകളെ പരാജയപ്പെടുത്തിയിട്ടുള്ള ചരിത്രമാണ്. എം ജി രാമചന്ദ്രന്റെ പ്രഥമ ഭാര്യയായ ജാനകിയെ മുഖ്യമന്ത്രിയാക്കിയിട്ടും സ്ത്രീകൾ കാർക്കിച്ചുതുപ്പി പുറത്താക്കി.

സോണിയാഗാന്ധിക്ക് ആദ്യം മുതൽ ലഭിച്ചിരുന്ന ജനസമ്മതി ഒരിക്കലും മേനകാഗാന്ധിക്ക് ലഭിച്ചിട്ടില്ല. ഇതിനെല്ലാം കാരണം തെറ്റായ രാഷ്ട്രീയമാണ് എന്നത് നിസ്തർക്കമാണ്. ഇന്ത്യൻ സ്ത്രീചിന്തയിൽ രാഹുൽഗാന്ധിയല്ല വരുൺഗാന്ധി എന്നുകൂടി പറഞ്ഞാൽ കൂടുതൽ വ്യക്തമാകും.

ഇവിടെ ഇന്ത്യൻ സ്ത്രീയുടെ സമീപനങ്ങളെ പൊതുവല്ക്കരിക്കുകയല്ല. അവരിൽ ഭൂരിപക്ഷത്തിലെ ജനാധിപത്യബോധത്തെ അംഗീകരിക്കുക മാത്രമാണ്.

അപര ബാദ്ധ്യത

കഴിഞ്ഞ ദിവസം നാമത്തിൽ അപരനായ ഒരു സ്ഥാനാർത്ഥികാരണം തനിക്ക് വിജയം നഷ്ടപ്പെട്ടുവെന്ന് സി എം പിയിലെ സി പി ജോൺ പറയുന്നത് കേട്ടപ്പോൾ വലിയ വിഷമം തോന്നി. തിരഞ്ഞെടുപ്പ് സന്നാഹവേളയിൽ ഈ പംക്തിയിലൂടെ ഒരു അഭ്യർത്ഥന നടത്തിയിരുന്നു. ഈ പ്രാവശ്യമെങ്കിലും ഈ വൃത്തികേട് ഒഴിവാക്കണം. ഇരുമുന്നണികളും അതു പാലിച്ചില്ല. ആ കുറിപ്പിൽ വി എം സുധീരന്റെ കാര്യവും ഞാൻ പറഞ്ഞിരുന്നു. സി പി ജോണിന്റെ വിലാപം നൂറുകളുടെ കാര്യത്തിലാണെങ്കിൽ ആയിരങ്ങളുടെ അപരവ്യത്യാസമാണ് അന്ന് സുധീരന് ഉണ്ടായതെന്നും ഓർക്കുക.

കേരളത്തിലെ ജനാധിപത്യ സാക്ഷരത ഇന്നും അപൂർണ്ണമാണ് എന്നതിന്റെ മറ്റൊരു തെളിവാണിത്. അപര നാമധേയരെ രംഗത്തിറക്കി അവർ പത്രിക സമർപ്പിച്ചശേഷം ഉടനെ ഒളിവിൽ പോകാൻ പറയുന്ന രാഷ്ട്രീയ കുബുദ്ധികളാണ് നമ്മുടെ രാഷ്ട്രീയ നേതാക്കളിൽ ബഹുഭൂരിപക്ഷം എന്നും വ്യക്തമാകുന്നു. ഒട്ടേറെ മണ്ഡലങ്ങളിലെ 'സ്വതന്ത്ര' സ്ഥാനാർത്ഥികളുടെ പേരുകൾ പരിശോധിച്ചാൽ ഇതു വ്യക്തമാകും.

സി പി ജോൺ പരാതിയും കേസുമായി പ്രതിഷേധിക്കുമെന്ന് പറയുകയാണ്. ഇതിന് സാങ്കേതികമായി വലിയ അർത്ഥമില്ല. അപരനുവേണ്ടി സി പി എം പ്രവർത്തകർ ബൂത്തിലിരിക്കുന്നതിലും തിരഞ്ഞെടുപ്പ് കമീഷന്റെ നിയമാവലിക്ക് തെറ്റുപറ്റുന്നില്ല.

മലമ്പുഴ മണ്ഡലത്തിൽ വി എസ് അച്യുതാനന്ദനെ പ്രതിനിധീകരിച്ച് ഒരു ബൂത്തിൽ ഉമ്മൻചാണ്ടിക്കുപോലുമിരിക്കാം എന്നതാണ് നിയമം. ബന്ധപ്പെട്ടവർ എഴുതിക്കൊടുത്താൽ മതി.

ഈ അപരന്മാർ സ്ഥാനാർത്ഥികളായി രംഗപ്രവേശം ചെയ്യുകയും ഉടനെ ഒളിവിൽ പോവുകയും ചെയ്യുന്നത് ഖ്യാതിക്ക് വേണ്ടിയാണെന്ന്

കരുതരുത്. എം എൽ എ മാരും എം പിമാരും പോലും നിർണ്ണായക നിമിഷങ്ങളിൽ ഇടയ്ക്കിടെ ഒളിവിൽ പോകുന്ന സ്വഭാവക്കാരായതുകൊണ്ടാണ് ഇന്ത്യയിൽ കൂറുമാറ്റ നിയമം വേണ്ടി വന്നത്. മുമ്പൊരിക്കൽ സാങ്കേതിക നിയമങ്ങൾ പാലിച്ച് ഒരു മനുഷ്യൻ ഇന്ത്യയുടെ രാഷ്ട്രപതി സ്ഥാനാർത്ഥിയാവുകയും ആ മനുഷ്യന്റെ സുരക്ഷിതത്വം ഉറപ്പുവരുത്താൻ വലിയ വിന്യാസങ്ങൾ വേണ്ടിവരുകയും ചെയ്തു. എന്തെങ്കിലും ആ മനുഷ്യന് പറ്റിയിരുന്നെങ്കിൽ മുടങ്ങിപ്പോകുന്നത് രാഷ്ട്രപതി തിരഞ്ഞെടുപ്പായിരുന്നു! വിവരദോഷികളായ കുറെ എം എൽ എ മാരുടെ ഒപ്പുകൾ മാത്രമായിരുന്നു ആ നെറികെട്ട സ്ഥാനാർത്ഥിത്വത്തിന്റെ ശക്തി.

അത്തരം എം എൽ എ മാരും എം പിമാരും ഇന്ത്യൻ രാഷ്ട്രീയത്തിൽ ഇന്നുമുണ്ട്. കൂറുമാറ്റനിയമംപോലും ഫലപ്രദമല്ല. തിരഞ്ഞെടുപ്പു ചട്ടങ്ങളിൽ വലിയ മാറ്റങ്ങൾ വേണ്ടിയിരിക്കുന്നു. അതിന് മുൻകൈ എടുക്കേണ്ട പ്രധാന രാഷ്ട്രീയ കക്ഷികൾ പോലും പ്രതികളായതുകൊണ്ട് ഒന്നും പറയാനാവില്ല.

ചുരുക്കത്തിൽ ഇതിനെതിരെ ഒരു അഭ്യർത്ഥന നടത്തിയ എന്റെ മുൻ ലേഖനം 'വൃഥാവിലായി.'

വേനലും തിരഞ്ഞെടുപ്പും

വളരെ പണ്ട് തീവ്രവേനലിൽ ഡൽഹിയിൽനിന്നും രാജസ്ഥാനിലെ പാലിയിലേക്ക് നടത്തിയ ഒരു യാത്ര. പാലിയിൽ നടന്ന ലോകസഭാ ഉപ തിരഞ്ഞെടുപ്പ് പിന്നീട് നടക്കുന്ന പൊതു തിരഞ്ഞെടുപ്പിന് നിർണ്ണായക സൂചന നല്കുമെന്നായിരുന്നു പറയപ്പെട്ടിരുന്നത്.

ഞാൻ ജയ്പൂർ വഴി പാലിയിലേക്ക് യാത്ര ആരംഭിച്ചു. ജയ്പൂരിൽ തന്നെ നല്ല ചൂട്. രാത്രി എയർ കണ്ടീഷൻ ബസിൽ ഞാൻ പാലിയിലെത്തി. പാലിയിൽ അധികം ഹോട്ടലുകളില്ല. ഉള്ള ഹോട്ടലുകളെല്ലാം രാഷ്ട്രീയ നേതാക്കളെക്കൊണ്ട് നിറഞ്ഞിരുന്നു.

ഒരു സത്രത്തിൽ എനിക്ക് അഭയം ലഭിച്ചു. രാവിലെ എട്ടുമണിക്ക് പൊള്ളുന്ന ചൂട്. പതിനഞ്ച് രൂപ മാത്രം വാടകയുള്ള മുറിയിൽ ഫാൻ പ്രവർത്തിക്കുന്നില്ല. മുറിയിൽ ബാത്ത്റൂം ഇല്ല. എല്ലാവർക്കും ഉപയോഗിക്കാവുന്ന കുളിമുറിയിൽ കയറി. വെള്ളത്തിനും ചൂട്. ഞാൻ തിരഞ്ഞെടുപ്പ് അവലോകനം നടത്താൻ വന്ന ഡൽഹിയിലെ പത്രക്കാരനാണ്. കുളിച്ചുവെന്ന് വരുത്തി. പ്രാതൽ ഉപേക്ഷിച്ച് ഒരു ടാക്സി സംഘടിപ്പിച്ചു. മണ്ഡലമാകെ ഒന്നു കാണണം. ഡ്രൈവറോട് പറഞ്ഞു. കുറച്ചു പഴങ്ങളും തണുത്ത വെള്ളവും വാങ്ങണം. ഞാൻ കാറിൽ കയറുന്നതിനു തൊട്ടു മുമ്പ് ഒരു യുവാവ് ബാഗുമായി സത്രത്തിൽ കയറി. മെഡിക്കൽ റെപ്രസെന്റേറ്റീവാണ്. അയാൾക്ക് ചില ഡോക്ടർമാരെ കാണണം. ചൂടിൽ അയാളും വിഷമത്തിലാണ്.

എന്റെ മണ്ഡല പര്യടനത്തിൽ നാവിന് കൊള്ളാത്ത പഴങ്ങൾ കിട്ടി. എവിടെയും തണുത്ത വെള്ളമില്ല. കാറിലും എ സിയില്ല.

ഡ്രൈവർ മാന്യനായിരുന്നു. അയാൾ പറഞ്ഞ കാശ് ഞാൻ നേരത്തെ സമ്മതിച്ചതാണ്.

ഏഴ് തിരഞ്ഞെടുപ്പ് ഓഫീസുകളിലും കയറി പലരോടും സംസാരിച്ചു. അപൂർവ്വം കാണുന്ന മരങ്ങൾക്കിടയിൽ കാർ നിർത്തി കാറിനും ഞങ്ങൾക്കും ആശ്വാസം തേടി. ചൂടുകാറ്റ്. തണുത്തതല്ലെങ്കിലും വെള്ളം കുടിച്ചുകൊണ്ടിരുന്നു. മരുഭൂമിയിൽ 50 ഡിഗ്രിയിലേറെ ചൂട്. വിയർക്കുകയുമില്ല.

ക്ഷീണിതനായി ഞാൻ സത്രത്തിൽ കടക്കുമ്പോൾ പുറത്തൊരു ആംബുലൻസ്. അകത്ത് ബഹളം എന്താണ് പ്രശ്നമെന്ന് ഞാൻ അന്വേഷിച്ചു. രാവിലെ ഞാൻ കണ്ട മെഡിക്കൽ റെപ്രസെന്റേറ്റീവിന് എന്തോ അസുഖം. ഞാൻ ആലോചിച്ചുനില്ക്കുമ്പോൾ ഡോക്ടർ പുറത്തുവന്നു. അയാൾ മരിച്ചുവെന്ന് പ്രഖ്യാപിച്ചു. കാരണം? ഞാൻ ഡോക്ടറോടു ചോദിച്ചു.

"dehydration" ശരീരത്തിൽ ആവശ്യത്തിന് വെള്ളമുണ്ടായില്ല. പിന്നെ Sun Stroke ഉം കാണും. ഇവിടെ പരിചയമില്ലാത്തവർ വരുമ്പോൾ ഇടയ്ക്കിടെ ഇങ്ങനെ മരണങ്ങൾ ഉണ്ടാകാറുണ്ട്.

ആംബുലൻസിൽ ആ യുവാവിന്റെ ശരീരം കയറ്റുന്നത് ഞാൻ കണ്ടുനിന്നു. ഒരു ചപ്പാത്തിയും പരിപ്പു കറിയും കഴിച്ചു. മുറിയിൽകിടന്നു. വിശ്രമിക്കാൻ ശ്രമിച്ചു. ശരീരവും മനസ്സും സമ്മതിക്കുന്നില്ല. ഞാൻ ബാഗുമെടുത്ത് ആ വൈകുന്നേരം തന്നെ ജയ്പൂരിലേക്ക് തിരിച്ചു. എ സി ഇല്ലാത്ത ബസ്. മരുഭൂമിയിലൂടെ ഒട്ടകങ്ങളെ കൊണ്ടുള്ള യാത്ര. നിറപ്പകിട്ടുള്ള വസ്ത്രങ്ങളുമായി ജലദാഹമില്ലാത്ത രാജസ്ഥാനികൾ നടന്നുനീങ്ങി. ജയ്പൂർ ഹോട്ടലിലെ ശീതള മുറിയിൽ പ്രവേശിക്കുന്നതുവരെ എനിക്ക് മരണഭീതിയായിരുന്നു.

ഞാൻ മുമ്പൊരിക്കൽ വിശദമായി കുറിച്ച ഈ അനുഭവകഥ ഇന്ന് ചെറിയ രൂപത്തിൽ ആവർത്തിക്കാൻ കാരണം കേരളത്തിലെ വേനൽ ചൂടും തിരഞ്ഞെടുപ്പുമാണ്. എന്ത് വിഷമമായിരുന്നു നമ്മുടെ ജനനായകന്മാർക്ക്! എ സി വണ്ടികളും മുറികളും എല്ലാ സൗകര്യങ്ങളും എവിടെയും ഉണ്ടായിട്ടും നമ്മുടെ 30 ഡിഗ്രി ചൂടും വിയർപ്പും സഹിക്കാനൊക്കുന്നില്ല. ചെറുപ്പക്കാർക്കുപോലും.

കേരളത്തിലെ എല്ലാ യുവനേതാക്കളെയും രാജസ്ഥാനിലെ വേനലിൽ തിരഞ്ഞെടുപ്പ് നടക്കുമ്പോൾ അങ്ങോട്ടുവിടണം. വേനലിൽ പൊതു തിരഞ്ഞെടുപ്പ് നടത്താറില്ല. ഇടയ്ക്കുണ്ടാകുന്ന ഉപതിരഞ്ഞെടുപ്പിന്റെ നിരീക്ഷകരായി ചെന്നാലും മതി. പഴയ സത്രങ്ങളിലൂടെ യാത്ര ചെയ്യണം. തിരിച്ച് നാട്ടിലെത്തുമ്പോൾ അറിയാം. കേരളം എന്തുകൊണ്ടാണ് സ്വർഗ്ഗമെന്ന കാര്യം.

വിരമിക്കൽ

മദിരാശി പാർട്ടി കോൺഗ്രസിൽ ജനറൽ സെക്രട്ടറി സ്ഥാനം ഹർകിഷൻ സിങ് സുർജിത്തിന് കൈമാറിയശേഷം ഇ എം എസ് നടത്തിയ വിരമിക്കൽ പ്രസംഗം ഓർക്കുമ്പോൾ മലയാളിയെന്ന നിലയിൽ ഞാനിന്നും അഭിമാനിക്കുന്നു. ഇ എം എസിന്റെ പ്രസംഗത്തിലെ പ്രധാന ഘടകങ്ങൾ ഇന്ത്യ നേരിടുന്ന പ്രധാന പ്രശ്നങ്ങൾ; ആഗോള രാഷ്ട്രങ്ങളുയർത്തുന്ന വെല്ലുവിളികൾ; പാർട്ടി ഇവയെ എങ്ങനെ അതിജീവിക്കണമെന്ന നിർദ്ദേശങ്ങൾ; താൻ ജനറൽ സെക്രട്ടറിസ്ഥാനം ഒഴിഞ്ഞതിനെക്കുറിച്ച് ഒരോർമ്മ പോലുമില്ല!

പാർട്ടി കോൺഗ്രസിന്റെ സമാപന സമ്മേളനം നടന്ന സ്ഥലത്തുതന്നെയായിരുന്നു ഇ എം എസിന് വിശ്രമമുറി ഒരുക്കിയിരുന്നത്. *ദി ഇൻഡിപെൻഡന്റ്* പത്രത്തിന്റെ പ്രതിനിധിയായി ചെന്നതായിരുന്നു ഞാൻ. ഡൽഹിയിൽനിന്നും എന്നോടൊപ്പം വന്ന മിക്ക മാധ്യമപ്രവർത്തകരും സുർജിത്തുമായി പ്രത്യേക അഭിമുഖം തരപ്പെടുത്താനുള്ള ശ്രമത്തിലായിരുന്നു.

സുർജിത് തുടർച്ചയായി അഭിമുഖങ്ങൾ നല്കുന്നു. തിരക്ക്. എനിക്ക് ഇ എം എസിനെ കാണണം. പ്രകാശ് കാരാട്ട് പറഞ്ഞു, വിശ്രമിക്കുകയാണ്. കാത്തിരുന്നാൽ മതി.

ഇ എം എസിന്റെ സാധാരണ വിശ്രമ സമയം കഴിഞ്ഞു. എന്നെ വിളിച്ചു. "എന്താ എന്നെ കാണാൻ വന്നത്? ഹർകിഷനെ കാണൂ."

"ഇല്ലില്ല. എനിക്ക് രണ്ടു മൂന്നു ചോദ്യങ്ങളേയുള്ളൂ."

"പാർട്ടി കാര്യങ്ങൾ ജനറൽ സെക്രട്ടറിയാണ് പറയേണ്ടത്."

"പാർട്ടി കാര്യമല്ല. താങ്കൾ നടത്തിയ പ്രസംഗത്തെക്കുറിച്ചാണ്."

"എന്തെങ്കിലും കുഴപ്പമുണ്ടോ?"

"സ്ഥാനമൊഴിയുന്ന കാര്യത്തെക്കുറിച്ചും സഖാക്കളോട് ഒരു വാക്കും പറഞ്ഞില്ല."

"അതോ, ഞാൻ പൊളിറ്റ് ബ്യൂറോയിലുണ്ട് എന്ന് സഖാക്കളെ നേരത്തെ അറിയിച്ചല്ലോ."

"എന്നാലും സുർജിത്തിന് കൈമാറുന്നതിനെക്കുറിച്ച്...."

"ഇതൊക്കെയാണ് നിങ്ങളുടെ ചിന്ത. എനിക്ക് ആരോഗ്യപ്രശ്നങ്ങളുണ്ട്. ജനറൽ സെക്രട്ടറിയുടെ ചുമതലകൾ നിർവ്വഹിക്കാൻ ഇനി പറ്റില്ല. എന്നാൽ പൊളിറ്റ് ബ്യൂറോയിലും കേന്ദ്രകമ്മിറ്റിയിലും സംസ്ഥാനകമ്മിറ്റിയിലുമെല്ലാം എന്റെ പ്രവർത്തനം തുടരും."

ഞാൻ നിശ്ശബ്ദനായി മുഖം താഴ്ത്തി ചെറുതായി ചിരിച്ചപ്പോൾ ഇ എം എസ് തുടർന്നു.

"ഞങ്ങളുടെ പാർട്ടിയിൽ ആരും വിരമിക്കുന്നില്ല. ഓരോ സഖാവിന്റെയും ആരോഗ്യവും കഴിവും താല്പര്യങ്ങളും മറ്റുപ്രശ്നങ്ങളനുസരിച്ച് ഉത്തരവാദിത്വങ്ങൾ കൂട്ടുകയോ കുറയ്ക്കുകയോ ചെയ്യും. എന്റെ കാര്യത്തിൽ ആരോഗ്യപ്രശ്നമാണ്."

അതുതന്നെയായിരുന്നു സത്യം. അവസാന നിമിഷം വരെ ആ വലിയ മനുഷ്യൻ അങ്ങനെതന്നെ ജീവിച്ചു. പാർട്ടി കോൺഗ്രസിനിടയിൽ നടന്ന ഈ അഭിമുഖം ഇംഗ്ലീഷ് ഭാഷയിലായിരുന്നു.

തൊട്ടുപിന്നീടുള്ള *ദി ഇൻഡിപെൻഡന്റ്* പത്രങ്ങളിൽ പ്രസക്തഭാഗങ്ങൾ പ്രസിദ്ധീകരിച്ചു വരികയും ചെയ്തു.

ഈ പഴങ്കഥ ഇപ്പോൾ ഓർമ്മിപ്പിച്ചത് സച്ചിൻ ടെൻഡുൽക്കറാണ്. ഭൂരിപക്ഷം മാധ്യമവൃന്ദം ഈ മനുഷ്യനോട് കാണിക്കുന്നത് വലിയ ക്രൂരതയാണ്.

കഴിഞ്ഞ നാലഞ്ചു വർഷമായി ഏറ്റവും പുതിയ നേട്ടങ്ങളിൽ സച്ചിനെ അഭിമാനിച്ചുകൊണ്ടൊരു ചോദ്യമുണ്ട്. "വിരമിക്കൽ..?"

ഒരു കുഞ്ഞിനെ പ്രസവിച്ചുകിടക്കുന്ന യുവത്വം നിറഞ്ഞ വനിതയോട് "ഇനി നീ നിർത്തുകയല്ലേ?" എന്നു ചോദിക്കുന്നതുപോലെ. അതേക്കുറിച്ച് ആ സ്ത്രീയോ ഭർത്താവോ ആലോചിച്ചിട്ടുപോലുമില്ല. അവർ ജനിച്ച കുട്ടിയുടെ പേരിടാനുള്ള ചിന്തകളിലാണ്. ഇവിടെ ഗർഭം നിർത്തിക്കാനുള്ള മോഹങ്ങളാണ്.

ലോകകപ്പ് മത്സരങ്ങളിൽ ഇന്ത്യക്കുവേണ്ടി ഏറ്റവും കൂടുതൽ റണ്ണെടുക്കുകയും ഒരു മത്സരത്തിൽ മുഖ്യതാരത്തിന്റെ സമ്മാനം നേടുകയും ചെയ്ത ഒരു പാവത്തോടാണ് ഈ ക്രൂരത. പാവമായതുകൊണ്ട് പൊട്ടിത്തെറിക്കുന്നില്ല.

ഒരു മാധ്യമ പ്രവർത്തകനെന്ന നിലയിൽ ഞാൻ ലജ്ജിച്ചു തലതാഴ്ത്തിയ നിമിഷങ്ങളായിരുന്നു. ഒരുകായികതാരത്തിന്റെ ആരോഗ്യത്തിൽ പോലും നമുക്ക് അസൂയയാണ്.

ആധുനിക ദുഷ്യന്തന്മാർ

നാടകീയ രാഷ്ട്രീയ സന്ദർഭങ്ങളിൽ, പ്രത്യേകിച്ച് തിരഞ്ഞെടുപ്പ് സാഹചര്യങ്ങളിൽ പക്വതയുള്ള രാഷ്ട്രീയ നേതാക്കൾ പോലും പണ്ട് പറഞ്ഞ കാര്യങ്ങൾ മറന്നുപോകുന്നു. ശാപമേറ്റുവാങ്ങി മറവിരോഗമുണ്ടായ ദുഷ്യന്തന്മാരോട് നാം കലഹിക്കേണ്ട. എന്നാൽ അത്ര പഴക്കമില്ലാത്ത രാഷ്ട്രീയ വഴക്കുകളിൽ വലിയ ശത്രുക്കളായി പൊതുജനമദ്ധ്യേ നിലകൊണ്ടവരുടെ കുമ്പസാരങ്ങൾ ഈയിടെയായി ഒഴുകുകയാണ്. എല്ലാവർക്കും പഴയ തെറ്റുകളുടെ പശ്ചാത്താപമാണ്. ഇതിനെ ഇവർ ന്യായീകരിക്കുന്നത് ഈയിടെ കൈവന്ന രാഷ്ട്രീയ പക്വതയുടെ പേരിലാണ്. "അന്നിങ്ങനെ പറഞ്ഞല്ലോ?" എന്നൊരു ചോദ്യമുയരുമ്പോൾ രണ്ടുതരം മറുപടികളാണ്. "രാഷ്ട്രീയത്തിൽ സ്ഥിരം നിലപാടുകളില്ല." (രാഷ്ട്രീയത്തിൽ സ്ഥിരമായി എന്താണുള്ളത് ഇത്തരക്കാർക്ക്!) അല്ലെങ്കിൽ "അന്ന് എനിക്ക് പറ്റിയ അബദ്ധമാണ്" പിന്നീടാരും ഒന്നും ചോദിച്ചില്ലെങ്കിലും ഒരു വാചകമുണ്ടാകും. "അതെല്ലാം പഴയകാര്യങ്ങൾ."

തിരഞ്ഞെടുപ്പ് പ്രചാരണവേളയിൽ ഈ തനിയാവർത്തനം നാം വ്യത്യസ്ത വാക്കുകളിലൂടെ കേൾക്കേണ്ടിവരും. വീട്ടിൽ ഭർത്താവും ഭാര്യയും വഴക്കിടുമ്പോൾ ബഹളം കൂടുതൽ വഷളാകുന്ന വേളയിൽ, നിശ്ശബ്ദരായി മാറിപ്പോകുന്ന കുട്ടികളെപ്പോലെ പെരുമാറുന്ന ഘടകകക്ഷി നേതാക്കൾ. കുട്ടികൾ വഴക്കിടുമ്പോൾ നിശ്ശബ്ദത പാലിക്കുന്ന ഭർത്താക്കന്മാരെ ശപിക്കുന്ന ഭാര്യമാർ, ചിലപ്പോൾ മറിച്ചും.

ഇത്തരം വഴക്കുകളുടെയും മൗനസന്ദർഭങ്ങളുടെയും വേർപെടലുകളുടെയും കേരള രാഷ്ട്രീയ ചരിത്രം മാത്രമെഴുതിയാൽ ഭാഷാ ഇൻസ്റ്റിറ്റ്യൂട്ടിന് ഒട്ടേറെ വോള്യങ്ങളുള്ള ഒരു ഗ്രന്ഥപരമ്പര തന്നെ പ്രസിദ്ധീകരിക്കാം. എല്ലാവരും ആർത്തിയോടുകൂടി വാങ്ങി വായിക്കുകയും ചെയ്യും.

ശാപമേറ്റു വാങ്ങിയ ദുഷ്യന്തന്മാരെ നമുക്കും മറക്കാം. മറവി നമുക്കും അവകാശപ്പെട്ടതാണ്. എന്നാൽ തിരഞ്ഞെടുപ്പു വേളയിൽ പ്രത്യക്ഷപ്പെടുന്ന ആധുനിക ദുഷ്യന്തന്മാരെ പ്രത്യേകം ശ്രദ്ധിക്കുക. രണ്ടു മാസത്തിനിടയിൽ പലർക്കും പറ്റിയ പറ്റാവുന്ന അൾഷിമേഴ്സ്.

ഇതുവരെ ഒരു നേതാവിന്റെയും പേര് ഇവിടെ രേഖപ്പെടുത്താത്തത് കരുതിക്കൂട്ടിയാണ്. കാരണം ഇതിനിടയിൽ തന്നെ പലരുടെയും മുഖങ്ങൾ ഓരോ വായനക്കാരന്റെ മനസ്സിലും തെളിഞ്ഞിരിക്കും.

രാഷ്ട്രീയ ആശയത്തിൽ നിന്നുള്ള ഇടയ്ക്കിടെയുള്ള പിന്മാറ്റവും കളംമാറ്റിക്കളിക്കലുമല്ല ഇവിടെ ഉദ്ദേശിക്കുന്നത്. അതും രാഷ്ട്രീയമായി അംഗീകരിക്കാം. എന്നാൽ പലരും നടത്തുന്നത് സ്വന്തം സ്വത്വത്തോടുതന്നെയുള്ള വിടവാങ്ങലാണ്. അങ്ങനെ വിടവാങ്ങിക്കഴിഞ്ഞാൽ ഒരു രാഷ്ട്രീയ വ്യക്തി തന്റെ തന്നെ ചരിത്രത്തിൽനിന്നും മോചിതനാകുന്നു! പിന്നീടെന്തുമാവുകയും ചെയ്യാം. ശകുന്തളമാർക്കും സ്വയം സ്വത്വം തിരുത്താം!

സ്ഥാനാർത്ഥികളോട്

ഓരോ തിരഞ്ഞെടുപ്പ് പ്രഖ്യാപിക്കുമ്പോഴും കൂട്ടത്തിൽ പെരുമാറ്റച്ചട്ടങ്ങളും അറിയിക്കുന്നു. തിരഞ്ഞെടുപ്പിന് ഒരു സ്ഥാനാർത്ഥി ചെലവാക്കേണ്ട പരമാവധി പണത്തിന്റെ നിയന്ത്രണരേഖയുമുണ്ടാകുന്നു. ഇതിന്റെ പേരിൽ പിന്നീട് കേസുകൾ നടക്കുന്നു. ജയിച്ച പലർക്കും അംഗത്വം ഉപേക്ഷിക്കേണ്ടിവരുന്നു. പ്രതീക്ഷിച്ചതിൽ കുറച്ചു നേരത്തെയാണ് ഈ പ്രാവശ്യത്തെ കേരളത്തിലെ തിരഞ്ഞെടുപ്പ്. അവസാന നിമിഷത്തിൽ സ്ഥാനാർത്ഥിത്വം ലഭിക്കുന്നവർ അങ്കലാപ്പിൽ അബദ്ധങ്ങൾ കാണിക്കരുത് എന്നുപദേശിക്കാനാണ് ഈ കുറിപ്പ്. വായിച്ചശേഷം കോടതിയുടെ മുമ്പിൽ തോല്ക്കുന്ന സാഹചര്യങ്ങൾ ഒഴിവാക്കാനുള്ള ശ്രദ്ധ കാണിച്ചില്ലെങ്കിൽ പ്രചാരണകാലഘട്ടത്തിൽ ഒഴുക്കിയ കാശും വിയർപ്പും നിരർത്ഥകമാകും. ഈ സ്ഥാനാർത്ഥികളെ നിർണ്ണയിക്കുന്ന പാർട്ടികളും മുന്നണികളും കാര്യമായി ആലോചിക്കണം.

കേരളം സാക്ഷര സംസ്ഥാനമാണ്. എന്നാൽ എല്ലാ തിരഞ്ഞെടുപ്പിലും 'അപരന്മാർ' പ്രത്യക്ഷപ്പെടുന്നു. എല്ലാ പാർട്ടികളിലും പെട്ട അപരന്മാർ സുധീരൻ എന്നു പേരുള്ള മറ്റൊരു സ്വതന്ത്ര സ്ഥാനാർത്ഥി ഉണ്ടായതു വഴി വി എം സുധീരനെപ്പോലുള്ള പ്രഗല്ഭനായ ഒരു പാർലമെന്റേറിയൻ പരാജയപ്പെടുന്നത് രാഷ്ട്രീയ വിജയമല്ല. വളരെ തരംതാണ അടവുകളുടെ വിജയമാണ്. ഇതേ തെറ്റുകൾ കോൺഗ്രസും മറ്റു പാർട്ടികളും ചെയ്യുന്നതുകൊണ്ട് ഏവർക്കും പരസ്പരം പഴിചാരി ജീവിക്കാം.

തിരഞ്ഞെടുപ്പു കമീഷന്റെ പെരുമാറ്റച്ചട്ടത്തിൽ 'അപരന്മാരെ' നിയന്ത്രിക്കാൻ മാർഗ്ഗങ്ങളില്ല. എന്നാൽ എല്ലാ രാഷ്ട്രീയകക്ഷി നേതാക്കളും ഒരു യോഗം ചേർന്ന് ഈ തിരഞ്ഞെടുപ്പിലില്ലെങ്കിലും ഇത്തരം വൃത്തികെട്ട കളികൾക്ക് മുതിരുകയോ അതിനെ പ്രോത്സാഹിപ്പിക്കുകയോ ചെയ്യില്ല

എന്നു തുറന്നു പ്രഖ്യാപിക്കുന്നത് ഒരു നല്ലകാര്യമാകുമെന്നു മാത്രമല്ല കേരളം മറ്റ് സംസ്ഥാനങ്ങൾക്ക് മാതൃകയായി എന്ന സല്പേരു കൂടി നമുക്ക് ലഭിക്കും. അഥവാ, ഈ കുബുദ്ധികൾ പഴയ സ്വഭാവം തുടർന്നാൽ നാട്ടുകാർ തന്നെ നേരിട്ട് ഇടപെട്ട് ഈ 'അപര' സ്ഥാനാർത്ഥികളെ 'കൈകാര്യം' ചെയ്യണം.

ഇവർ ധൃതിയിൽ വോട്ടിട്ടുപോകുന്ന പാവങ്ങളെ മാത്രമല്ല വഞ്ചിക്കുന്നത്. കേരളത്തിന്റെ ജനാധിപത്യ സംസ്കാരവും തകരുന്നു.

പെരുമാറ്റച്ചട്ടങ്ങൾ സ്ഥാനാർത്ഥികൾക്കും പാർട്ടികൾക്കും സർക്കാരുകൾക്കും ഉദ്യോഗസ്ഥർക്കും മറ്റുമാണ്. ഈ കാലവേളയിൽ ജനാധിപത്യം നിലനിന്നുകാണാൻ ആഗ്രഹിക്കുന്ന സാധാരണ പൗരന്മാർക്കും സ്വയം സ്വീകരിക്കാവുന്ന ചില പെരുമാറ്റ സ്വഭാവങ്ങളുണ്ട്. വോട്ടുകളെ സ്വാധീനിക്കാൻ ശ്രമിക്കുന്നത് ഏവരുടെയും അവകാശമാണ്. എന്നാൽ പലപ്പോഴും മിക്ക സ്ഥലങ്ങളിലും ജാതിമത വിദ്വേഷങ്ങൾ പ്രത്യക്ഷപ്പെടുന്നു.

അത്തരം സ്വഭാവങ്ങളും ചിലപ്പോൾ വിജയിച്ച സ്ഥാനാർത്ഥികൾക്കെതിരെ കേസുകളുണ്ടാക്കിയ കാര്യവും ചില കേസുകൾ വിജയിച്ച കാര്യവും ഈ ഘട്ടത്തിൽ ഓർക്കാവുന്നതാണ്.

രാഷ്ട്രീയമായ ഒരു നല്ല മത്സരം അന്തസ്സോടെ നടന്നുകാണാൻ ഭൂരിപക്ഷം മലയാളികളും ആഗ്രഹിക്കുന്നു. സ്ഥാനാർത്ഥികൾ ആ നല്ല മോഹങ്ങൾക്ക് വോട്ടു നല്കിയ ശേഷം പത്രിക സമർപ്പിക്കുന്നതാണ് ഉചിതം.

മാന്യരാഷ്ട്രീയം

സാധാരണ മനുഷ്യരെ മടുപ്പിക്കുന്ന രാഷ്ട്രീയ നാടകങ്ങളാണ് കുറെ ദിവസങ്ങളായി കേരളത്തിൽ അരങ്ങേറുന്നത്. എല്ലാ ദിവസവും വാർത്താ വിപ്ലവമുണ്ടാക്കാൻ ഒട്ടേറെപ്പേർ ഇറങ്ങിത്തിരിച്ചിരിക്കുന്നു. മാധ്യമശ്രദ്ധയ്ക്കും അതു വഴി ജനശ്രദ്ധയ്ക്കും വേണ്ടിയുള്ള ഏകാംഗനാടകങ്ങളിൽ സ്ഥിരം തെയ്യങ്ങളായി ചിലർ സ്വയം അവരോധിച്ചിരിക്കുന്നു. യുവതലമുറ ലജ്ജയോടെ മുഖം തിരിക്കുന്നു. അവരുടെ ചിന്തകളെ സ്വാധീനിക്കാൻ കഴിയാത്ത രാഷ്ട്രീയനേതൃത്വങ്ങൾ.

അടുത്ത നിയമസഭാതിരഞ്ഞെടുപ്പ് പ്രക്രിയ പൂർത്തിയാകുന്നതിനു മുമ്പ് എന്തെല്ലാം നാം കേൾക്കേണ്ടിവരും, കാണേണ്ടിവരും, കണ്ടില്ലെന്നു നടിക്കേണ്ടി വരും എന്നു ചിന്തിക്കുന്ന ജനസമൂഹം ഓരോ ദിവസവും കൂടുതൽ ദുസ്സഹമായിക്കൊണ്ടിരിക്കുന്ന ഈ രാഷ്ട്രീയാവസ്ഥയിൽ നാണിക്കുന്ന ഒരു മലയാളി വർഗ്ഗം. ഇതാണ് പൊതുസത്യം.

ഈയിടെ പ്രധാനമന്ത്രി മൻമോഹൻസിങ് കേരളത്തിൽ വന്നപ്പോൾ കേന്ദ്രവും കേരളവും സഹകരിച്ച് മുന്നോട്ടു കൊണ്ടുപോകേണ്ട വല്ലാർപാടം പദ്ധതിയും തിരുവനന്തപുരം എയർപോർട്ട് ടെർമിനലും ഉദ്ഘാടനം ചെയ്തു. ഏതോ കുബുദ്ധികൾ തീരുമാനിച്ചു, ഇതിന്റെ എല്ലാ നേട്ടാവകാശങ്ങളും കേന്ദ്രത്തിലെ കോൺഗ്രസ് സർക്കാരിന് നല്കിക്കൊണ്ടുവേണം പ്രചാരണം നടത്തേണ്ടത്. കേരളത്തിന് പ്രാധാന്യം നല്കരുത്. പോസ്റ്ററിലോ ശിലാഫലകത്തിലോ ചിത്രങ്ങളോ പേരുകളോ പാടില്ല എന്നൊക്കെ. തിരുവനന്തപുരത്തെ എയർപോർട്ട് ഉദ്ഘാടനച്ചടങ്ങിൽ മുഖ്യമന്ത്രി വി എസ് അച്യുതാനന്ദൻ ചെറിയ വാക്കുകളിൽ തന്റെ വിഷമം രേഖപ്പെടുത്തി. കൂട്ടത്തിൽ അദ്ദേഹം വ്യക്തമാക്കി. 'അതൊന്നും പ്രശ്നമല്ല. വികസനമാണ് പ്രധാനം.'

കേരളത്തിലുയർന്ന പ്രതിഷേധസ്വരങ്ങൾ മൻമോഹൻ സിങ് പിന്നീട്

മനസ്സിലാക്കി. അദ്ദേഹത്തിന് കാരണങ്ങൾ ബോദ്ധ്യപ്പെടുകയും ഡൽഹിയിൽ മടങ്ങിയെത്തിയശേഷം നമ്മുടെ മുഖ്യമന്ത്രിയെ ഫോണിൽ വിളിച്ച് ഖേദം രേഖപ്പെടുത്തുകയും ചെയ്തു.

ഒരു രാഷ്ട്രീയ നിരീക്ഷകനും മലയാളിയുമെന്ന നിലയിൽ എനിക്ക് സന്തോഷം തോന്നിയ രണ്ടു സന്ദർഭങ്ങളാണ്. പ്രതിഷേധസ്വരത്തിൽ നമ്മുടെ മുഖ്യമന്ത്രി പാലിച്ച മിതത്വവും പക്വതയും. അതേപോലെതന്നെ മൻമോഹൻസിങ് പ്രതികരിച്ച ഖേദപ്രകടനശൈലിയും ഇരുവരും ഒരു പ്രത്യേക നിമിഷത്തിൽ രാഷ്ട്രീയാതീതമായി ജനങ്ങൾക്ക് മുമ്പിൽ നില കൊണ്ടു. ഈ കാലഘട്ടത്തിൽ രണ്ടും അപൂർവ്വമാണ്.

ഇതാണ് എല്ലാ രാഷ്ട്രീയ നേതാക്കൾക്കും വേണ്ട ഗുണം. ആരോ ചെയ്ത വലിയ അബദ്ധങ്ങൾ ചൂണ്ടിക്കാണിക്കാൻ അച്യുതാനന്ദന് ബാദ്ധ്യതയുണ്ടായിരുന്നു. അതുപോലെതന്നെ ഖേദം രേഖപ്പെടുത്താനുള്ള ബാദ്ധ്യത മൻമോഹൻസിങ്ങും മറന്നില്ല.

ഇങ്ങനെയല്ലേ ഇന്ത്യയിലെ എല്ലാക്കാര്യങ്ങളും നടക്കേണ്ടത്? ഈ ആവശ്യമില്ലാത്ത പ്രശ്നമുണ്ടാക്കിയവരെ കണ്ടെത്തി ശിക്ഷിക്കേണ്ടതാണ്. മാന്യരായ രണ്ടു രാഷ്ട്രീയ വ്യക്തിത്വങ്ങളായതുകൊണ്ട് ഈ പ്രശ്നം അങ്ങനെ അവസാനിപ്പിച്ചു. എന്നാലും തിരഞ്ഞെടുപ്പുവരെ ഇത് കൊണ്ടു നടക്കാൻ തല്പരരായ രാഷ്ട്രീയനേതാക്കൾ കേരളത്തിലുണ്ട്; ഇരുമുന്നണികളിലും ബി ജെ പിയിലും. അവരോട് അഭ്യർത്ഥിക്കുകയാണ്. വല്ലപ്പോഴുമാണ് ഇത്തരം രാഷ്ട്രീയമാന്യത കാണുന്നത്. അതും തെറ്റെന്ന് പ്രസംഗിച്ചുനടക്കരുത്.

ലോകകപ്പ് മോഹങ്ങൾ

ഞാൻ ജനിച്ചുവളർന്ന ശുചീന്ദ്രത്ത് അക്കാലത്ത് പ്രശസ്തമായിരുന്ന കളികൾ കബഡി, ബോൾ ബാഡ്മിന്റൺ, ബേസ് ബോൾ - കൂട്ടത്തിൽ വോളിബോളും മറ്റുമായിരുന്നു. എനിക്ക് 14 വയസ്സുള്ളപ്പോഴാണ് അഗ്രഹാരത്തിലെ ഒരു യുവ ബ്രാഹ്മണസംഘം മൂന്നു കുറ്റികളും ഒരു കോർക്ക് ബോളും ഒരു ബാറ്റുമായി സ്കൂൾ ഗ്രൗണ്ടിൽ പ്രവേശിക്കുന്നത്. ബോൾ ബാഡ്മിന്റണിൽ നേരത്തെ തോല്വി സമ്മതിച്ചവരാണ് പലരും. അക്കാലത്ത് തമിഴ് പ്രസിദ്ധീകരണങ്ങളിൽ ക്രിക്കറ്റ് വലിയ ആഘോഷമായിരുന്നു. കാരണം തമിഴർ എപ്പോഴും ഇന്ത്യൻ ടീമിലുണ്ടായിരുന്നു.

ശുചീന്ദ്രം സ്കൂളിൽ ദൂരെ നിന്ന് പന്തെറിഞ്ഞുകൊടുക്കുന്ന പണിയായിരുന്നു ആദ്യം എന്നെ ഏല്പിച്ചത്.

കളിക്കാരുടെ സംഘം വളർന്നു ബാങ്കുജീവനക്കാരും മറ്റും സ്ഥിരം കളിക്കാരായി. എനിക്കും ടീമിൽ സ്ഥിരാംഗത്വം ലഭിച്ചുതുടങ്ങി. ഒരു നിബന്ധനയുണ്ട്. മാസത്തിലൊരിക്കൽ ക്രിക്കറ്റ് പന്ത് വാങ്ങിക്കൊടുക്കണം. അക്കാലത്ത് 'ക്രൗൺ' എന്നു വിളിക്കപ്പെട്ടിരുന്ന ക്രിക്കറ്റ് ബോളിന് എട്ടു രൂപയാണ് വില. അച്ഛനെ സ്വാധീനിച്ച് ഒരിക്കൽ ഞാൻ അതുവാങ്ങി ടീമിന് സമ്മാനിച്ചു. എന്റെ ടീമിലെ സ്ഥിരാംഗത്വം ഉറപ്പായി. കുറെ പ്രാക്ടീസും മറ്റും കഴിഞ്ഞപ്പോൾ നാഗർകോവിലിലെ വലിയ ടീമുകളുമായി മത്സരിക്കാം എന്ന ധൈര്യം വന്നു. കഷ്ടകാലത്തിന് ഏറ്റവും നല്ല ടീമുമായിട്ടായിരുന്നു ആദ്യ മത്സരം. എതിർ ടീം ആദ്യം ബാറ്റു ചെയ്തു. അഞ്ചു വിക്കറ്റു പോയപ്പോൾ 150 റൺസ്. അവർ മാന്യന്മാരായിരുന്നതുകൊണ്ട് ഞങ്ങളെ ബാറ്റിങ്ങിന് ക്ഷണിച്ചു. ഞങ്ങൾ 21 ന് ഓൾ ഔട്ട്. എന്റെ സംഭാവന രണ്ടു റൺസ്. ഇത്ര വേഗത്തിൽ ചീറിപ്പാഞ്ഞുവരുന്ന പന്ത് കാണാൻ സാധിച്ചിട്ടു വേണ്ടേ ബാറ്റു വീശാൻ!

ഫോളോ ഓൺ ഞങ്ങളെ ഒരിക്കൽ പ്രോത്സാഹിപ്പിച്ചുകൊണ്ട് എതിർ

ടീമംഗങ്ങൾ പരിശീലകരായി. നോ ബോൾ, എൽ ബി ഡബ്ല്യു അപ്പീൽ പോലും ചെയ്യാതെ മാന്യന്മാരായി അവർ ചിരിച്ചുകൊണ്ടു കളിച്ചു. എങ്ങനെയാണ് കാലുകൾ ചലിപ്പിക്കേണ്ടത്, സ്റ്റമ്പുമായി ബന്ധപ്പെട്ട് എങ്ങനെ ശരീരവും പ്രത്യേകിച്ച് കണ്ണുകളും ഉപയോഗിക്കണം എന്നൊക്കെ ഞങ്ങളെ പഠിപ്പിച്ചു. രണ്ടാം ഇന്നിങ്സിലും ഞങ്ങൾ വേഗത്തിൽ പുറത്തായി. വൈകുന്നേരം വരെ കളിക്കേണ്ട കളി ഉച്ചയ്ക്ക് തീർന്നു. ഞങ്ങളെ നിലംപരിശാക്കിയവർ പരിഹസിക്കാതെ ഉച്ചയ്ക്കു ശേഷവും ഞങ്ങൾക്ക് പരിശീലനം തന്നു. ഇങ്ങനെയാണ് ഞാൻ ക്രിക്കറ്റ് ഭ്രാന്തനായത്. കന്യാകുമാരി ജില്ലയ്ക്കു വേണ്ടി കളിച്ചു. കോളേജ് ക്യാപ്റ്റനായി. അതിനപ്പുറം വളരാനാകില്ല എന്നു ബോദ്ധ്യപ്പെട്ടപ്പോൾ സ്ഥിരം കളി നിർത്തി.

എനിക്കിപ്പോൾ തോന്നുന്ന തമാശ പണ്ട് കേരളത്തിൽ ക്രിക്കറ്റിനോടു കാണിച്ചിരുന്ന ശത്രുതയാണ്. ഞാൻ തിരുവനന്തപുരത്ത് മാതൃഭൂമി സബ് എഡിറ്ററായി ജോലി ചെയ്യുമ്പോൾ ക്രിക്കറ്റ് വാർത്തകൾ കൊടുക്കാൻ സഹപ്രവർത്തകർ ഭൂരിപക്ഷവും സമ്മതിക്കില്ല. എന്നോടൊപ്പം ചെറിയ യുദ്ധങ്ങൾ ചെയ്യാൻ എം ജി രാധാകൃഷ്ണൻ മാത്രം. അപ്പോഴാണ് 1983 ലോകകപ്പ്. കെൽട്രോൺ സംവിധാനത്തിലൂടെ ഓഫീസിൽ തത്സമയ സംപ്രേഷണം കാണാം.

ഫുട്ബോൾ ഭ്രാന്തനായ ന്യൂസ് എഡിറ്റർ വേണുവേട്ടൻ. ക്രിക്കറ്റിനെ സ്ഥിരം പരിഹസിച്ചിരുന്ന ഞങ്ങളുടെ ഗുരു. ഇന്ത്യ ഫൈനലിലെത്തുമെന്ന് ആരും കരുതിയിരുന്നില്ല. ഫൈനലിന് തൊട്ടുമുമ്പുവരെ ഞാനും രാധാകൃഷ്ണനും മറ്റുമായിരുന്നു കോപ്പി തയ്യാറാക്കിയിരുന്നത്. ഫൈനലായപ്പോൾ വേണുവേട്ടനിലും ക്രിക്കറ്റ് ഭ്രാന്ത് പടർന്നു. ഞങ്ങളെ പേന തൊടീച്ചില്ല.

'മാതൃഭൂമി'യുടെ മെയിൻ ന്യൂസ്!

ക്രിക്കറ്റ് അരക്കോളമെങ്കിലും നല്കണമെന്ന് കെഞ്ചിനടന്നിരുന്ന ഞാനൊക്കെ സ്തബ്ധരായി. അതേ 1983 ലോകകപ്പ് വിജയമാണ് ഇന്ത്യയാകെ ക്രിക്കറ്റ് ഭ്രാന്ത് പടർത്തിയത്. അക്കാലത്ത് ഇതിലേറെ സമയവും പ്രാധാന്യവും മാധ്യമങ്ങൾ ഹോക്കിക്ക് നല്കിയിരുന്നു. എന്നാൽ ഹോക്കി പൊളിഞ്ഞു. ക്രിക്കറ്റ് വൻ വ്യവസായമായി. ഒട്ടേറെ പേർക്ക് കള്ളക്കച്ചവടമായി അധഃപതിക്കുകയാണ്.

കാശുവാങ്ങി കരുതിക്കൂട്ടി നോ ബോൾ എറിയുന്ന ദ്രോഹികളെ വരെ തിരിച്ചറിഞ്ഞിരിക്കുന്നു.

അപ്പോഴാണ് മറ്റൊരു ലോകകപ്പ്. ഇന്ത്യയാണ് മുഖ്യ ആതിഥേയൻ. ഇന്ത്യ ഈ കപ്പ് വീണ്ടെടുക്കണമെന്ന മോഹം എനിക്കുണ്ട്. എന്നാൽ പവിത്രമായ ഈ കളിക്ക് കൂടുതൽ ദുഷ്പേരുണ്ടാക്കരുത് എന്നതാണ് പ്രധാന മോഹം.

ഭക്തിയുടെ ചാവേർപ്പടകൾ

കുറേക്കാലത്തിനുമുമ്പ് ഈ പംക്തിയിൽ 'വ്യാജാഗ്നി' എന്ന തലക്കെട്ടിൽ ഒരു ലേഖനം എഴുതിയിരുന്നു. കേരള സർക്കാരിന്റെ നാലു വകുപ്പുകൾ - വൈദ്യുതി, പൊലീസ്, വനം, ദേവസ്വം ഒന്നിച്ചുചേർന്ന് ദശകങ്ങളായി നടത്തുന്ന ഒരുകള്ളപ്രചാരണത്തിനെതിരെ ഒരു ചെറിയ ശബ്ദമുയർത്താനുള്ള ശ്രമമായിരുന്നു. കലാകൗമുദിയുടെ പത്രാധിപസമിതി അന്ന് അത് പ്രസിദ്ധീകരിക്കാൻ കാണിച്ച ധൈര്യം വലുതാണ്. വലിയ ആവേശത്തോടെയാണ് അയ്യപ്പഭക്തർ അന്ന് ആ ലേഖനത്തെ സ്വീകരിച്ചതെങ്കിൽ സർക്കാർ സംവിധാനങ്ങളെല്ലാം പൂർണ്ണ നിശ്ശബ്ദത പാലിച്ചു. കുറ്റവാളികളുടെ സ്വഭാവമതാണ്.

കലാകൗമുദി കാണിച്ച ആ ധൈര്യം മാതൃഭൂമി ബുക്സും കാണിച്ചതുവഴി 'വ്യാജാഗ്നി' എന്ന പേരിൽത്തന്നെ വിശ്വാസസംബന്ധമായ എന്റെ ലേഖനങ്ങളുടെ ഒരു പുസ്തകവുമിറങ്ങി. ഒരു പംക്തികാരനും ഇതിലേറെ വലിയ അനുഭൂതി ലഭിക്കില്ല. ആന്ധ്രയിലെയും തമിഴ്നാട്ടിലെയും കർണ്ണാടകത്തിലെയും കേരളത്തിലെയും ഭക്തരെ വർഷങ്ങളായി പറ്റിച്ചുകൊണ്ട് തെളിയിച്ചിരുന്ന മകരവിളക്ക് മനുഷ്യരുടെ സൃഷ്ടിയാണെന്ന് നല്ലവരായ ഏവരും സമ്മതിക്കുന്നു.

ശബരിമല തന്ത്രിപറയുന്നു. പന്തളം രാജകുടുംബം പറയുന്നു. നിങ്ങളാണോ ഇതു കത്തിക്കുന്നതെന്ന് കോടതി സർക്കാരിനോട് വിശദീകരണം തേടുന്നു. "ആരു കത്തിക്കുന്നുവെന്ന് അന്വേഷിക്കണ്ട കാര്യമില്ല. ഇത് വിശ്വാസത്തിന്റെ മാത്രം പ്രശ്നമാണ്." മറുപടി.

ഇതിലേറെ വലിയ നുണ കേരളം കേട്ടിട്ടില്ല. വനംവകുപ്പുദ്യോഗസ്ഥർക്കറിയില്ലേ? വൈദ്യുതിബോർഡിലെ ഉന്നതർക്കറിയില്ലേ? കേരള പൊലീസിനറിയില്ലേ? ദേവസ്വം ബോർഡിനറിയില്ലേ? മനുഷ്യരെക്കൊന്ന് മതിയാകാത്ത ഒരു സംവിധാനത്തിന്റെ ഈ മറുപടികളുടെ അർത്ഥം ഇവ

രിൽ പലർക്കും ചോരക്കൊതി തീർന്നിട്ടില്ലെന്നാണ്. ആകാശത്തു തെളിയുന്ന മകരജ്യോതിയും പൊന്നമ്പലമേട്ടിൽ പഴയ ആചാരപ്രകാരം കത്തിക്കുന്ന മകരവിളക്കും രണ്ടാണെന്നു പറയാൻപോലും ധൈര്യമില്ലാത്ത ഒരു ദേവസ്വം ശാന്തിയും ആ മന്ത്രിയെ പിന്തുണയ്ക്കുന്ന പുരോഗമനരാഷ്ട്രീയം പറയുന്ന ഇടതുപക്ഷസർക്കാരും!

ഈ മൗനത്തിനു നല്കുന്ന ന്യായീകരണം ഇതാണ്: ഒട്ടേറെ വിശ്വാസ കേന്ദ്രങ്ങളിൽ ഒട്ടേറെ ആചാരങ്ങളുണ്ട്. സർക്കാരിന് ഇടപെടേണ്ട കാര്യമില്ല. (സർക്കാരിന് വരുമാനം മാത്രം മതി!)

ശരി സമ്മതിച്ചു. എന്നാൽ ഈ വിശ്വാസകേന്ദ്രങ്ങളിലെല്ലാം സർക്കാരിന്റെ നാലുവകുപ്പുകളിലെ നൂറിൽപ്പരം മനുഷ്യർ ഔദ്യോഗിക ഡ്യൂട്ടിയുടെ ഭാഗമായി ഈ വിളക്ക് നിശ്ചിത സമയത്ത് മൂന്നു പ്രാവശ്യം കത്തിക്കുന്നതെന്തിന്? കത്തിക്കുന്നതിൽ തെറ്റില്ല. ആചാരങ്ങളെ അനുസരിക്കുകയാണെന്നു പറഞ്ഞാലും സമ്മതിക്കാം. ആരാണ് കത്തിക്കുന്നത്. എന്തിന് കത്തിക്കുന്നു എന്ന കാര്യം ഞങ്ങൾക്കറിയില്ല. കോടതി ചോദിച്ചാലും പറയില്ലെന്ന നിലപാടിൽ യുക്തിയുണ്ടെന്ന് ഏറ്റവും മുതിർന്ന അയ്യപ്പഭക്തനും സമ്മതിക്കില്ല. ഇതു ഭക്തരോട് കാണിക്കുന്ന അവഹേളനമാണ്.

ഇവർ ആരെയാണ്, എന്തിനെയാണ് പേടിക്കുന്നത്?

പഴയ ആചാരങ്ങൾ നിലനിർത്താൻ സർക്കാർ തന്നെ സഹായിക്കുന്നു എന്ന സത്യം പറയാൻ എന്താണ് മടി? കേരളത്തിൽ ഇന്നിത് ഏവർക്കുമറിയാം. അയൽസംസ്ഥാനങ്ങളിൽ കഴിയുന്നവരും അറിയട്ടെ. എന്തോ തെറ്റിദ്ധാരണയിൽ പുല്ലുമേടുകളിലിരുന്ന് അവരെന്തിന് ഈ ജീവത്യാഗം തുടരണം? കേരള ദേവസ്വം ബോർഡിന്റെ എല്ലാ വർഷവും സ്വയം സമർപ്പിക്കേണ്ട ചാവേർപ്പടകളാണോ അയ്യപ്പഭക്തർ?

ഇത്തരം സന്ദർഭങ്ങളിൽ ഉറച്ച തീരുമാനമെടുത്ത് മുന്നേറിയ ചരിത്രമാണ് കേരളത്തിലെ കമ്യൂണിസ്റ്റ് പ്രസ്ഥാനത്തിന്. ആ കമ്യൂണിസ്റ്റുകാർ ഭരിക്കുമ്പോഴാണ് ഇത്ര വലിയ അബദ്ധത്തിന് ന്യായീകരണങ്ങൾ തുടരുന്നത്. വിവരാവകാശ കമീഷനോട് ചോദിച്ചാൽ മാത്രം വെളിവാകും. മകരവിളക്ക് കത്തിക്കുന്ന സർക്കാർ ജീവനക്കാർ ആരെല്ലാമെന്ന കാര്യം.

ഒരക്ഷരം മിണ്ടാതെ ഇരിക്കുന്ന കോൺഗ്രസ് നേതാക്കളും ബി ജെ പിയുടെ ഉന്നതരും! എല്ലാം പൂർണ്ണം.

എല്ലാവരും കൂടി എന്തു നേടുന്നു? അടുത്ത മകരത്തിലും കുറേ ബലിയാടുകൾക്കായി കാത്തിരിക്കാമെന്നതാണ് സന്ദേശം. അപ്പോൾ ഈ ദുരന്തം മിക്കവരും മറക്കുകയും ചെയ്യും.

സമ്പർക്കസാദ്ധ്യതകൾ

വരാനിരിക്കുന്ന ഏതു തിരഞ്ഞെടുപ്പും രാഷ്ട്രീയപ്പോരിന് പുതിയ മാനവും രാഷ്ട്രീയ വ്യക്തിത്വങ്ങൾക്ക് പുതിയ പകിട്ടും അണികൾക്ക് തങ്ങ ളുടെ കൂറു വെളിപ്പെടുത്തുവാനുള്ള പുതിയ സന്ദർഭവും നല്കുന്നു. നേതാവും നേതാവ് പ്രതിനിധാനം ചെയ്യുന്ന സ്വത്വവും രാഷ്ട്രീയവും സ്ഥാനാർത്ഥിയും.

ആ സ്ഥാനമോഹിയുടെ അർഹതയ്ക്ക് പരിഗണനകൾ നല്കേണ്ട ഘടകങ്ങളും; ഭരിച്ചവരുടെ ശരികളും തെറ്റുകളും. ഭരിക്കാത്തവർ ചെയ്ത തെറ്റുകളും ശരികളും; കടന്നുപോയ നാലരവർഷത്തിൽ ജനങ്ങൾക്കു മുമ്പിൽ കാഴ്ചവച്ച നാടകമുഹൂർത്തങ്ങളും അത്ര നാടകീയമല്ലാത്ത മറ്റു സന്ദർഭങ്ങളും. ഇതിന്റെയെല്ലാം കൂടിയുള്ള ഈ നിഗമനങ്ങളുടെ വിധി യെഴുത്താകുമോ കേരളത്തിൽ നടക്കാനിരിക്കുന്ന മറ്റൊരു ജനകീയവിധി എന്ന ആശങ്ക ആദ്യമേ രേഖപ്പെടുത്തുകയാണ്.

ഒരു തിരഞ്ഞെടുപ്പ് സന്ദർഭത്തെ സാമൂഹ്യവളർച്ചയുടെ ക്രിയാത്മ കമായ ഒരു അവസരമാക്കി മാറ്റാൻ ഉതകുന്ന വിധത്തിലൊരു പൊതു ജനസമ്പർക്കം സാദ്ധ്യമാകുമോ എന്ന് രാഷ്ട്രീയനേതാക്കൾ ഒന്നാലോ ചിക്കണം.

ഇവിടെ മോചനയാത്രകളും വിമോചനയാത്രകളും തുടങ്ങിക്കഴിഞ്ഞു. മറ്റു പേരുകളിൽ പുതിയ യാത്രകളും താമസിയാതെ ആരംഭിക്കും. ഈ യാത്രകൾ നയിക്കുന്നവർ ഭൂമിമലയാളത്തിന്റെ കോണുകളിലൂടെ പര സ്പരം കടന്നു പോകുമ്പോൾ ചെയ്യാവുന്ന ചെറിയ നല്ല കാര്യങ്ങളുണ്ട്. സി പി എം ഭരിക്കുന്ന പഞ്ചായത്തിലൂടെ കടന്നുപോകുന്ന കോൺഗ്രസ് നേതാവിന്റെ ശ്രദ്ധയിൽ ഒരു പ്രശ്നം കൊണ്ടുവരപ്പെട്ടാൽ ഉടനെതന്നെ ആ കാര്യം ബന്ധപ്പെട്ട സി പി എം നേതാവിന്റെ ശ്രദ്ധയിൽപ്പെടുത്തുന്ന

തിൽ എന്താണ് തെറ്റ്? അതുപോലെ തന്നെ സി പി എം, ബി ജെ പി നേതാക്കളും തങ്ങളുടെ യാത്രകൾക്കിടയിൽ കോൺഗ്രസ് നേതാക്കളെയും വിളിക്കാവുന്നതാണ്. പ്രശ്നങ്ങളുടെ പരിഹാരകാംക്ഷികളായി ഈ നേതാക്കൾ മാറണം. അവിടെ രാഷ്ട്രീയം മറക്കണം. അങ്ങനെ നാട്ടുകാർ ഇപ്പോൾ അനുഭവിക്കുന്ന ആയിരം ദുരിതങ്ങൾ പരിഹരിക്കാം. കോൺഗ്രസ് ഭരിക്കുന്ന ഒരു പഞ്ചായത്തിലെ പ്രശ്നം ഉമ്മൻചാണ്ടി തന്റെ ശ്രദ്ധയിൽക്കൊണ്ടുവന്നതു വേദിയിൽ മാർക്സിസ്റ്റ് എം എൽ എ പറയുന്നതുവഴി ഇരുവർക്കും രാഷ്ട്രീയലാഭമല്ലേയുള്ളൂ? ജനങ്ങൾക്ക് ആശ്വാസവുമാകും. ഇന്ത്യയിലെ ഒട്ടേറെ സംസ്ഥാനങ്ങളിൽ ഇത്തരം കാര്യങ്ങൾ നടക്കുന്നുണ്ട്. എന്തുകൊണ്ട് കേരളത്തിൽ ഇത് സാദ്ധ്യമാകുന്നില്ല? ജനങ്ങളുടെ പ്രശ്നങ്ങളിൽ നാം ഒന്നിച്ചുനില്ക്കാമെന്ന് ഉറപ്പുനല്കാതെ വികസന പ്രഖ്യാപനങ്ങൾ മാത്രം നടത്തിയാൽ വിശ്വസനീയതയുണ്ടാകില്ല. ഞങ്ങളുടെ വികസനനേട്ടങ്ങൾ കാണുക എന്ന് ഭരണപക്ഷം ആവർത്തിച്ചുപറഞ്ഞാലും ആ അവിശ്വാസമുണ്ടാകും. ഒരു നാട്ടുകാരന് പട്ടണത്തിലോ ഗ്രാമത്തിലോ ആകട്ടെ, അവന്റെ/അവളുടെ വീട്ടുമുറ്റത്തെ വേദനകളാണ് പ്രധാനം.

"ഈ വർഷങ്ങളിൽ നിങ്ങളുടെ ജീവിതം മെച്ചപ്പെട്ടിട്ടുണ്ടോ? എന്നാൽ മാത്രം എനിക്ക് വോട്ടുതരിക." വീണ്ടും അമേരിക്കൻ പ്രസിഡന്റ് സ്ഥാനത്തേക്ക് മത്സരിക്കുമ്പോൾ അങ്ങനെ പറയാൻ റൊണാൾഡ് റെയ്ഗനുണ്ടായിരുന്ന ചങ്കൂറ്റം ഇന്നത്തെ ഇന്ത്യയിലെ ഒരു നേതാവിനും കാണില്ല; കേരളത്തിൽ പ്രത്യേകിച്ചും. റെയ്ഗന്റെ ചങ്കൂറ്റം സത്യമായിരുന്നു. തിരഞ്ഞെടുപ്പിൽ വിജയിച്ചു. ഇവിടെ അത് സാദ്ധ്യമല്ല.

നമുക്ക് പ്രാവർത്തികമാക്കാവുന്ന സമ്പർക്കവേദികൾ തേടാൻ രാഷ്ട്രീയനേതാക്കളോട് അഭ്യർത്ഥിക്കാം. രാഷ്ട്രീയ യുദ്ധം നടക്കുന്ന വേളയിൽ രാഷ്ട്രീയം മറന്നുള്ള ജനസ്നേഹത്തിന്റെ അപാരമായ സാദ്ധ്യതകളുണ്ട്. ഇവിടെയാണ് നാം നല്ല നേതാക്കളെ തിരിച്ചറിയുന്നത്.

ക്ഷമിക്കണം, കൊനേരു

ലോകത്തിലെ എല്ലാ ഭൂഖണ്ഡങ്ങളിലും രാത്രിയും പകലും ഏറ്റവും കൂടുതൽ മനുഷ്യർ കളിക്കുന്ന കളി ഏതാണ്? ക്രിക്കറ്റാണോ, അല്ല. (സച്ചിൻ ക്ഷമിക്കണം) ഏറ്റവും കൂടുതൽ പണം വാരിക്കൂട്ടുന്ന റഗ്ബിയാണോ? അല്ല. ഏറ്റവും സമ്പന്നരായ മനുഷ്യരുടെ പ്രധാന വിനോദമായ ഗോൾഫാണോ?) അല്ല. (ടൈഗർ വുഡ്സ് ക്ഷമിക്കണം) ബാസ്കറ്റ് ബോളാണോ, വോളിബോളാണോ ഷട്ടിലാണോ? കളിക്കുന്ന എല്ലാവരും ക്ഷമിക്കണം. അല്ല. ഏറ്റവും വരുമാനമുള്ള ഫോർമുല 1 കാർ റേസാണോ? അല്ല. ഫെരാരിയുടെ മികച്ച ഡ്രൈവർ അലോൺ സോ ക്ഷമിക്കണം. എല്ലാ രാജ്യങ്ങളിലും ചെറിയ കുട്ടികൾ മുതൽ വൃദ്ധന്മാർ വരെ കളിക്കുന്ന കളി 'ചെസ്' ആണ്. നമ്മുടെ പഴയ ചതുരംഗത്തിൽ ചെറിയ മാറ്റങ്ങൾ വരുത്തിക്കൊണ്ടുള്ള ഒരു കളി. ചെസ് കളിക്കാർക്ക് വരുമാനത്തിൽ വലിയ കുറവില്ല. എന്നാൽ ചുരുങ്ങിയത് ഒരു ഗ്രാന്റ് മാസ്റ്ററെങ്കിലും ആകണം.

ഇന്ത്യ കണ്ടെത്തിയ തീവ്രബുദ്ധി സൂക്ഷ്മതയുടെ ഇന്ത്യതന്നെ ഇന്ന് മുമ്പിൽ നില്ക്കുന്നുവെന്നറിയുന്നത് ചെറിയ സന്തോഷമല്ല. വലിയ ആനന്ദമാണ്. പുരുഷന്മാരിൽ ലോക ഒന്നാം നമ്പർ ആരാണ്? വിശ്വനാഥൻ ആനന്ദ്. വനിതകളിൽ ലോക റാങ്കിങ്ങിൽ ആരാണ്? രണ്ടാംസ്ഥാനത്ത് ഇന്ത്യക്കാരിയായ കൊനേരു ഹമ്പി.

വിശ്വനാഥൻ ആനന്ദിന്റെ ജൈത്രയാത്ര എല്ലാവർക്കുമറിയാം. എന്നാൽ അധികമാരും കേരളത്തിലെ മാധ്യമങ്ങളും കൊനേരു ഹമ്പിയുടെ വലിയ യാത്രകൾ നമ്മെ അറിയിക്കുന്നില്ല.

കൊനേരു ഹമ്പി 14 വയസ്സിന് താഴെയുള്ള പെൺകുട്ടികളുടെ ലോക ചാമ്പ്യൻ 2001 ൽ. അതിനുമുമ്പ് വുമൺ മാസ്റ്റർ. 2001 ൽ തന്നെ ഗ്രാന്റ് മാസ്റ്റർ. ലോക ജൂനിയർ ചാമ്പ്യൻ. ഇന്ന് ലോക രണ്ടാം നമ്പർ താരം.

1987 മാർച്ച് 31 ന് ആന്ധ്രാപ്രദേശിലെ ഗുഡിവാഡയിൽ രസശാസ്ത്രത്തിലെ ലക്ചററും ചതുരംഗപ്രേമിയുമായ അശോകിൽ ജനിച്ച കുട്ടി.

ഇന്ന് 23 വയസ്സേയുള്ളൂ കൊനേരുവിന്! എല്ലാ ഗ്രാന്റ് മാസ്റ്റർ ടൂർണമെന്റുകളിലെയും സ്ഥിരം ക്ഷണിതാവ്. കായികരംഗത്തെക്കാളും കഠിനമായ ബൗദ്ധികവ്യായാമത്തിൽ കഴിയുന്ന ലോകമാദരിക്കുന്ന ഇന്ത്യൻ കുട്ടി. ഈ കുട്ടിയെ ഏഷ്യാഡ് ടീമിൽനിന്നും മാറ്റി നിർത്തി. കാരണം ഒരാഴ്ച മുമ്പ് പരിശീലനത്തിന് വന്നില്ല!

അതു പറഞ്ഞ മഹാൻ ഇന്ത്യയുടെ ചാമ്പ്യൻ പോലുമായിട്ടില്ല. കൊനേരു ഹമ്പിയുമായി കളിച്ചാൽ അരമണിക്കൂറിൽ കഥ കഴിയും.

ഇന്ത്യക്ക് ഉറപ്പായ ഒരു ഗോൾഡ് മെഡൽ ഈ ശുംഭന്മാർ ഞാനിതെഴുതുന്നതുവരെ നഷ്ടപ്പെടുത്തിയിരിക്കുകയാണ്. "താരമല്ല രാജ്യമാണ് വലുത്!" ഇതിലേറെ വലിയ തമാശ കേൾക്കാനാവില്ല. വലിയ ക്രിക്കറ്റ് കളിക്കാരും ക്രിക്കറ്റ് ബോർഡും പ്രഖ്യാപിച്ചു കഴിഞ്ഞു. ഏഷ്യാഡിൽ ഇന്ത്യൻ ക്രിക്കറ്റ് ടീം ഉണ്ടാകില്ല. പ്രധാന ടെന്നീസ് താരങ്ങൾ പറഞ്ഞു കഴിഞ്ഞു, ഞങ്ങൾക്ക് സമയമില്ല. കൊനേരു ഹമ്പി ഏഷ്യാഡിന് പോകാൻ തയ്യാറെടുക്കുമ്പോൾ ആണ് "നീ വരണ്ട" എന്ന സന്ദേശം. ചെസിന് ഒരാഴ്ചത്തെ പരിശീലനം എങ്ങനെ നടത്തണമെന്ന് ഈ തീരുമാനമെടുത്ത വിഡ്ഢികളായ അഹങ്കാരികളെക്കാളും കൊനേരു ഹമ്പിക്കറിയാം. എന്നാലും വരുതിക്ക് നിർത്താനുള്ള നപുംസക വാശിയാണ്. ഈ അനുഭവം ഒളിമ്പിക് സ്വർണ്ണം നേടിയ അഭിനവ് ബിന്ദ്രയ്ക്കും ഉണ്ടായിട്ടുണ്ട്.

ഇതിലൊന്നും ഇടപെടാൻ ആധുനിക ഇന്ത്യയുടെ സ്രഷ്ടാക്കളാകുന്ന രാഹുൽഗാന്ധിമാർക്ക് സാധിക്കുന്നില്ല. അവരെ ആരും അറിയിക്കുകയുമില്ലല്ലോ.

അനർഹസമ്പത്ത്

ഈയിടെ ഒരു ബ്രിട്ടീഷുകാരൻ 58-ാം വയസ്സിൽ കുഴഞ്ഞുവീണു മരിച്ചു. അമിത മദ്യപാനം മൂലമുണ്ടായ രോഗങ്ങൾ ദീർഘകാലമായി കീയ്ത്തിനെ അലട്ടുന്നുണ്ടായിരുന്നു. ഇതിനിടെ ഭാര്യയും രണ്ടു കുട്ടികളും കീയ്ത്തിനെ ഉപേക്ഷിച്ചു പോവുകയും ചെയ്തു.

സാധാരണ ജോലിയിൽ തൃപ്തരായി ജീവിച്ചിരുന്നതാണ് കീയ്ത്തും കുടുംബവും. അഞ്ചുവർഷം മുമ്പ് കീയ്ത്തിന് ലോട്ടറി അടിച്ചു. ചെറിയ തുകയല്ല 90 ലക്ഷം പൗണ്ട്. 625 കോടി രൂപ. കീയ്ത്ത് അടുത്തനാൾ ജോലി ചെയ്യുന്നത് നിർത്തി. ആഡംബര ബംഗ്ലാവുകൾ വാങ്ങി. പന്തയക്കുതിരകളെ വിലയ്ക്കെടുത്തു. രാപകൽ മദ്യപാനവും ആനന്ദവും.

ഒന്നു രണ്ടുവർഷം കീയ്ത്ത് ഈ ജീവിതം തുടർന്നപ്പോൾ ഭാര്യ ലൂസിക്ക് മടുത്തു. ഭർത്താവിനെ അനുനയിപ്പിക്കാൻ നടത്തിയ ശ്രമങ്ങൾ പരാജയപ്പെട്ടു. ലൂസി കീയ്ത്തിന്റെ ജീവിതത്തിൽനിന്നും ഒഴിഞ്ഞുമാറി. ഇതിനിടെ കീയ്ത്തിന്റെ നല്ല സുഹൃത്തുക്കളും അയാളെ ഉപദേശിച്ചു മടുത്തു. അവരെയും കാണാതായി. കീയ്ത്ത് തന്റെ ദുശ്ശീലങ്ങൾക്ക് കൂടുതൽ കാരണങ്ങൾ കണ്ടെത്തി.

ഒരു നാൾ ബോദ്ധ്യം വന്നു. തനിക്കടിച്ച ലോട്ടറിയാണ് തന്റെ തകർച്ചയ്ക്കു കാരണം. അഭിമുഖങ്ങളിൽ ഈ പശ്ചാത്താപം പാവം മനുഷ്യൻ പ്രകടിപ്പിക്കുകയും ചെയ്തു. എന്നാലും പശ്ചാത്താപം വൈകിപ്പോയിരുന്നു.

മദ്യപാനരോഗവും സമ്പത്തിന്റെ അഹങ്കാരവും ഒന്നിച്ച് താളം തെറ്റിയ ജീവിതമാണ് അഞ്ചുവർഷം കൊണ്ട് കീയ്ത്തിനെ തകർത്തത്. ഏറ്റവും വിലപിടിപ്പുള്ള കാറുകൾ, ഏറ്റവും ശമ്പളം ആവശ്യപ്പെടുന്ന ഡ്രൈവർമാർ, ഉദ്യാനപാലകർ, ഏറ്റവും മുന്തിയ മദ്യം, ആരോഗ്യം സംര

ക്ഷിക്കാൻ വീട്ടിലെത്തുന്ന വലിയ ഡോക്ടർമാർ. കോടികളുടെ എണ്ണം കുറഞ്ഞുകൊണ്ടിരുന്നു. ഇടയ്ക്ക് കുറേപ്പേർ പറ്റിച്ചു. കീയ്ത്ത് മരിക്കുമ്പോൾ അക്കൗണ്ടിൽ 6 ലക്ഷം പൗണ്ട് മാത്രം ബാക്കി. ആരാണ് അവകാശി എന്ന കാര്യത്തിൽ തർക്കങ്ങൾ നടക്കുന്നു.

ലോകത്തിലെഴുതപ്പെട്ട എല്ലാ മതഗ്രന്ഥങ്ങളും വേദങ്ങളും ഇതിഹാസങ്ങളും ഇത്തരം വലിയ കുഴപ്പങ്ങളെക്കുറിച്ച് ആവർത്തിച്ചു പ്രതിപാദിച്ചിട്ടുണ്ട്. സമ്പത്തിന്റെയും ആരോഗ്യത്തിന്റെയും അഹങ്കാരത്തെക്കുറിച്ച് മഹാഭാരതവും ബൈബിളും ഖുറാനും പറഞ്ഞിട്ടുണ്ട്. എല്ലാ ദിവസവും നമ്മുടെ കൺമുമ്പിൽ ഇത്തരം ദുരന്തവാർത്തകൾ എത്തുന്നു.

കീയ്ത്ത് ഗവ് മരിക്കാൻ കാരണം വിരസതയാണ്. നമ്മുടെ അയ്യപ്പൻ ജീവിത തൃഷ്ണയിലാണ് യാത്രപറഞ്ഞത്. ഒരു കവിതാ ശകലം ഷർട്ടിൽ തിരുകി. അഞ്ചുകൊല്ലം മുമ്പ് 625 കോടി ലോട്ടറി കിട്ടിയ കീയ്ത്തിന് സ്വയമാനന്ദിക്കാനുള്ള വഴികളില്ലായിരുന്നു. ഒന്നും വേണ്ടാത്തവന് എന്താണാവശ്യം? അതായിരുന്നു അയ്യപ്പനെങ്കിൽ എല്ലാം കിട്ടിയവന് എന്ത് ചെയ്യണമെന്നറിയില്ല എന്ന ദുരവസ്ഥയിലാണ് കീയ്ത്ത് മരിക്കുന്നത്. 625 കോടി തകർത്തത് കുടുംബം, നല്കിയ ദുശ്ശീലങ്ങൾ, നഷ്ടപ്പെട്ട നല്ല സുഹൃത്തുക്കൾ, പറ്റിക്കുന്ന മോഷ്ടാക്കളുടെ അകമ്പടിയും.

ഇത്രയുമായാൽ മരണത്തിലേക്കുള്ള യാത്ര വേഗത്തിലാകും. എന്നാൽ ലളിതമാകില്ല. ഓരോ നിമിഷവും ഈ അഞ്ച് വർഷങ്ങളിൽ കീയ്ത്ത് ഗവ് ദുഃഖിച്ചിട്ടേയുള്ളൂ. അബോധാവസ്ഥയിൽ ദിശാബോധമില്ലാതെ ജീവിച്ചു.

നൂറുരൂപ കൈയിലുള്ളപ്പോൾ എന്റെ കൈയിൽ ഇഷ്ടം പോലെ പൈസയുണ്ട് എന്ന് സ്വയം പരിഹസിച്ചു പറയുന്ന അയ്യപ്പ സിദ്ധാന്തമല്ല. "ഈ മട്ടിൽ എനിക്ക് 10,000 വർഷം ജീവിക്കാൻ സാധിക്കു"മെന്ന ധിക്കാരമാണ്, ബുദ്ധിശൂന്യതയാണ്. അനർഹമായി നേടിയ സ്വത്തിന്റെ താല്ക്കാലിക ശക്തിയാണ്.

കീയ്ത്തിനെപ്പോലെ മറ്റു രൂപഭാവങ്ങളിൽ കഴിയുന്ന ഒട്ടേറെപ്പേരെ നാം ഇടയ്ക്കിടെ കാണും. തെറ്റിദ്ധാരണകളോടെ രാത്രി ഉറങ്ങുന്നവർ.

14,000 ഗാനങ്ങൾ

മുംബൈ മലയാളികൾക്ക് ഭംഗിയായി അറിയാം മറാത്തി സാഹിത്യത്തിന്റെ ശക്തി. പ്രത്യേകിച്ച് കവിതകൾ. ആ കവിതകൾക്ക് ശക്തിപകരുന്ന സംഗീത ആലാപനങ്ങൾ എല്ലാ ദിവസവും നടക്കുന്ന ഭക്ഷണശാലകളുണ്ട്. അതിഥികൾക്കും പാടാൻ അവസരമുണ്ട്. ദശകങ്ങളായി നിലനില്ക്കുന്ന ഒരു പാരമ്പര്യമാണിത്. ഈ സന്ധ്യകളിൽ ദേശഭക്തി ഗാനങ്ങളുണ്ട്. നാടോടിപ്പാട്ടുകളുണ്ട്. പ്രണയ ഗീതങ്ങളുണ്ട്. എല്ലാം അനുഭവിച്ചിട്ടുള്ള മുംബൈ സന്ദർശകനാണ് ഞാൻ.

37 വർഷം മുമ്പ് ഏപ്രിൽ 24 ന് ഇവിടെ ഒരു കുഞ്ഞു ജനിച്ചു. മറാത്തി സാഹിത്യത്തിൽ പ്രൊഫസറായിരുന്ന ഒരു സാധാരണ മനുഷ്യൻ രമേശ് ടെണ്ടുൽക്കർ തന്റെ മകന് സച്ചിൻ എന്നു പേരു നല്കുമ്പോൾ പിറന്നത് ഇന്ത്യൻ കായിക ചരിത്രത്തിലെ ഏറ്റവും വലിയ സംഗീത പ്രതിഭയാണ് എന്നറിഞ്ഞില്ല.

1981 വിംബിൾഡൺ ടെന്നീസിൽ ജോൺ മക്കൻറോ ബ്യോൺ ബോർഗിനെ തോല്പിക്കുമ്പോൾ ടെലിവിഷനിൽ അതുകണ്ട് രോമാഞ്ചം കൊണ്ട "സച്ചിന്റെ വയസ്സ് എട്ട്." ടെന്നീസ് താരമാകാൻ തീരുമാനിച്ചിറങ്ങിയതാണ്. അപ്പോഴാണ് ശിവാജിപാർക്ക് ക്രിക്കറ്റ്ലോകത്തിലേക്ക് സച്ചിനെ മാടി വിളിക്കുന്നത്. കായികശുദ്ധി തികഞ്ഞ പയ്യന് താളബോധവുമുണ്ടെന്ന് തെളിയിക്കാൻ അധികം സമയം വേണ്ടിവന്നില്ല. പെട്ടെന്ന് രഞ്ജി ട്രോഫി. ഉടനെ തന്നെ ഇന്ത്യൻ കുപ്പായം. 150 സെന്റീമീറ്റർ പൊക്കമുള്ള കുട്ടി 17 വയസ്സു തികയുന്നതിനു മുമ്പ് 10 ടെസ്റ്റ് മാച്ചുകളിലായി ഇന്ത്യയുടെ രക്ഷകനാണ് എന്ന് തെളിയിച്ചു. ഒരു ക്രിക്കറ്റ് കരാർ ഒപ്പിടാനുള്ള പ്രായമായിട്ടില്ല. അച്ഛനോ ജ്യേഷ്ഠനോ ആണ് കരാറുകൾ ഒപ്പിട്ടിരുന്നത്. ഡ്രൈവിങ് ലൈസൻസുപോലും കിട്ടില്ല. വിദേശത്ത് ഹോട്ടൽ മുറികളിൽ താമസിക്കുമ്പോൾ ക്യാപ്റ്റനും കോച്ചും മാനേജരുമെല്ലാം

'കുട്ടി'യെ നോക്കണം. ചെക്കൻ ആർക്കും പ്രശ്നമുണ്ടാക്കാതെ കൃത്യ സമയത്ത് ഭക്ഷണം കഴിച്ച് പാട്ടുകേട്ട് കിടന്നുറങ്ങിക്കോളും എന്നു പിന്നീട് ബോദ്ധ്യമായി.

ഈ പ്രതിഭാസത്തെ എങ്ങനെ നിരീക്ഷണത്തിലൂടെ കൈകാര്യം ചെയ്യണമെന്ന് അക്കാലത്തെ ക്രിക്കറ്റ് പണ്ഡിതർ തന്നെ കുഴങ്ങിയിരുന്നു. സച്ചിന്റെ മാസ്മരികതയെ പ്രധാന വേദികളിൽ പിന്തുടരുന്ന ചിലരുണ്ട്. *ഹിന്ദു* ദിനപത്രത്തിലെ നിർമ്മൽ ശേഖറെപ്പോലുള്ളവർ. ഈ ലയവിന്യാസങ്ങളുടെ ഭാവ തീവ്രതകളുടെ വലിയ മുഹൂർത്തങ്ങൾക്ക് അന്നുമിന്നും സാക്ഷികളായി തുടരുന്നു. എം ഡി രാമനാഥന്റെ കച്ചേരികൾ കാണുന്ന, കേൾക്കുന്ന ഭവ്യതയോടെ.

37 വയസ്സുകഴിഞ്ഞ സച്ചിൻ രമേശ് ടെണ്ടുൽക്കർ ടെസ്റ്റ് ക്രിക്കറ്റിൽ 14,000 റണ്ണുകളല്ല തികച്ചത്.

14,000 ഗാനങ്ങൾ ആലപിക്കുകയായിരുന്നു. മകൻ ടെണ്ടുൽക്കർ അതേ മുഖലാവണ്യത്തോടെ, കാര്യങ്ങൾ പൂർണ്ണമായി പിടികിട്ടാതെ ഒരു പ്രായത്തിൽ സ്റ്റാൻഡിലിരുന്ന് കൈയടിച്ച് ആഹ്ലാദിക്കുന്നു. ഇന്ത്യ കരയുന്നു. ചിരിക്കുന്നു. സച്ചിന്റെ കാൽച്ചലനങ്ങളുടെ സ്വരങ്ങൾ തെറ്റുമ്പോൾ ആശങ്കയിലാകുന്നു.

കണ്ഠശുദ്ധിക്ക് തുല്യമായ കാൽവിരുതുകളുള്ള നമ്മുടെ പ്രിയപുത്രന് ഒന്നും സംഭവിക്കരുത് എന്ന രീതിയിൽ ഒരു രാജ്യമാകെ ശ്വാസമടക്കുന്നു. സ്വതന്ത്ര ഇന്ത്യയിൽ ഇത്ര ജനപ്രീതി നേടിയിട്ടുള്ള എത്ര മനുഷ്യരുണ്ട്? ഏതു മേഖലയിലും.

ടെലിവിഷനിൽ നാട്ടുകാരുമായി സംസാരിക്കുമ്പോൾ പഴയ സ്വരതാളങ്ങൾ. ഒട്ടേറെ വിവാദങ്ങളിൽ ദുഷ്പ്പേരു നേടുന്ന ഇന്ത്യൻ ക്രിക്കറ്റിന് ശുദ്ധിയേകാൻ ഈ മനുഷ്യൻ ഇപ്പോഴും പാടുന്നു. സച്ചിൻ ക്രിക്കറ്റ് രംഗം ഉപേക്ഷിച്ചാൽ 'ക്രിക്കറ്റ് ഇന്ത്യ'ക്ക് 40 ശതമാനം വരുമാനം കുറയുമെന്നാണ് പ്രവചനം.

സച്ചിന്റെ കൈവിന്യാസങ്ങളും കാൽത്താളങ്ങളും സ്വരസ്ഥായിയിൽ തുടരാൻ മോഹിക്കുന്നത് ഇന്ത്യക്കാർ മാത്രമല്ല. ഒരു ലോകജനതയാണ്. ആലാപനം തുടരട്ടെ.

വിമർശന ന്യൂനപക്ഷം

കവി ഒ എൻ വി കുറുപ്പിന് ജ്ഞാനപീഠ പുരസ്കാരം നല്കിക്കൊണ്ടുള്ള പ്രഖ്യാപനം ഉണ്ടായ ആദ്യ മണിക്കൂർ മുതൽ ഒട്ടേറെ മനുഷ്യരുമായി ഒട്ടേറെ സാന്ദർഭിക സംഭാഷണങ്ങൾ ഉണ്ടായി. കുറെ ഫോൺവിളികളും എസ് എം എസ്, ഇ മെയിൽ സന്ദേശങ്ങളും. സന്തോഷം പങ്കിടാനാണ് പലരും ശ്രമിച്ചത്. എന്നാൽ ഇവരിൽ ഒരു ന്യൂനപക്ഷം പുതിയ ഒരു വിവാദമുണ്ടാക്കാനുള്ള പ്രത്യേക വാഞ്ഛ പ്രകടിപ്പിക്കുകയാണ് ചെയ്തത്. ഈ വിവാദവാഞ്ഛയ്ക്ക് പിന്നിൽ രണ്ടുദ്ദേശ്യങ്ങളായിരുന്നു: രണ്ടു തർക്കങ്ങളുടെ മോഹമായിരുന്നു. ഒന്ന്, ഒ എൻ വി ഇതർഹിക്കുന്നുണ്ടോ? രണ്ട്, ഒ എൻ വിക്ക് ഇതുപണ്ടേ കിട്ടേണ്ടതല്ലേ?

മാധ്യമപ്രവർത്തകനായി ഞാൻ പ്രവർത്തനം തുടങ്ങിയ കാലം മുതൽ ഇത്തരമൊരു ന്യൂനപക്ഷം എപ്പോഴും ചർച്ചകൾ തേടിയിരുന്നു. തകഴിക്ക് ജ്ഞാനപീഠം ലഭിക്കുമ്പോൾ ഈ വർഗ്ഗം ചോദിച്ചത് ഉറൂബിന് കൊടുത്തില്ലല്ലോ? എം ടി വാസുദേവൻ നായർക്ക് ലഭിച്ചപ്പോൾ ഇതേ വർഗ്ഗം ചോദിച്ചത് ഒ വി വിജയന് കൊടുത്തില്ലല്ലോ? ഇന്ന് ഒ എൻ വിയെ ഇതിന് മറുപടി പറയേണ്ട മനുഷ്യനാക്കാൻ ജ്ഞാനപീഠം കിട്ടാത്ത മലയാളസാഹിത്യത്തിലെ വലിയ കവികളുടെ പേരു പറയുന്നു.

അസഹ്യതകൊണ്ട് ഒരാളോട് എനിക്ക് ചോദിക്കേണ്ടി വന്നു.

“നിങ്ങളുടെ ഇഷ്ടകവിക്ക് ജ്ഞാനപീഠം ലഭിക്കുന്നതിന് ഒ എൻ വിയോ മറ്റുള്ളവരോ തടസ്സം നിന്നിട്ടുണ്ടോ?”

മലയാളിയുടെ സാഹിത്യനിരൂപണത്തിന്റെ വളരെ സങ്കുചിതമായ പ്രതികരണ സ്വഭാവമാണിത്. ആവർത്തിക്കട്ടെ. ഒരു ന്യൂനപക്ഷത്തിന്റേത്.

ഇതു തന്നെയാണ് ഇതേ വിമർശക ന്യൂനപക്ഷം- ഒരു അമർഷ വർഗ്ഗം- സിനിമ പോലുള്ള കലകളെയും സമീപിക്കുന്നത്.

മമ്മൂട്ടിക്ക് ദേശീയ അവാർഡ് ലഭിച്ചില്ലെങ്കിൽ അതു ലഭിച്ച അമിതാഭ് ബച്ചനെ ചീത്ത പറയുന്ന അതേ മനോഭാവം. മമ്മൂട്ടിക്ക് ലഭിച്ചാലോ? അമിതാഭ് ബച്ചന്റെ “പാ”യിലെ പ്രകടനം ഇതിലേറെ ഗംഭീരമായിരുന്നു എന്ന് ഇതേ നാവുകൾ പറയും!

ഒ എൻ വി ക്ക് ജ്ഞാനപീഠം ലഭിച്ച സന്ദർഭം മലയാളി സമൂഹത്തിന്റെ പൊതു ആഹ്ലാദമാക്കാനും അഭിമാനിക്കാനും ഒരർത്ഥത്തിൽ അഹങ്കരിക്കാനുമാണ് എന്നിലെ മാധ്യമ തൃഷ്ണ. അത് എനിക്കുണ്ടായിട്ടില്ലെങ്കിൽ ഞാൻ നല്ല മാധ്യമപ്രവർത്തകനല്ല. നല്ല മലയാളിയല്ല. നല്ല മനുഷ്യനുമല്ല. തകഴിയോടും എം ടിയോടും ഒ എൻ വിയോടും സ്വകാര്യ ബന്ധങ്ങൾ പുലർത്തിയിട്ടുള്ള നൂറുകണക്കിന് മനുഷ്യരുണ്ട്. ചിലർക്ക് തിക്താനുഭവങ്ങൾ ഉണ്ടായിക്കാണും. ആ അനുഭവങ്ങൾ വിലകുറഞ്ഞ വാക്കുകളിൽ ഛർദ്ദിക്കേണ്ട സമയമല്ലിത്.

പി ടി ഉഷയെക്കുറിച്ചുപോലും ഇത്തരം നാവുകൾ അസൂയ രേഖപ്പെടുത്തിയിട്ടുണ്ട്.

നിവൃത്തിയില്ലാതെ ഒരു ഘട്ടത്തിൽ എനിക്ക് പറയേണ്ടിവന്നു. “ഒരു തമിഴ് കവിക്കാണ് ഇക്കൊല്ലത്തെ പുരസ്കാരമെങ്കിൽ തമിഴ്നാട്ടിലെ എല്ലാ പട്ടണങ്ങളിലും ആഘോഷങ്ങളായിരിക്കും. ഇവിടെ ജ്ഞാനപീഠം കയറിയ കവിയെ ഇകഴ്ത്താനുള്ള രഹസ്യ മോഹം” ചില മലയാളി മനസ്സുകൾ എത്ര ചെറുതാണ്!

പൂർണ്ണമായും നിറവുള്ള മലയാളി സങ്കല്പം പുരാണങ്ങളിൽ പോലുമില്ല. ഒരു മലയാളിയും, എന്തു നേട്ടം കൈവരിച്ചാലും, വിമർശനത്തിന് അതീതരുമല്ല. സാന്ദർഭികമായി അതു പ്രയോജനപ്പെടുത്താനുള്ള താല്പര്യങ്ങളുടെ വിദ്വേഷ സ്വഭാവത്തിനെതിരെയാണ് ഈ ചെറിയ അഭ്യർത്ഥന.

ഇന്ത്യൻ കോഫിഹൗസും മോസ്കോ റസ്റ്റോറന്റും

വിദേശയാത്രകളിൽ മദ്യവും ഭക്ഷണവും വളരെ സൂക്ഷിക്കണമെന്നു പറയുന്നത് ലോകത്തിന്റെ വിവിധ ഭാഗങ്ങളിലേക്ക് ഏറെ യാത്രകൾ ചെയ്തിട്ടുള്ള മാധ്യമപ്രവർത്തകൻ ടി എൻ ഗോപകുമാർ. പ്രത്യേകിച്ച് മാംസഭുക്കുകളായ മലയാളികൾ വലിച്ചുവാരി വല്ലതും തിന്നാൽ അതിന്റെ ഫലം രാവിലെ അനുഭവിക്കും. ഒരു ദിവസത്തെ യാത്രാപദ്ധതികൾ തന്നെ പൂർണ്ണമായും അലങ്കോലപ്പെടും.

റഷ്യൻ ഭക്ഷണത്തിന്റെ ഒരു ഗുണം അത് ഏതു തരത്തിലുമാകാം എന്നതാണ്. നമ്മുടെ ഭക്ഷണസമ്പ്രദായം പറഞ്ഞു മനസ്സിലാക്കിയാൽ അത് നമുക്കു ലഭിക്കും. എന്നെ ആനന്ദത്തിലാഴ്ത്തിയ ഒരനുഭവമുണ്ടായത് റഷ്യൻ യാത്രയിലാണ്. നമ്മുടെ ഇന്ത്യൻ കോഫിഹൗസിൽ കിട്ടുന്ന 'ബോംബെ ടോസ്റ്റി'ന്റെ സ്വഭാവം റഷ്യൻ മുഖ്യ ഷെഫിനു പറഞ്ഞുകൊടുത്ത് ഞാൻ കാത്തിരുന്നത് വെറുതെയായില്ല. അതേ ബോംബെ ടോസ്റ്റ്!

പ്രധാന ഷെഫ് ഒരു സ്ത്രീയായിരുന്നു. അവർക്കറിയണം അവർ പാകപ്പെടുത്തിയ ബോംബെ ടോസ്റ്റ് എനിക്ക് ഇഷ്ടമായോ എന്ന്. ഗംഭീരമായി എന്ന് പൂർണ്ണമനസ്സോടെ ഞാൻ സമ്മതിച്ചു. അവരെ ഒരു ഗ്ലാസ് വൈൻ കഴിക്കാൻ ഞാൻ ക്ഷണിച്ചു. ഡ്യൂട്ടിക്കിടയിൽ പാടില്ല. അതിനു ശേഷമാകാമെന്ന് മറുപടി. എനിക്കു വിളമ്പിയവനും ആ ഷെഫിനും ഇഷ്ടമുള്ള വൈനിന്റെ കാശു കൂടി ഞാൻ നല്കി.

അവർക്ക് പ്രധാനം പ്രാതൽ

ഓരോ സ്ഥലത്തെയും പ്രത്യേക ആഹാരം കഴിക്കുക എന്ന ശീലമുണ്ടെങ്കിലും മൂന്നോ നാലോ ദിവസം കഴിഞ്ഞാൽ ഏതെങ്കിലും ഒരു ഇന്ത്യൻ റസ്റ്റോറന്റ് തേടിപ്പോകും ഗോപകുമാർ. വിദേശഭക്ഷണം മടുക്കുമ്പോൾ മടുപ്പില്ലാതെ സ്വന്തം നാടിന്റെ ഭക്ഷണം തേടി ഒരു യാത്ര.

കുട്ടിക്കാലം മുതൽ വെജിറ്റേറിയൻ ഭക്ഷണം കഴിച്ചു വളർന്നതിനാലാവണം ശക്തമായ ദഹനം ആവശ്യമുള്ള ഭക്ഷണപദാർത്ഥങ്ങൾ വയറ്റിലേക്കെത്തുമ്പോൾ ചെറിയ ബുദ്ധിമുട്ടുകൾ ഉണ്ടാകാറുണ്ട്. റഷ്യയിലും ചൈനയിലും യൂറോപ്യൻ രാജ്യങ്ങളിലുമൊക്കെ സഞ്ചരിക്കുമ്പോൾ എല്ലാതരം ഭക്ഷണപദാർത്ഥങ്ങളും കഴിച്ചിട്ടുണ്ട് പാമ്പിനെ ഉൾപ്പെടെ. നമ്മൾക്ക് അറപ്പു തോന്നുന്ന പലതും വിദേശങ്ങളിൽ മികച്ച ഭക്ഷണമാണ്. ഒരു ചിരിയോടെ ഗോപകുമാർ പറഞ്ഞു.

വിദേശരാജ്യങ്ങളിൽ പ്രാതലിനാണ് ഏറെ പ്രാധാന്യം. സോസേജ്, സാലഡ് തുടങ്ങിയവയൊക്കെ കാര്യമായി അവിടെ കിട്ടും. എന്നാൽ, ടി എന്നിനാവട്ടെ പ്രാതലിനേക്കാൾ താല്പര്യം മികച്ച ഉച്ചഭക്ഷണത്തിനാണ്. അതുകൊണ്ടുതന്നെ പ്രാതലിനുള്ള വിഭവങ്ങൾ കാര്യമായി കഴിക്കാൻ സാധിക്കാറില്ല. വിദേശങ്ങളിൽ നമ്മുടെ ചോറോ ചപ്പാത്തിയോ കിട്ടാൻ ഏറെ പ്രയാസവുമാണ്. എല്ലായിടത്തും ഒരുപോലെ കിട്ടുന്ന ഭക്ഷണപദാർത്ഥം ബ്രഡ് ആണ്. ബ്രഡ്, ജ്യൂസ്, സൂപ്പ് തുടങ്ങിയവ പല രാജ്യങ്ങളിലും കിട്ടും. ബ്രഡ് തന്നെ പല തരത്തിൽ പാകം ചെയ്യാൻ സാധിക്കും. ചിക്കനും ഗ്രേവിയും ചേർന്ന കറിയും എല്ലായിടത്തും കിട്ടുന്ന വിഭവമാണ്. ചിക്കന്റെ കൂട്ടുകളിൽ ചെറിയ വ്യത്യാസങ്ങൾ എല്ലായിടത്തും ഉണ്ടാകുമെങ്കിലും കഴിക്കാൻ അധികം ബുദ്ധിമുട്ടേണ്ടിവരില്ല.

ചൈനയിൽ ചോറു കിട്ടും. എന്നാലത് നമ്മുടേതുപോലുള്ള ചോറല്ല. നമ്മുടെ ഫ്രൈഡ് റൈസ് പോലെയല്ല ചൈനയിലേത്. അവിടെ ഉപ്പും മുളകുമൊന്നും ഉണ്ടാകില്ല. നമ്മുടെ നാവിന് അതു ശരിയാവില്ല. ഒരിക്കൽ പാരീസിൽ അംബാസഡർ നടത്തിയ വിരുന്നിൽ നിന്നു മുങ്ങി ഇന്ത്യൻ റസ്റ്റോറന്റ് തേടി നടന്നതും ഓർമ്മയുണ്ട്.

ഇരുപത് വർഷത്തിലേറെയായി കൂടെ കൊണ്ടുനടക്കുന്ന ഒരു ഭക്ഷണശീലമുണ്ട് ഗോപകുമാറിന്, മറ്റൊന്നുമല്ല എവിടെയായാലും രാത്രി ഉറങ്ങുന്നതിന് മുമ്പ് ഒരു ഗ്ലാസ് പാൽ കുടിക്കുക എന്നതാണ് ആ ശീലം. പാൽ എല്ലായിടത്തും കിട്ടില്ലല്ലോ. ഇനി എവിടെയെങ്കിലും പാൽ കിട്ടാൻ പ്രയാസമാണെങ്കിൽ ഐസ്ക്രീമാണ് പകരക്കാരനായി രാത്രിയിൽ പ്രത്യക്ഷപ്പെടുക.

എവിടെയും ഭക്ഷണം ശരിയാകുന്നില്ലെങ്കിൽ അവസാനത്തെ അഭയം മുട്ടയിലാണ്. മുട്ട ഏതു രീതിയിലും കഴിക്കാൻ സാധിക്കുമല്ലോ എന്നതാണ് ടി എന്നിന്റെ ആശ്വാസം. ആഗോളീകരണത്തിന്റെ ഇക്കാലത്ത് ലോകത്ത് എല്ലായിടത്തും കിട്ടുന്ന മറ്റൊരു ഭക്ഷ്യവസ്തുവാണ് കെ എഫ് സി എന്ന കെന്റകി ഫ്രൈഡ് ചിക്കൻ. ഒരു കെ എഫ് സി യും ബ്രഡും കോലയും കഴിച്ചാൽ ശരീരത്തിന് ആവശ്യമുള്ള ഊർജ്ജമായെന്നാണ് വയ്പ്.

വിദേശരാജ്യങ്ങളിൽ ഡിഷ് ഓർഡർ ചെയ്താൽ പെട്ടെന്ന് കഴിക്കാൻ സാധിച്ചെന്നു വരില്ല. മാത്രമല്ല, മൂന്നോ നാലോ പേർ ചേർന്നുള്ള ഭക്ഷണമായിരിക്കുമല്ലോ ഓർഡർ ചെയ്യുന്നത്. അത് മുഴുവൻ തിന്നുതീർക്കാനും എല്ലാവർക്കും സാധിക്കില്ല.

ശൗചാലയമെന്ന പ്രശ്നം

യാത്രകളിലെ മറ്റൊരു പ്രധാന പ്രശ്നമാണ് ശൗചാലയങ്ങൾ. ദിവസം രണ്ടോ മൂന്നോ പ്രാവശ്യം ശൗചാലയത്തെ അഭയം പ്രാപിക്കേണ്ടിവരാറുള്ള ഗോപകുമാറിന് അതൊരു പ്രശ്നം തന്നെയായിരുന്നു. യാത്രകളിലാകുമ്പോൾ അത് വലിയ ബുദ്ധിമുട്ടാണ് സൃഷ്ടിക്കുക. യാത്രകളുടെ ഓരോ അടരുകളുടെയും അവസാനം പുലർച്ചെ വീട്ടിലോ ഹോട്ടലിലോ എത്തുന്ന വിധത്തിൽ ക്രമീകരിക്കാൻ ശ്രദ്ധിച്ചാണ് ഈ പ്രശ്നത്തിന്റെ കുരുക്കിൽ നിന്നു രക്ഷപ്പെടാറുള്ളത്.

വിദേശങ്ങളിൽ ഒട്ടേറെ വൈവിദ്ധ്യമുള്ള പഴങ്ങൾ കിട്ടും. യാത്രകളിൽ പഴങ്ങളാണ് കൂടുതൽ നല്ലത്. ടെൻഷനും വയലന്റായുള്ള ഭക്ഷണങ്ങളും ഒഴിവാക്കുന്നതാണ് ഈ സമയത്തെ ബുദ്ധിപൂർവ്വമായ തീരുമാനം. പലപ്പോഴും യാത്രകൾക്ക് തൊട്ടുമുമ്പും യാത്രകളിലും പൊതുവെ കനത്ത ഭക്ഷണങ്ങൾ കഴിക്കാറില്ല. യാത്രയെന്നാൽ തന്നെ ഭക്ഷണത്തിന്റെയും ഉറക്കിന്റെയും ക്രമം തെറ്റുകയാണല്ലോ.

വിമാനത്തിൽ കിട്ടുന്ന ഭക്ഷണം വയറിനെ ശല്യം ചെയ്യാറില്ലെന്നതാണ് ഗോപകുമാറിനു പൊതുവെയുള്ള അനുഭവം. ഒരുപക്ഷേ, വിമാനക്കമ്പനികൾ അത്തരത്തിലായിരിക്കണം ഭക്ഷണം ഒരുക്കുന്നത്. ആകാശയാത്രകളിൽ വിമാനക്കമ്പനികളായിരിക്കണം യാത്രക്കാരേക്കാൾ ഭക്ഷണക്കാര്യത്തിൽ ശ്രദ്ധ ചെലുത്തുന്നത്.

റൈസ് കേക്ക് എന്ന ഇഡ്ഡലി

വിദേശരാജ്യങ്ങളിലെ റസ്റ്റോറന്റുകൾ സന്ദർശിക്കുമ്പോൾ രസകരമായ ചില കാര്യങ്ങൾ സംഭവിക്കാറുണ്ട്. അവർ നല്കുന്ന മെനുവിലുള്ള പകുതി കാര്യങ്ങളും നമുക്ക് മനസ്സിലാവില്ല. മനസ്സിലാകുന്ന പകുതിയിലാവട്ടെ ഓർഡർ ചെയ്തുകിട്ടുന്ന ഭക്ഷണത്തിന്റെ പകുതി കഴിക്കാനാകാത്തതുമായിരിക്കും.

നമ്മുടെ ഇഡ്ഡലി വിദേശികളൊക്കെ കഴിക്കാറുണ്ടെന്നാണ് ഗോപകുമാറിന്റെ പക്ഷം. അവരതിന് റൈസ് കേക്ക് എന്നാണ് പറയുക. കത്തിയും മുള്ളുമൊക്കെ ഉപയോഗിച്ച് വിദേശികൾ ഇഡ്ഡലി കഴിക്കുന്നത് കണ്ടിട്ടുണ്ട്. അത് വയറിനു ബുദ്ധിമുട്ടുണ്ടാക്കില്ലെന്ന് അവർക്കറിയാം.

അതിഥികൾ വന്നാൽ വീട്ടിലോ ഹോട്ടലിലോ കൊണ്ടുപോയി ഭക്ഷണം കഴിപ്പിക്കുക എന്നത് ഇന്ത്യൻ സംസ്കാരത്തിന്റെ ഭാഗമാണ്. എന്നാൽ വിദേശികൾക്ക് അത്തരം സ്വഭാവമില്ല. അതുകൊണ്ടു തന്നെ നമ്മൾ അവരെ ഭക്ഷണത്തിനായി ക്ഷണിച്ചാൽ വളരെ ആദരവോടെയാണ് അവരത് സ്വീകരിക്കുക.

സസ്യാഹാരമാണ് എന്റെ അടിസ്ഥാനം. രസവും സാമ്പാറും തൈർസാദവുമൊക്കെയാണ് എനിക്ക് ഏറ്റവും ഇഷ്ടം. മാംസാഹാരങ്ങളിലാകട്ടെ ആന്ധ്രയിലെയും തമിഴ്നാട്ടിലെയും ചില മട്ടൻരുചികളോടാണ് കൂടുതൽ ഇഷ്ടം. മട്ടൻ ബിരിയാണിയോടും താല്പര്യമുണ്ട്. കോഴിക്കോടൻ ശൈലിയിലുള്ള മാംസാഹാരങ്ങളോടും ഏറെ ഇഷ്ടമാണ്. ഉച്ചഭക്ഷണത്തിന് ഞാൻ തെരഞ്ഞെടുക്കുക ഏറ്റവും നല്ല വെജിറ്റേറിയൻ സദ്യ കിട്ടുന്ന സ്ഥലമായിരിക്കും- ഗോപകുമാർ പറഞ്ഞു നിർത്തി.

കാരാട്ടിനോട് ഒരു പഴയ ചോദ്യം

നീണ്ട ഒരിടവേളയ്ക്ക് ശേഷമാണ് ഈ പംക്തിയിൽ പൂർണ്ണമായും രാഷ്ട്രീയ സ്വഭാവമുള്ള ഒരു ലേഖനമെഴുതുന്നത്. അതിന് എന്നെ നിർബ്ബന്ധിച്ചത് ഈയിടെ നടന്ന സി പി എമ്മിന്റെ വിജയവാഡാ സമ്മേളനമാണ്.

ഇ എം എസ് പാർട്ടി ജനറൽ സെക്രട്ടറിയായിരുന്ന ഒരു സന്ദർഭത്തിൽ കേരളത്തിലെ വിഭാഗീയതകളെക്കുറിച്ച് തീവ്രമായ ചർച്ചകൾ നടക്കുകയായിരുന്നു. അന്ന് പാർട്ടിയുടെ ഇന്നത്തെ ജനറൽ സെക്രട്ടറി പ്രകാശ് കാരാട്ട് സെൻട്രൽ സെക്രട്ടറിയേറ്റ് അംഗമായിരുന്നു. കലാകൗമുദിയിലൂടെ ഞാനൊരു നിർദ്ദേശം അക്കാലത്ത് കൈമാറിയിരുന്നു. പ്രകാശ് കാരാട്ടിനെപ്പോലുള്ള ഒരു യുവാവ് കേരളത്തിലെ പാർട്ടി നേതൃത്വം ഏറ്റെടുക്കണം. അല്ലെങ്കിൽ മുഖ്യമന്ത്രിസ്ഥാനത്ത് കയറണം. പാർട്ടിക്കും ഭരണത്തിനും നല്ലതാകും എന്നായിരുന്നു വളരെ ആത്മാർത്ഥമായ എന്റെ ഒരു കാഴ്ചപ്പാട്. കാരണം കേരളത്തിലെ അക്കാലത്തെ പാർട്ടി പ്രശ്നങ്ങൾ അടുത്തറിഞ്ഞിരുന്നു. ഡൽഹിയിലിരുന്നുകൊണ്ടും.

ഒരു ഇംഗ്ലീഷ് ദിനപത്രത്തിലായിരുന്ന എന്നെ പ്രകാശ് കാരാട്ട് ഫോണിലൂടെ വിളിച്ചു.

*കലാകൗമുദിയി*ലെഴുതിയ എന്റെ കുറിപ്പാണ് കാരണം എന്ന് ഞാൻ കുരുതിയില്ല. മറിച്ച് ഞാൻ പണിയെടുത്തിരുന്ന പത്രത്തിലെഴുതിയ ഏതോ നിരീക്ഷണമാവാം കാരണമെന്നു കരുതി. പ്രകാശ് കാരാട്ടിനെ അക്കാലത്ത് ഡൽഹിയിലെ മാധ്യമപ്രവർത്തകർ ശങ്കകളോടെ മാത്രമേ വിളിക്കാറുള്ളൂ. കർക്കശക്കാരനാണ്. കാരാട്ട് എന്നെ ഇങ്ങോട്ടുവിളിച്ചപ്പോൾ ഫോൺ കൈമാറിയ സഹപ്രവർത്തക അതിഥി ഫഡ്നിസ് (ഈയിടെ ഗോയങ്ക അവാർഡ് നേടിയ നല്ല സുഹൃത്ത്) ഉച്ചത്തിൽ പറഞ്ഞു. "Gopan, Karat want's to see you"

അതിഥിയിലെ ജേർണലിസ്റ്റ് ഏതോ വലിയ വാർത്ത കിട്ടുന്ന വെമ്പലായിരുന്നു. അന്നും ഡൽഹിയിൽ ഇടതുപക്ഷ രാഷ്ട്രീയ നിലപാട് ഇന്ന

ത്തെപ്പോലെ തന്നെ നിർണ്ണായകമായിരുന്നു.

ക്ഷുഭിതനായി ഇംഗ്ലീഷിൽ എന്നോട് കയർത്തിരുന്ന കാരാട്ടിനെ ഞാൻ കണ്ടിട്ടുണ്ട്. ഇപ്രാവശ്യം അങ്ങനെയല്ലായിരുന്നു. ഏതാണ്ട് ഈ മട്ടിലായിരുന്നു സംഭാഷണം. തെറ്റുണ്ടെങ്കിൽ കാരാട്ടിന് തിരുത്താം.

"എന്നെ കേരളത്തിലേക്ക് പറഞ്ഞു വിടാനാണോ പരിപാടി?" കാരാട്ടിന് മാത്രമുള്ള മനോഹരമായ പുഞ്ചിരിയോടെ ചോദിച്ചു. എനിക്കാദ്യം പിടികിട്ടിയില്ല. "കലാകൗമുദിയിൽ എഴുതിയതു വായിച്ചു." എനിക്കാശ്വാസമായി.

"പിന്നീട് ദേശീയാടിസ്ഥാനത്തിൽ പാർട്ടി വിഭാവനം ചെയ്യുന്ന കാര്യങ്ങളും ഉത്തരേന്ത്യൻ സംസ്ഥാനങ്ങളിൽ പാർട്ടിയുടെ വളർച്ചയ്ക്കുവേണ്ടി താൻ നടത്തുന്ന നിരന്തരമായ യാത്രകളുമെല്ലാം കാരാട്ട് വിവരിച്ചു. "Now tell me should I leave all these party responsibilities and run to kerala merely beacuse I am a Malayali?"

"വേണ്ട." ഞാൻ സമ്മതിച്ചു.

"Yet what is the solution for Kerala issues"

"We will solve these problems" മറുപടി.

അരമണിക്കൂറിലേറെ ഞങ്ങളുടെ സംഭാഷണം നീണ്ടു. യാത്ര പറയുമ്പോൾ വീണ്ടും മന്ദസ്മിതവും മലയാളവും തമാശയും. "ഇനിയും വല്ലതുമെഴുതി എന്നെ കുഴപ്പത്തിലാക്കരുത്" എന്നു പറഞ്ഞു പിരിഞ്ഞു.

വർഷങ്ങൾ എത്ര കഴിഞ്ഞു? ഇ എം എസ് വിടവാങ്ങി.

ഹർകിഷൻസിങ് സുർജിത്തിനെയും നഷ്ടപ്പെട്ടു.

പാർട്ടിക്ക് ഒട്ടേറെ സന്ദർഭങ്ങളിൽ വൈവിദ്ധ്യമാർന്ന നിലപാടുകൾ സ്വീകരിക്കേണ്ടിവന്നു. ദേശീയാടിസ്ഥാനത്തിലും വ്യത്യസ്ത സംസ്ഥാനങ്ങളിലും ചില സന്ദർഭങ്ങളിൽ നടന്ന കൂടിക്കാഴ്ചയിൽ ചെറിയ രീതിയിൽ ഞാൻ സംശയമുയർത്തിയിട്ടുണ്ട്. ബി ജെ പി എന്ന പ്രസ്ഥാനത്തിന്റെ വലിയ വളർച്ചയും ഭരണകാലവും ഇടയ്ക്കുണ്ടായി എന്നുമോർക്കുക. അതായിരുന്നല്ലോ പാർട്ടിയുടെ നയങ്ങളെ മാറ്റിമറിച്ചത്.

വിജയവാഡയിൽ പ്രകാശ് കാരാട്ട് എന്ന അന്തസ്സുള്ള കമ്യൂണിസ്റ്റുകാരൻ സംസാരിക്കുന്ന എല്ലാ നിമിഷങ്ങളും പഴയ ഓർമ്മകളോടെ ടിവിയിൽ ശ്രദ്ധയോടെ കേട്ടിരുന്നു. തെറ്റുകൾ സമ്മതിക്കാൻ പണ്ടേ ഇ എം എസ് പഠിപ്പിച്ചിട്ടുണ്ട്.

ഇ എം എസിനെ പഠിപ്പിച്ചത് മാർക്സും എംഗൽസുമാണ്. ഇതേ സത്യസന്ധത കാട്ടുന്ന കാരാട്ടിനെയാണ് വിജയവാഡയിൽ കണ്ടത്. രാഷ്ട്രീയാശയ ഗാംഭീര്യത്തിൽ കാരാട്ടിനെ മറികടക്കാൻ തുല്യരായ ഇന്ത്യൻ രാഷ്ട്രീയ വ്യക്തിത്വങ്ങൾ കുറയും. പാർട്ടി തീരുമാനങ്ങളിലുണ്ടായ തെറ്റുകൾ സമ്മതിക്കുന്ന കാരാട്ട് അടിസ്ഥാന ആശയത്തിന്റെ പുനഃപരിശോധനയ്ക്ക് തയ്യാറുമല്ല!

ഞാൻ ഡൽഹിയിലായിരുന്നപ്പോൾ കേരളത്തിലേക്ക് ചെല്ലാൻ നിർദ്ദേശിച്ചത് ശരിയായില്ല എന്ന് അന്ന് എന്നെ ബോധിപ്പിച്ചു. ഇപ്പോൾ കേരളത്തിലുള്ള ഞാൻ വീണ്ടും ക്ഷണിക്കുന്നുമില്ല. എന്നാൽ എന്റെ പഴയ ചോദ്യം ബാക്കി. "കേരളത്തിലെ പാർട്ടി പ്രശ്നങ്ങൾക്ക് എന്താണ് പരിഹാരം?" വിജയവാഡയിൽ കേട്ടതും ബോദ്ധ്യമാകുന്നില്ല.

ഒരിന്ത്യൻ അതിമോഹം

ലോകകപ്പ് ഫുട്ബോളിന്റെ ആവേശകരമായ ഫൈനൽ മത്സര മുഹൂർത്തങ്ങൾ അന്ന് കൊച്ചിയിലെത്തിയ ഞാൻ ഹോട്ടലിലെ മുറിയിൽ ഒറ്റയ്ക്കിരുന്ന്- ഒരു ഗോളിയുടെ ഏകാന്തതയെപ്പോലെ - അനുഭവിക്കേണ്ടിവരുമോ എന്ന ഭീതിയിലായിരുന്നു. എന്നെ ഹോട്ടലിലാക്കിയ ഡ്രൈവർക്ക് മൊബൈൽ ഫോണിൽ ഒരു വിളിവന്നു. "ശരി. വിട്ടിട്ട് ഉടനെ എത്താം."

ആരായിരുന്നു വിളിച്ചത് എന്നു ചോദിച്ചപ്പോൾ ഏഷ്യാനെറ്റിലെ യുവ സഹപ്രവർത്തകൻ മനു ആണ് (ഏഷ്യാനെറ്റിലെ എഫ് ഐ ആർ എന്ന പരിപാടിയുടെ അവതാരകൻ)

എന്തായിരുന്നു കാര്യമെന്ന് എനിക്ക് ഉടനെ ബോദ്ധ്യമായി. കൊച്ചി നഗരം ഫുട്ബോൾ ലഹരി എങ്ങനെ ആസ്വദിക്കുന്നുവെന്നുള്ള വാർത്തയുടെ ചിത്രീകരണത്തിന്റെ തയ്യാറെടുപ്പാണ്. എനിക്ക് പെട്ടെന്ന് തോന്നിയ ആശയത്തിൽ മനുവിനെ വിളിച്ചു. ഞങ്ങൾ ഉടനെ ധാരണയിലായി. കേരളത്തിലെ യുവലോകം ഒന്നിച്ച് ആർത്തുല്ലസിക്കുന്ന കൊച്ചിയിലെ പ്രധാന ഹാളുകളിൽ ഒരുമിച്ചുപോകാൻ തയ്യാറായി. രാത്രി 12.00 ന് തുടങ്ങുന്ന കിക്കോഫിന് തൊട്ടുമുമ്പ് ഞങ്ങൾ ടൗൺ ഹാളിലെത്തി. കൊച്ചി പൊലീസ് ആശയവിരുതോടെ തയ്യാറാക്കിയിരുന്ന സംവിധാനങ്ങൾ. സംഗീതവും ശബ്ദവിസ്മയവുമെല്ലാമുണ്ട്.

ഡച്ചുകാർക്കും സ്പാനിഷുകാർക്കുമിടയിൽ നടക്കുന്ന മരണപ്പോരാട്ടത്തിന്റെ മുഹൂർത്തങ്ങളുടെ വലിയ വിരുന്ന്. അച്ചടക്കമുള്ള യുവ സദസ്സ് ആത്മനിയന്ത്രണത്തോടെ മാത്രമേ പക്ഷം ചേർന്നുള്ളൂ. മത്സര വീര്യം കൂടിയിട്ട് ഇരുഭാഗവും തമ്മിൽ തല്ലാകുമോ എന്നു ശ്രദ്ധിക്കാൻ യൂണിഫോറമില്ലാത്ത പൊലീസുകാരുമുണ്ടായിരുന്നു. എന്നാൽ ഫൈനലിൽ കളിച്ചവർക്ക് നല്കിയ ഒട്ടേറെ മഞ്ഞക്കാർഡുകളിൽ ഒന്നുപോലും,

മദ്യപിച്ചും മദ്യപിക്കാതെയും വന്ന യുവാക്കളിൽ ഒരാൾക്കുപോലും നല്കേണ്ടിവന്നില്ല. അവരുടെ പ്രതീക്ഷയ്ക്കൊത്ത് സ്പെയിനും നെതർലാന്റ് ഉയർന്നില്ല എന്ന നിരാശയകറ്റാൻ നല്ല ചലനങ്ങൾക്ക് ഇരുഭാഗവും പ്രോത്സാഹനം നല്കിക്കൊണ്ടിരുന്നു. നല്ല ഫുട്ബോൾ മാത്രം കാണാൻ കൊതിക്കുന്ന ഒരു യുവതലമുറ. ലോകഫുട്ബോൾ റാങ്കിങ്ങിൽ ഇന്ത്യ 130-ാം സ്ഥാനത്താണ് എന്ന ദുഃഖമുള്ള ഒരു തലമുറ. ഈ കാൽവൈഭവം എന്തുകൊണ്ട് ഇന്ത്യക്ക് സാധിക്കുന്നില്ല എന്ന അന്ധാളിപ്പിലുള്ള ഒരു തലമുറ. കൈകൾ കാണിക്കുന്ന തെറ്റുകളും കാലുകൾ കാണിക്കുന്ന ശരികളും എല്ലാം തിരിച്ചറിയാൻ കണ്ണുകളുള്ള യുവതലമുറ.

പണ്ട് ഇന്ത്യ ടെന്നീസ് കണ്ടതും ഈ മട്ടിലായിരുന്നു. രാമനാഥൻ കൃഷ്ണനും വിജയ് അമൃതരാജും മറ്റും കടന്നുവന്നപ്പോൾ ഇന്ത്യ പടികളേറെ കയറി. പണ്ട് ഇന്ത്യ ക്രിക്കറ്റ് പഠിച്ചത് ഈ മട്ടിലായിരുന്നു.

സുനിൽ ഗവാസ്കറും സച്ചിൻ ടെണ്ടുൽക്കറും മറ്റുമെത്തിയപ്പോൾ നാം രാജാക്കന്മാരായിരിക്കുന്നു. പണ്ട് നാം ബാഡ്മിന്റൺ കളികൾക്ക് സാക്ഷ്യം വഹിച്ചത് ഈയവസ്ഥയിലായിരുന്നു. പിന്നീട് പ്രകാശ് പദുകോണും, ഏറ്റവുമൊടുവിൽ സൈനയും ലോകതാരങ്ങളായിരിക്കുന്നു.

ചെസിലും ഇതുതന്നെ സംഭവിച്ചു. വിശ്വനാഥൻ ആനന്ദാണ് ഇന്ന് ലോകരാജാവ്. എന്നെപ്പോലുള്ള ഉല്പതിഷ്ണുക്കളോട് ആ ചരിത്രങ്ങൾ എന്തോ പറയുന്നു.

കിടന്നുറങ്ങുമ്പോൾ അത്യാഗ്രഹമെന്ന് ആർക്കും തോന്നാവുന്ന ഒരു മോഹം എന്റെ രണ്ടാം തലയണയായി.

ഇന്ത്യ എന്റെ തലമുറ അവസാനിക്കുന്നതിന് മുമ്പ് 32 രാജ്യങ്ങളിൽ ഒന്നാകുമെന്ന അത്യാഗ്രഹം. ആ ആഗ്രഹത്തെ കെട്ടിപ്പിടിച്ച് ഞാൻ സുഖമായുറങ്ങി. അപൂർണ്ണമായ ഏതോ പ്രണയസാഫല്യമോഹത്തെ തേടിയുള്ള ഒരു ആനന്ദനിദ്ര.

ശ്രദ്ധാലുക്കൾ

ഈയിടെയായി കേരളത്തിലെ രാഷ്ട്രീയ നേതാക്കൾ ഉപയോഗിക്കുന്ന വാക്കുകൾക്ക് വലിയ പക്വത കൈവന്നിരിക്കുന്നു. വളരെ അപൂർവ്വം ചില സന്ദർഭങ്ങളിൽ ചിലരുടെ പൊട്ടിത്തെറികളുണ്ട്. (ശുംഭന്മാർ!) എന്നാലും നിയന്ത്രിതമാണ്. ദൃശ്യമാധ്യമങ്ങളുടെ സാന്നിദ്ധ്യവും കോടതികളുടെ നിരീക്ഷണങ്ങളും പെട്ടെന്ന് മനസ്സിൽ കയറിവരുന്നത് അവരുടെ മുഖഭാവങ്ങളിൽ കാണാം. പ്രമുഖ നേതാക്കൾ ഇന്ന് പൊതുവേദികളിലും പത്രസമ്മേളനങ്ങളിലും മുഖാമുഖങ്ങളിലും വാക്കുകളുടെ വില - വാങ്ങേണ്ട വിലയും കൊടുക്കേണ്ട വിലയും - ഈയിടെ ഭംഗിയായി മനസ്സിലാക്കിയിരിക്കുന്നു. പ്രധാന കാരണം വരുന്ന തിരഞ്ഞെടുപ്പുകളാണ് എന്ന് പറയാൻ വലിയ മാധ്യമപാണ്ഡിത്യം വേണ്ട.

അമാന്യതയ്ക്കും മാന്യതയ്ക്കുമിടയിലെ അതിർവരമ്പുകൾ തിരിച്ചറിയുന്ന ഒരു പുതിയ മലയാളി സമൂഹത്തെ അവർ തിരിച്ചറിയുന്നു. അവരിൽ ബുദ്ധിയുള്ളവർ മറ്റുള്ളവരെ ആ തിരിച്ചറിയലിന്റെ പ്രാധാന്യം ബോധിപ്പിക്കുന്നു. കുട്ടികളുടെ മുമ്പിൽ അച്ഛനും അമ്മയും വഴക്കിടുമ്പോൾ നല്ല ബന്ധുക്കളും സുഹൃത്തുക്കളും ഉപദേശിക്കാറില്ലേ? കുട്ടികൾ എല്ലാം കേൾക്കുകയാണ്. അവരുടെ മനസ്സുകളിൽ പോറലേല്പിക്കരുത്.

"കുട്ടികൾ മനസ്സിലാക്കട്ടെ." എന്നാവും വൈകാരിക നിലപാട്. കുട്ടികൾ ഇതിനിടെ എല്ലാം മനസ്സിലാക്കിക്കഴിഞ്ഞുവെന്നതാണ് യാഥാർത്ഥ്യം.

നിരന്തര ഹർത്താലും വിലവർദ്ധനയുംകൊണ്ട് പീഡിപ്പിക്കപ്പെടുന്നവരാണ് ഇതു വായിക്കുന്നവരിൽ ബഹുഭൂരിപക്ഷവും. മലയാളികളുടെ സാധാരണ സാക്ഷരതയുടെ വളർച്ചയ്ക്കൊപ്പം പക്വമതികളായി വളർന്ന സാധാരണ മനുഷ്യർ. സഭ്യേതരമായ പ്രയോഗങ്ങൾ അവർക്ക് അദഹ്യ

മാണ്. പഴിചാരൽരാഷ്ട്രീയത്തെ അവർ വെറുക്കുന്നുവെന്ന് സി അച്യുത മേനോന്റെ കാലത്തുതന്നെ കേരളം അവരെ ബോധിപ്പിച്ചുകഴിഞ്ഞിരിക്കുന്നു.

മന്ത്രി ജി സുധാകരൻ താൻ ഉപയോഗിക്കുന്ന വാക്കുകളുടെ കാര്യത്തിൽ കൂടുതലൊന്നും ആലോചിക്കാത്ത മനുഷ്യനാണ്. പക്ഷേ, അദ്ദേഹത്തിന്റെ ഉദ്ദേശ്യശുദ്ധിയെ ആർക്കും ചോദ്യം ചെയ്യാനാകുന്നുമില്ല. പ്രതിപക്ഷത്തെ പലർക്കും ഈ മനുഷ്യനോട് അസൂയയാണ് എന്നതാണ് സത്യം. അതേ വേളയിൽ സുധാകരന്റെ തന്നെ പാർട്ടിയിൽപ്പെട്ട മറ്റു ചിലർ ഈ മട്ടിൽ പ്രസംഗിക്കാൻ ശ്രമിച്ചാൽ അവർ കുടുങ്ങും.

ഇ കെ നായനാരെപ്പോലെ അപൂർവ്വം ചിലർക്കു മാത്രം ലോകം അനുവദിച്ചിട്ടുള്ള ഒരു സ്വാതന്ത്ര്യമാണ് 'നായനാർ അല്ലേ?' എന്ന സ്നേഹം. ആ അവസ്ഥയിലേക്ക് പ്രവേശിക്കാൻ ജി സുധാകരനും ദീർഘകാലം സഞ്ചരിക്കണം. അക്കൂട്ടത്തിൽ മറ്റുചിലർ സുധാകരന്റെ വാക്കുകളുപയോഗിക്കാൻ അതിലേറെ സഞ്ചരിക്കണം. സുധാകരൻ പറഞ്ഞാൽ പുഞ്ചിരിച്ചുകളയുകയും അതേ പ്രയോഗം മറ്റൊരാൾ നടത്തിയാൽ ക്ഷുഭിതരാവുകയും ചെയ്യാനുള്ള രാഷ്ട്രീയ പ്രബുദ്ധത പുതിയ മലയാളി സമൂഹം ആർജ്ജിച്ചുകഴിഞ്ഞിരിക്കുന്നു. അതുകൊണ്ടാണ് ഭൂരിപക്ഷം നേതാക്കളും ശ്രദ്ധാലുക്കളായി മാറിയിരിക്കുന്നത്.

രാഷ്ട്രീയമായ വാക്കുകൾ അവയുടെ ആശയാടിസ്ഥാനം എന്താണെങ്കിലും വ്യക്തിപ്രസ്താവനകളാണ്. ആ വ്യക്തി ആരാണ് എന്ന ചോദ്യമൊഴിവാക്കിക്കൊണ്ടുള്ള സംവേദനശ്രമങ്ങൾ പരാജയപ്പെടും. ഉമ്മൻചാണ്ടി പറയുന്നത് രമേശ് ചെന്നിത്തലയ്ക്ക് പറയാനാകില്ല; അച്യുതാനന്ദൻ പറയുന്നത് പിണറായിക്കും പറയാനാകില്ല; മറിച്ചും. വ്യക്തിയും ആ വ്യക്തിയുടെ ചരിത്രവും സന്ദർഭവും യുക്തിയും മാത്രമാണ് പ്രധാന നിരീക്ഷണഘടകങ്ങളായി മാറുന്നത്. ഈ കാര്യം ഈയിടെയായി കൂടുതൽ നേതാക്കൾ തിരിച്ചറിയുന്നുവെന്നത് നല്ല കാര്യം. അതിന് കാരണം വരാനിരിക്കുന്ന തിരഞ്ഞെടുപ്പുകളാണെങ്കിലും നല്ല കാര്യം.

ഒരു ദ്രാവിഡ പാഠം

ഒരു പെണ്ണിന് ആണുമായോ ഒരു ആണിന് പെണ്ണുമായോ സഹവസിക്കാൻ വിവാഹത്തിനു മുമ്പും ശേഷവും അവകാശമുണ്ടെന്ന് അറുപതുകളിൽ പ്രഖ്യാപിച്ച സാമൂഹിക പ്രസ്ഥാനമാണ് ദ്രാവിഡ കഴകം. നിരന്തരം കറുത്ത ഉടുപ്പിട്ട് രാവണനാണ് ശരി, ശ്രീരാമന്റെ അന്നത്തെ രാഷ്ട്രീയം വെറും ഇന്ത്യൻ ഫ്യൂഡൽ ഇതിഹാസമാണെന്ന് സധൈര്യം പ്രസംഗിച്ചുനടന്ന മനുഷ്യനായിരുന്നു ദ്രാവിഡ കഴകത്തിന്റെ മുഖ്യശില്പി ഇ വി രാമസ്വാമി നായകർ. തമിഴ്നാട്ടിലെ ബ്രാഹ്മണസമൂഹം ഞെട്ടിപ്പോയ ആ സന്ദേശത്തോടൊപ്പം വിശ്വാസ നിന്ദയെന്ന് കരുതാവുന്ന വിഗ്രഹാധിഷ്ഠിത പ്രാർത്ഥനാരീതികൾക്കെതിരെയും ദ്രാവിഡകഴകം ആഞ്ഞടിച്ചു. തിരുവള്ളുവരെയും കമ്പനെയും തിരുനാവുക്കരസനെയും പോലും ഈ പ്രസ്ഥാനം ചില സന്ദർഭങ്ങളിൽ രാഷ്ട്രീയമായി തള്ളിപ്പറഞ്ഞിരുന്നു.

അറുപതുകളിലും എഴുപതുകളിലും അത്തരം ചർച്ചകൾ തമിഴ്നാടിനെ സജീവമാക്കുമ്പോൾ ഇത്തരം അടിസ്ഥാന സാമൂഹിക നീതിബോധത്തെക്കുറിച്ച് ഉറക്കെ പറഞ്ഞിരുന്നവർക്ക് കേരളത്തിലെ കമ്യൂണിസ്റ്റ് പ്രസ്ഥാനത്തിന്റെ ധാർമ്മികതയുടെ സൂക്ഷിപ്പുകാർ പിന്തുണ നല്കിയിട്ടില്ല. കേരളത്തിൽ ഒട്ടേറെ നല്ല സ്ത്രീകൾ ഈ ചർച്ചകളിലേക്ക് വീണ്ടും വീണ്ടും സമൂഹത്തിന്റെ ശ്രദ്ധ അഭ്യർത്ഥിച്ചിട്ടുണ്ട്. പുരോഗമനമെന്ന് സ്വയം വിശേഷിപ്പിക്കുന്ന ഒരു രാഷ്ട്രീയ പ്രസ്ഥാനവും അത്തരം നല്ല സംവാദങ്ങളുടെ ഭാഗമായിട്ടില്ല.

തമിഴ്നാട്ടിലെ ദ്രാവിഡ കഴകം ദ്രാവിഡ മുന്നേറ്റ കഴകം എന്ന രാഷ്ട്രീയ പ്രസ്ഥാനത്തിന് ജന്മം നല്കി. അണ്ണാദുരൈ എന്ന വലിയ മനുഷ്യനും കറുത്ത ഷാളു ധരിച്ച് ആ ആശയങ്ങളുടെ അകമ്പടിയോടെ അധികാരത്തിൽ കയറി. അന്ന് അണ്ണാദുരൈയുടെ തമ്പികളിൽ പ്രമുഖർ കരു

ണാനിധിയും മതിയഴകനും നെടുഞ്ചേഴിയനുമായിരുന്നു. ദ്രാവിഡ മുന്നേറ്റ കഴകം ഭിന്നിച്ചു. എം ജി ആറിന്റെ അണ്ണാ ദ്രാവിഡ മുന്നേറ്റ കഴകമുണ്ടായി. അതും രണ്ടായി. ജാനകി രാമചന്ദ്രന്റെ എ ഐ എ ഡി എം കെയും ജയ ലളിതയുടെ എ ഐ എ ഡി എം കെയും രണ്ടു സ്ത്രീസ്വത്വങ്ങൾ; മരിച്ച നടന്റെ ജീവിതത്തിലെ നടികളായിത്തീർന്നവർ മുഖ്യമന്ത്രിമാരായി!

ഒരു തമിഴ് പാട്ടിന്റെ വരി കടമെടുത്ത് പറഞ്ഞാൽ പാതയ് തവറിയ കാൽകൾ വിരുമ്പിയ ഊർ ചെന്റു ചേർത്തവില്ലയ്.'

(ദിശാബോധം നഷ്ടപ്പെട്ടു നടക്കുന്ന കാലുകൾ ഉദ്ദേശിച്ച ലക്ഷ്യത്തി ലെത്തില്ല. അതാണ് ജാനകി രാമചന്ദ്രന് ഉടനെ ബോദ്ധ്യമായത്.) ബോദ്ധ്യ മായെങ്കിലും അത് സമ്മതിക്കാതെ രാഷ്ട്രീയ യുദ്ധം തുടരുകയാണ് ജയ ലളിത.

തമിഴ് നടി കുശ്ബു കുറേക്കാലം മുമ്പ് പ്രസ്താവിച്ചു "ആണിനും പെണ്ണിനും വിവാഹത്തിനു മുമ്പും ശേഷവും ഒറ്റയ്ക്ക് താമസിക്കാൻ അവ കാശമുണ്ട്." രാമസ്വാമി നായ്ക്കർപണ്ട് പറഞ്ഞ അതേ കാര്യം. കുശ്ബു വിനെതിരെ ഇരുപതോളം കേസുകൾ. ചില കേസുകളിൽ ന്യായമുണ്ടെന്ന് ഒരു കോടതി. കുശ്ബു എന്ന മിടുക്കി എല്ലാ കേസുകളും തള്ളിക്കളയ ണമെന്ന് അഭിപ്രായ സ്വാതന്ത്ര്യത്തിന്റെ പേരിൽ സുപ്രീം കോടതിയെ സമീപിച്ചു. കുശ്ബുവിന്റെ വാദം ശരിയെന്ന് പ്രഖ്യാപിക്കാൻ സുപ്രീം കോടതി അധികസമയം എടുത്തില്ല.

ഇത് കുശ്ബുവിന്റെ മാത്രംവിജയമല്ല. സ്ത്രീസ്വാതന്ത്ര്യത്തിന്റെ വിജ യമായും ചെറുതായികാണരുത്. ഇന്ത്യയിൽ കപട സമൂഹങ്ങളുടെ മുഖം മൂടികൾ കളയാനുള്ള വലിയൊരു സന്ദർഭമാണിത്.

ഈ നിയമയുദ്ധം വിജയിച്ചശേഷം കുശ്ബു ദ്രാവിഡ മുന്നേറ്റ കഴക ത്തിന്റെ പ്രാഥമികാംഗത്വത്തിനുവേണ്ടി അപേക്ഷ നല്കി. കുശ്ബുവിന്റെ അംഗത്വം ഉടനെ അംഗീകരിച്ചുകൊണ്ട് കരുണാനിധി പറഞ്ഞു. "അവൾ പുരോഗമന ചിന്താഗതിക്കാരിയാണ്."

ഒരു ചോദ്യമുയർത്തട്ടെ. കുശ്ബു പറഞ്ഞതുപോലെ ഒരു മലയാള സിനിമാനടി പറയുകയും ഇത്തരം കേസുകൾ അതിജീവിക്കുകയും പിന്നീട് നമ്മുടെ കമ്യൂണിസ്റ്റ് പാർട്ടികളിൽ അംഗത്വത്തിന് അപേക്ഷിക്കു കയും ചെയ്താൽ കരുണാനിധി പ്രതികരിച്ചതുപോലെ അവളെ സ്വീക രിക്കാൻ ഇന്നത്തെ എത്ര നേതാക്കൾ സന്നദ്ധമാകും? നാമാണ് കമ്യൂണി സ്റ്റുകാർ, പുരോഗമന ചിന്താഗതിക്കാർ! ഒരു കുശ്ബുവിനും നാം ഇടം നല്കില്ല. ഉറപ്പ്.

ഗുരുനിന്ദയും ശിഷ്യ ശത്രുതയും

ലോകത്ത് ഏറ്റവും ആദരിക്കപ്പെടുന്ന തൊഴിൽ ഏതെന്നു ചോദിച്ചാൽ ഇന്നും എല്ലാ മഹാന്മാരും സമ്മതിക്കും. അദ്ധ്യാപനം; അറിവു കൈമാറൽ. എല്ലാവരിലും നല്ല ഗുരുവാകാനുള്ള ഒരു വ്യഗ്രതയുണ്ട്.

അദ്ധ്യാപകരായി ഔപചാരിക പഠന ക്ലാസുകൾ നടത്തിയവർക്ക് മാത്രമല്ല, തൊഴിൽ പരിശീലകരിൽ പലർക്കും നല്ല ഗുരുവാകാനുള്ള വലിയ മോഹമുണ്ട്.

ഈ കാലത്ത് "ഞാൻ നിന്നെ പഠിപ്പിച്ചിരുന്നു" എന്ന് അടുത്ത തലമുറയെ ഓർമ്മിപ്പിച്ചാൽ ചിലപ്പോൾ ജീവിതകാലം മുഴുവനും വേദനിപ്പിക്കുന്ന ഒരു മറുപടിയാവും ലഭിക്കുക. നല്ല ഗുരുക്കന്മാർക്ക് നല്ല ശിഷ്യന്മാരുടെ മുഖം കണ്ടാലറിയാം. ചില നല്ല ശിഷ്യന്മാർക്ക് അവർക്ക് ഇഷ്ടമില്ലാത്ത പഴയ ഗുരുക്കന്മാരെ ഒഴിവാക്കാനുള്ള താല്പര്യവും നാം ഇടയ്ക്കിടെ കാണുന്നു.

അച്ഛനെയും അമ്മയെയും വെറുക്കുന്ന കുട്ടികളുണ്ട്. അത്തരം കുട്ടികൾ ഗുരുവിനെയും വെറുത്താൽ സമൂഹത്തിൽ വലിയ പ്രശ്നങ്ങളുണ്ടാക്കാൻ പ്രാപ്തിയുള്ള നീച ബീജങ്ങൾ ജനിക്കുന്നു.

ഇന്ത്യയുടെ സാംസ്കാരിക നിർമ്മിതികളിൽ പരമപ്രധാനമായ ഗുരു-ശിഷ്യ സങ്കല്പത്തിന് അടുത്തകാലത്തായി വലിയ കോട്ടം സംഭവിച്ചിരിക്കുന്നു. പ്രത്യേകിച്ച് തൊഴിൽ സ്ഥാപനങ്ങളിൽ പുതിയ തലമുറയുടെ കുറവുകൾ പറയാതെ മരിച്ചിട്ടുള്ള ഒരു പഴയ തലമുറയുമില്ല. എന്നാലും തന്റെ "ശിഷ്യഗണങ്ങളെ" പേരെടുത്തു പറഞ്ഞ് അഭിനന്ദിക്കാനുള്ള ഒരവസരവും ഗുരുക്കന്മാരോ നല്ല അദ്ധ്യാപകരുടെ പേരു പറഞ്ഞ് അഭിമാനിക്കാത്ത പുതിയ തലമുറയോ ഇല്ല എന്നതാണ് സത്യം. ഏതു തീവ്രവാദത്തെയും നേരിടാൻ ശക്തിയുള്ള ഒരു ബന്ധമാണിത്. ദൈനംദിന ജീവിത

ബന്ധമല്ല. നല്ല മാനസിക സമ്മർദ്ദങ്ങളുടെ മാർദ്ദവത്തിൽ മാത്രം ബന്ധിതമായ ഒരു കെട്ടുറപ്പിന്റെ സംശുദ്ധമായ ശക്തിയാണ്. ഏതു ഗുരുകുലത്തിലും കോൺവെന്റിലും മദ്രസയിലും ഈ സൽക്കർമ്മം ചെയ്യുന്ന മനുഷ്യരുണ്ട്.

എന്നാലും അപൂർവ്വം ചില കേന്ദ്രങ്ങളിൽ ഗുരുവിനെ തന്നെ നിന്ദിക്കാൻ പുറം ലോകം പഠിപ്പിക്കുന്ന ചില കുട്ടികളും കുട്ടികളെ ശത്രുക്കളായി മാത്രം കാണുന്ന ചില അദ്ധ്യാപകരുമുണ്ട് എന്ന സത്യം ഒളിപ്പിക്കേണ്ട കാലം കഴിഞ്ഞു. ദുഷ്കർമ്മത്തിന് പ്രേരിപ്പിക്കുന്ന മാതാപിതാക്കളേക്കാളും അപകടകാരികളാണ് വിഷം കലർത്തിവിടുന്ന അദ്ധ്യാപകർ.

കേരളത്തിന്റെ കാര്യം മാത്രമല്ലിത്. ലോക ജനാധിപത്യത്തിന് മാതൃക കാണിച്ചുതന്ന അമേരിക്കയിലാണ് അടുത്തകാലത്തായി ഈ രോഗം ശക്തമായി കാണപ്പെടുന്നത്. അതിനോടൊപ്പം തന്നെ നാമറിയാത്ത ആയിരമായിരം കേന്ദ്രങ്ങളിൽ ലോകത്തെയാകെ താറുമാറാക്കാൻ കുട്ടികളോടു പറയുന്ന പഠനമുറികളുണ്ട്.

മുമ്പെത്തേക്കാളും ഗുരു-ശിഷ്യബന്ധത്തിന് പ്രസക്തിയുള്ള ഒരു കാലമാണിത്. തെറ്റുകൾ മാത്രം ആശയമീമാംസമായി കാണുന്ന കുട്ടികളും അവർ എന്തെങ്കിലും ചെയ്തോട്ടെ എന്നു കരുതുന്ന അദ്ധ്യാപകരും കൂടിയാകുമ്പോൾ ലോകമവസാനിക്കാൻ ഒരു മഹാപ്രളയത്തിനായി നാം അധികം കാത്തിരിക്കേണ്ടിവരില്ല.

കാരണം നന്മയുടെ ഉപേക്ഷയും തിന്മയുടെ ഉല്പാദനവും നടത്തുന്ന ആ സങ്കലനത്തിനും വലിയ ശക്തിയുണ്ട്. ദുഷിച്ച ശക്തി.

ഗുരുനിന്ദയും ശിഷ്യശത്രുതയും തമ്മിലുള്ള ആപല്ക്കരമായ പാരസ്പര്യം അല്ലെങ്കിൽ അതിലേറെ ഭീതിപ്പെടുത്തുന്ന പുച്ഛവും നിസ്സംഗതയും കേരളവും ഈ വിപത്തിന്റെ വഴിയിൽ പ്രവേശിച്ചിരിക്കുന്നുവെന്ന് പ്രധാനികൾക്ക് പൂർണ്ണബോദ്ധ്യം ഉണ്ടായിട്ടില്ല.

നമ്മെ കാണുന്നവർ

എന്നെ വല്ലാതെ വിഷമിപ്പിച്ച ഒരു ടെലിഫോൺ സംഭാഷണം കഴിഞ്ഞ ദിവസം നടന്നു. ബോംബെയിലെ ഒരു പഴയ സുഹൃത്താണ്. ബാങ്കുദ്യോഗസ്ഥൻ. അദ്ദേഹത്തിന്റെ ഗതികേടു കാരണം എനിക്കറിയാത്ത അയാളുടെ മറ്റൊരു സുഹൃത്തിനും പരിചയമില്ലാത്ത ഒരു വ്യക്തിയുടെ 'ചെറിയൊരു ആവശ്യ'ത്തിന് സഹായം തേടുകയായിരുന്നു. ഇംഗ്ലീഷിൽ പറഞ്ഞാൽ 'A small request' 'A small request' എന്ന പ്രയോഗം കുറേ വർഷങ്ങളായി ഞാൻ കേൾക്കുകയാണ്. 'ചെറിയൊരു അഭ്യർത്ഥന' എന്നു തെറ്റിദ്ധരിക്കുന്ന കാലത്തോട് ഞാൻ വിടപറഞ്ഞിരിക്കുന്നു. 'A small request' എന്നാൽ വലിയ ശല്യം എന്നാണ് ഇന്നത്തെ എന്റെ പരിഭാഷ. കാരണം അനുഭവങ്ങളതാണ്. ഈ ആശങ്ക ഞാൻ വ്യക്തമാക്കിയപ്പോൾ സുഹൃത്ത് സമാധാനിപ്പിച്ചു. ഒരു ശല്യവുമില്ല. കേരളത്തിലെ ഇന്നത്തെ സമൂഹത്തെക്കുറിച്ച് അഞ്ചു മിനിട്ട് സംസാരിച്ചാൽ മതി. ശരി, എന്റെ നല്ല സുഹൃത്തിനായി ഞാനതിന് കടപ്പെട്ടവനാണ്. സമ്മതിച്ചു.

കേരളത്തെക്കുറിച്ച് സാമാന്യം ഭംഗിയായി അപഗ്രഥനം നടത്തിയ വ്യക്തിയാണ് എന്ന് ആദ്യത്തെ മിനിട്ടിൽനിന്ന് ബോദ്ധ്യമായി. എന്റെ ജോലി എളുപ്പമായി എന്നു തെറ്റിദ്ധരിച്ചു. പിന്നീടുണ്ടായ സംഭാഷണ ത്തിന്റെ രത്നച്ചുരുക്കം. ഈ മട്ടിൽ.

"കേരള സമൂഹത്തിന്റെ മാറുന്ന അഭിരുചികൾ മനസ്സിലാക്കാൻ ഏറ്റവും ശക്തമായ മാധ്യമം ഏതാണ്?"

"സിനിമ, ടെലിവിഷൻ, ഭൂമിയുടെ വില, ബാങ്കുകളിലെ നിക്ഷേപം."

ഞാൻ അവസാനിപ്പിക്കുന്നതിനു മുമ്പുതന്നെ ഇടപെട്ടുള്ള ചോദ്യ മായി. "കറക്ട്. സിനിമ. ഏറ്റവും വലിയ സ്വാധീനശക്തി അല്ലേ?"

"അല്ല. സ്വാധീനശക്തിയല്ല. അഭിരുചി, വ്യക്തമാക്കുന്ന വലിയ ഘട

കം....." അവിടെയും എന്റെ വാചകം പൂർത്തിയായില്ല.

"കഴിഞ്ഞ കുറേ വർഷങ്ങളിലായി മലയാളത്തിലെ ഹിറ്റ് സിനിമകൾ ഏതൊക്കെയാണ്?"

ഹിറ്റ് സിനിമകളിൽ പലതും കണ്ടിട്ടില്ലാത്ത ഞാൻ കുറേ സിനിമാപ്പേരുകൾ പറഞ്ഞു.

എന്റെ സുഹൃത്തുമായി ഉണ്ടാക്കിയ കരാർ അഞ്ചു മിനിട്ട് സംഭാഷണമാണ്. അതു തീരാറായി.

മോഹൻലാലിന്റെയും മമ്മൂട്ടിയുടെയും സുരേഷ് ഗോപിയുടെയും ദിലീപിന്റെയും പൃഥ്വിരാജിന്റെയും വൻവിജയങ്ങളായ ചിത്രങ്ങളുടെ രഹസ്യം അങ്ങനെയൊക്കെയാകാം എന്നു ഞാനവരെ ബോധിപ്പിച്ചു. അപ്പോൾ അവർക്ക് പരിഭാഷ വേണം!

ഞാൻ കുടുങ്ങി. *നരസിംഹം, മീശമാധവൻ, വല്യേട്ടൻ, രാക്ഷസരാജാവ്, രാവണപ്രഭു, രാജമാണിക്യം* ഏറ്റവുമൊടുവിൽ *താന്തോന്നി.* എന്റെ പരിഭാഷ വാക്കുകൾ എല്ലാം ഞാനെഴുതുന്നില്ല. വല്യേട്ടന് ബിഗ് ബ്രദർ, എന്നു പറയാൻ തുടങ്ങി. ഞാൻ നിർത്തി 'Senior brother' എന്നാക്കി. 'Big Brother' ന് ഒട്ടേറെ അർത്ഥതലങ്ങളുണ്ടല്ലോ. 'നരസിംഹ'ത്തെയും 'മീശമാധവനെ'യും 'രാവണപ്രഭു'വിനെയും 'താന്തോന്നി'യെയും രക്ഷിക്കാൻ ഞാൻ സാന്ത്വനസ്വഭാവമുള്ള ഒട്ടേറെ ഇംഗ്ലീഷ് വാക്കുകൾ പറഞ്ഞു. ഓരോ പരിഭാഷയ്ക്കും ഒരു മൂളൽ മാത്രം മറുപടി. "ശരി, പോരേ?" ഞാൻ ചോദിച്ചു. സംഭാഷണം 20 മിനിട്ട് കഴിഞ്ഞു. മൊബൈൽ ഫോൺ എന്റെ ചെവിയെ പൊള്ളിക്കാൻ തുടങ്ങി.

"Basically Keralites are very violent prone is n't it?"

ചോദ്യം! പൊതുവെ നമ്മൾ കൊല്ലാനും തല്ലാനും നടക്കുന്ന വർഗ്ഗമാണെന്ന്! അപ്പോൾ ഞാൻ മറ്റു ചില സിനിമകളുടെ പേരുകൾ പറഞ്ഞു നോക്കി. "Those are all festival films" നാട്ടുകാർ കാണാത്ത ബുദ്ധിജീവിചിത്രങ്ങൾ.

"നിങ്ങളുടെ ധാരണ ശരിയല്ല." ഞാൻ തർക്കിച്ചു.

"എന്റെ കൈയിൽ റവന്യൂ ചാർട്ടുണ്ട്. നിങ്ങൾ നേരത്തെ പറഞ്ഞ മിക്ക സിനിമകളും ശരിയാണ്. ശ്രീനിവാസന്റെ *ചിന്താവിഷ്ടയായ ശ്യാമള*യുടെയും ജയറാമിന്റെ *വെറുതെ ഒരു ഭാര്യ*യുടെയും വിജയത്തിന്റെ കാര്യം ഞാൻ പറഞ്ഞത് വലിയ അബദ്ധമായി. "Both are anti-women" മറുപടി. സ്ത്രീവിരുദ്ധ സിനിമകൾ?

നന്ദി പറഞ്ഞ് അവർ സംഭാഷണം അവസാനിപ്പിച്ചു. എനിക്ക് കൂടുതൽ ഒന്നും പറയാനില്ലായിരുന്നു.

അടിക്കുറിപ്പ്: ഇങ്ങനെയാണ് പലരും നമ്മെ കാണുന്നത്.

ചെറിയൊരു കാർഗിൽ യാത്ര

കഴിഞ്ഞ ദിവസം തിരുവനന്തപുരത്തുനിന്നും എറണാകുളത്തേക്ക് ഒരു ട്രെയിൻ യാത്രയുണ്ടായി. ഡൽഹിയിലേക്ക് പോകുന്ന നമ്മുടെ കെ കെ എക്സ്പ്രസ് വലിയ തിരക്കില്ലാത്ത സമയമാണ്. ഡൽഹിക്കാർക്ക് അവധിയുള്ള സമയവുമല്ല. എ സി കോച്ചിൽ കുറച്ചുപേരെയുള്ളൂ. എറണാകുളം കഴിയുമ്പോൾ തിരക്കു വർദ്ധിക്കുമെന്ന് എന്നെ സമാധാനിപ്പിക്കാനെന്ന മട്ടിൽ ടിക്കറ്റ് എക്സാമിനർ പറഞ്ഞു. എനിക്ക് കുറച്ചു മാറിയുള്ള ഒരു സീറ്റിൽ ഒരു വ്യക്തിയുടെ മൊബൈൽ ഫോണിൽ നിരന്തരം വിളികളാണ്. നാട്ടിൽനിന്നും മടങ്ങിപ്പോകുന്നവനോട് യാത്രാമൊഴികൾ. വളരെ വൈകാരികമായ വാക്കുകളാണ്. പാവം കുറേക്കാലം കഴിഞ്ഞ് നാട്ടിൽ വന്നു മടങ്ങിപ്പോകുന്നതാകാം എന്നു ഞാൻ കരുതി. ഫോൺ വിളികളിൽനിന്നും സ്വയം ചെറിയ വിശ്രമമുണ്ടാക്കിയശേഷം ആ മനുഷ്യൻ എന്നെ വന്നു പരിചയപ്പെട്ടു. സുനിൽകുമാർ സൈനികനാണ്. സുബേദാർ രണ്ടുപതിറ്റാണ്ടുകളായി ഇന്ത്യൻ കരസേനയിലെ സിഗ്നൽസിൽ സേവനം തുടരുന്നു. വിരമിക്കാനുള്ള എല്ലാ പ്രലോഭനങ്ങളെയും അതിജീവിച്ച് ദേശസ്നേഹിയായി ഇന്നും ഫിറോസ്പൂരിൽ പ്രതിരോധവൃത്തി തുടരുന്നു. കാർഗിൽ യുദ്ധത്തിന്റെ എല്ലാ ഘട്ടങ്ങളുടെയും ഭാഗമായിരുന്നു. ഇന്ന് ഒരു ചെറിയ കുട്ടിയുണ്ട്. നാട്ടിലേക്ക് എല്ലാ കുടുംബാംഗങ്ങളെയും ഒന്നിച്ച് കാണാൻ വന്നതാണ്. നാട്ടിൽ 18 ദിവസമേ കിട്ടിയുള്ളൂ. വീണ്ടും താമസിക്കാതെ വരാനാകും എന്ന പ്രതീക്ഷയിലുമാണ്. ഫിറോസ്പൂരിൽ നമ്മുടെ പ്രസിദ്ധീകരണങ്ങളും ടെലിവിഷൻ ചാനലുകളും എത്തുന്നതിന്റെ ആഹ്ലാദവും അഭിമാനിയായ ഒരു മലയാളിയെന്ന നിലയിൽ സുനിൽകുമാർ എനിക്ക് കൈമാറി.

ഇതിനിടെ ഉച്ചഭക്ഷണം വേണോന്ന് കോച്ചിലെ അറ്റൻഡർ ചോദിച്ചു.

സസ്യഭക്ഷണമേയുള്ളൂ. എനിക്ക് വേണമെന്ന് ഞാനും വേണ്ട എന്ന് സുനിൽകുമാറും വ്യക്തമാക്കി. "ഭക്ഷണം കരുതിയിട്ടുണ്ടാകണം." ഞാൻ ധരിച്ചു.

ഇതിനിടെ സുനിൽകുമാറിന്റെ ഫോണിലേക്ക് ഒന്നിലേറെ വിളികൾ ഒരു മാധ്യമപ്രവർത്തകനെന്ന നിലയിൽ ഒരു കാര്യം പിടികിട്ടി. ട്രെയിൻ കൊല്ലത്തെത്തുമ്പോൾ ആരോ കാണാൻ വരുന്നുണ്ട്. ഞങ്ങൾ സംഭാഷണം തുടർന്നു. "നമ്മുടെ മന്ത്രി ഇപ്പോൾ നാട്ടിൽ വന്നിരുന്നുവല്ലോ?" ആദ്യം മനസ്സിലായില്ല. എന്റെ മുഖത്തെ സംശയം കണ്ടപ്പോൾ സുനിൽ കുമാർ വേഗത്തിൽ പറഞ്ഞു. "പ്രതിരോധമന്ത്രി, അതേ എ കെ ആന്റണി."

എ കെ ആന്റണിയെക്കുറിച്ച് ഒരു സൈനികന്റെ വിലാപം തീവണ്ടി യാത്രയിൽ കേൾക്കേണ്ടി വരുമോ എന്ന ഭീതിയിൽ ഞാൻ സമ്മതിച്ചു. "അതേ, അദ്ദേഹം നാട്ടിലുണ്ടായിരുന്നു."

കുറച്ചുനേരം മുഖം താഴ്ത്തിയിരുന്ന ശേഷം സുനിൽകുമാർ പറഞ്ഞു.

"നല്ല മനുഷ്യനാണ് സാറേ. പെൻഷൻ പറ്റിപ്പോയ വലിയ ഉദ്യോഗസ്ഥരെപ്പോലും ഒരു ദാക്ഷിണ്യവും കാണിക്കാതെ ചെയ്ത തെറ്റിന് കോർട്ട് മാർഷൽ ചെയ്ത മനുഷ്യനാണ്. ഒരു പ്രതിരോധ മന്ത്രിക്കും ഇതിനുമുമ്പ് ധൈര്യമുണ്ടായിട്ടില്ല." ഞാൻ സമാധാനത്തോടെ വിശ്വസിച്ചു. അച്ചടക്കത്തിൽ വിശ്വസിക്കുന്ന ഒരു സൈനികന്റെ സത്യസന്ധമായ തെല്ലും രാഷ്ട്രീയമില്ലാത്ത, ആ അഭിമാനം തുളുമ്പുന്ന ആ മലയാളി വാക്കുകൾ ഞാൻ എ കെ ആന്റണിക്ക് കൈമാറുന്നു. സുനിൽ കുമാർ മാത്രമല്ല. മലയാളികളല്ലാത്ത സാധാരണ ജവാന്മാരും ആന്റണിയെ വാഴ്ത്തുന്നുവെന്നതിൽ നാട്ടിലെ മലയാളികൾക്ക് എന്തുകൊണ്ട് അഭിമാനമില്ല? ഇതാണ് എന്നോടുണ്ടായ ചോദ്യം. "പറഞ്ഞതു നന്നായി." ഞാൻ സമാധാനിപ്പിച്ചു. ഇങ്ങനെയൊരു കുറിപ്പെഴുതുമെന്ന് ഞാൻ ഒരുസൂചനയും നല്കിയില്ല.

കൊല്ലമെത്തി സുനിൽകുമാർ ഓടിച്ചാടി പുറത്തിറങ്ങി. നേരത്തെയുണ്ടായ ഫോൺ കോളുകളുടെ തുടർച്ച. ഇതിനിടെ എന്റെ ഭക്ഷണം വന്നു. ട്രെയിൻ വീണ്ടും ചലിച്ചുതുടങ്ങിയപ്പോൾ എനിക്കു പേടിയായി. സുനിൽകുമാറെവിടെ?

ഞാൻ എഴുന്നേറ്റു നടക്കാനാരംഭിക്കുമ്പോൾ വലിയ ഭാരമുള്ള ഒരു പെട്ടിയുമായി സുനിൽകുമാർ വരുന്നു. ആ പെട്ടി സീറ്റിനടിയിൽ വളരെ ക്ലേശിച്ച് തിരുകിക്കയറ്റുന്നത് ഞാൻ ശ്രദ്ധിച്ചു. അതു സുനിൽകുമാർ കണ്ടു. ചെറിയ ജാള്യതയോടെ എന്നോടു പറഞ്ഞു.

"എന്റെ കൂടെയുള്ളവനു കൊടുക്കാൻ അവന്റെ അമ്മ ഏല്പിച്ചതാണ്. അച്ചാറും മറ്റും. ചിലപ്പോൾ ഞാനും കഴിക്കും."

തന്നോടൊപ്പം യുദ്ധം ചെയ്യുന്നവന്റെ അമ്മയുടെ വികാരം ഏറ്റെടുക്കുന്ന ഒരു സൈനികന്റെ ആ മുഖം എന്നെ കോരിത്തരിപ്പിച്ചു. ഇത്തരക്കാരുള്ളതുകൊണ്ടാണ് ഇന്ത്യ കാർഗിൽ യുദ്ധങ്ങൾ ജയിക്കുന്നത്.

"ഭക്ഷണം കഴിക്കുന്നില്ലേ?" ഞാൻ ചോദിച്ചു.

"സാറ് കഴിക്കുന്നില്ലേ?"

ഒരു മണിപോലുമായില്ല. ഞാൻ അദ്ദേഹത്തെ കഴിക്കാൻ നിർബ്ബന്ധിച്ചു. എന്റെ ഭക്ഷണസമയം ആയിട്ടില്ല. സുനിൽകുമാർ ഭക്ഷണം കഴിച്ചു. ഇതിനിടെ തന്റെ നാട്ടിൽ നടക്കുന്ന ഒരു അനീതിയുടെ വിവരങ്ങളും എനിക്ക് കൈമാറി. കുറേ ആലോചിച്ച് വൈകി ഭക്ഷണം കഴിച്ച് ഞാൻ മയങ്ങി.

കണ്ണുതുറന്നപ്പോൾ തൃപ്പൂണിത്തുറയായി. എറണാകുളത്ത് ഇറങ്ങാൻ അധിക സമയമില്ല. ഞാൻ മുഖം തുടച്ച് വൃത്തിയാക്കുമ്പോൾ സുനിൽ കുമാറിന്റെ ശബ്ദം. "സാർ അടുത്തത് എറണാകുളം സ്റ്റേഷനാണ്." ഒരു സിവിലിയന്റെ അശ്രദ്ധ ഏത് സൈനികനും മനസ്സിലാകും. ഞാൻ അറിയാമെന്ന മട്ടിൽ തലയാട്ടിയപ്പോൾ സന്തുഷ്ടനായി സുനിൽ.

ഞാൻ വളരെ ഉന്മേഷത്തോടെയാണ് എറണാകുളം സ്റ്റേഷനിലിറങ്ങിയത്. കാർഗിൽ യുദ്ധത്തിൽ പങ്കെടുത്ത ഒരു സൈനികൻ പകർന്ന ഒരു ആവേശം.

ആ സൈനികന്റെ നിഷ്കളങ്കതയ്ക്കു മുന്നിൽ അഭിമാനം ഏറ്റുവാങ്ങിയ പൗരൻ. ശ്രീ. ആന്റണി ഈ മനുഷ്യനെ അഭിനന്ദിക്കണം.

(കെ കെ എക്സ്പ്രസിൽ ഞങ്ങൾ യാത്ര ചെയ്തത് 2010 മാർച്ച് 7-ാം തീയതി.)

മൗനനിബന്ധനകൾ

എം പി നാരായണപിള്ള ജീവിച്ചിരുന്ന അവസാന നിമിഷങ്ങളിൽ വർഷത്തിലൊരിക്കൽ ഒരു മാസം, ചിലപ്പോൾ അതിൽ കൂടുതൽ ദിവസങ്ങൾ, മൗനവ്രതം പാലിച്ചിരുന്നു. അത്യാവശ്യ വിനിമയങ്ങൾക്ക് ആംഗ്യഭാഷയും മറ്റു സന്ദേശങ്ങൾക്ക് ചെറുകുറിപ്പുകളും. "ഗോപൻ ഒന്നു ശ്രമിച്ചു നോക്ക്. ഈ കാലം നമ്മുടെ ശരീരത്തിനും മനസ്സിനും നല്കുന്ന ശക്തി അപാരമാണ്."

നാണപ്പൻ ഒരർത്ഥത്തിലും അന്ധമായ വിശ്വാസങ്ങൾക്ക് ഒരിക്കലും അടിമപ്പെട്ടിട്ടില്ല. സ്വന്തം മനസ്സിനെയും ശരീരത്തെയും പരീക്ഷണശാലയാക്കി ജീവിച്ചിരുന്ന മനുഷ്യനായിരുന്നു. തന്റെ യുക്തിക്ക് ബോദ്ധ്യമായ കാര്യം മാത്രം ചെയ്തിരുന്ന വ്യക്തി.

നാണപ്പന്റെ ഉപദേശം സ്വീകരിച്ച് ഞാനിത് പരീക്ഷിച്ചുനോക്കിയിട്ടുണ്ട്. ഒരുദിവസം പൂർണ്ണമായും വായ തുറക്കാതിരുന്നപ്പോൾ തന്നെ നാണപ്പന്റെ തീരുമാനം ശരിയെന്ന് ബോദ്ധ്യപ്പെട്ടു. എന്നാൽ മിണ്ടാതിരിക്കാൻ അനുവദിക്കുന്ന തൊഴിൽവൃത്തിയില്ലാത്തതുകൊണ്ട് ഒരു മാസമല്ല, ഒരാഴ്ച പോലും ഈ വ്രതം സാധിക്കാത്ത മനുഷ്യരാണ് നമ്മളിൽ മിക്കവരും.

എം പി നാരായണപിള്ള അവസാനമായി മൗനവ്രതം ഭഞ്ജിച്ചത് ഉറ്റ സുഹൃത്ത് പി സി ജോസഫ് മരണാസന്നനാണ് എന്നറിഞ്ഞപ്പോഴാണ്. മുംബൈയിൽനിന്നും തിരുവനന്തപുരത്തേക്ക് ഒരു ഫോൺ വിളിക്കാൻ, ആ സംഭാഷണത്തിലൂടെ നാണപ്പൻ നല്കാൻ ആഗ്രഹിച്ച കരുത്തിനെ വെല്ലുന്ന രോഗം കാരണം പി സി ജോസഫ് യാത്ര പറഞ്ഞു.

പി സി ജോസഫിന്റെ അവസാന കർമ്മങ്ങൾ തിരുവനന്തപുരത്തു നടക്കുമ്പോൾ എം പി നാരായണപിള്ള വിടവാങ്ങിയ വാർത്തയും

മുംബൈയിൽനിന്നും വന്നു. ഗംഭീരമായ ആ സാഹോദര്യം കേരളത്തിന് രണ്ടു നല്ല മനുഷ്യരെ നഷ്ടപ്പെടുത്തിയെന്നതിൽ കവിഞ്ഞ് ഒരു നേട്ടവും സമ്മാനിച്ചില്ല. എന്നാലും രണ്ടാളുടെയും ആ മൗനസ്നേഹം വലിയ മാതൃകയായി തിളങ്ങുന്നു.

ഇതിപ്പോൾ ഓർത്തത് ബഹുഭൂരിപക്ഷം മലയാളികൾക്കും വിഷമമുണ്ടാക്കുന്ന തിലകൻ - 'അമ്മ' വിവാദമാണ്. ഒരിക്കലും ഇത് മാധ്യമ സൃഷ്ടിയല്ല.

മാധ്യമങ്ങൾ പെരുപ്പിച്ചു. വേണ്ട പ്രാധാന്യം നല്കിയില്ല. ഒരുപക്ഷം പിടിച്ചു എന്നീ ആരോപണങ്ങൾ പതിവുപോലെയുണ്ട്. ഏതോ ചെറിയ തെറ്റിദ്ധാരണകളും ആ തെറ്റിദ്ധാരണകളെ ഇരുപക്ഷത്തിനുമിടയിൽ പെരുപ്പിച്ച്, അവതരിപ്പിച്ച കുബുദ്ധികളും കൂടി കുറേക്കാലമായി നമുക്ക് ഒരു വേദന കൈമാറുന്നു. ശാന്തശീലനായ ഡോ. സുകുമാർ അഴീക്കോടിനെയും സാഹിത്യകാരൻ ടി പദ്മനാഭനെയും മന്ത്രി എം എ ബേബിയെയും കൂടി ഈ അസംബന്ധ നാടകത്തിലെ കഥാപാത്രങ്ങളാകുവാൻ ഉപദേശിച്ച ശകുനികളെ ആരും വ്യക്തമായി തിരിച്ചറിയുന്നില്ല. മൗനികളാകേണ്ടവർ മൗനം വെടിയുന്നു. അവസാനം പഴി മാധ്യമങ്ങൾക്ക് മാത്രമായിത്തീരുന്നു! 'മഞ്ഞപ്പത്രം' എന്നൊരു ന്യായമായ പ്രയോഗമുണ്ട് Yellow Journalism എന്നാൽ 'മഞ്ഞ വിവാദം' Yellow Controversy എന്നാരും പറയുന്നില്ല. My Name is Khan എന്ന സിനിമയുടെ വിവാദം ഷാരൂഖ് ഖാനും ശിവസേനക്കാരും സിനിമ വിജയിപ്പിക്കാൻ വേണ്ടി നേരത്തെ തയ്യാറാക്കിയ പദ്ധതിയാണെന്ന് താക്കറെ കുടുംബത്തിലുള്ളവർ തന്നെ പറയുന്നു.

"തിലകൻ - അമ്മ വിവാദം അങ്ങനെയെങ്കിൽ മലയാളിക്ക് എത്ര ആശ്വാസമായേനെ."

മൗന നിബന്ധനകൾ സ്വയം കല്പിതമാണ്. ശബ്ദ വാദമുഖങ്ങൾ മിക്കപ്പോഴും പരപ്രേരണകൊണ്ടും.

അച്ചടിശക്തി

യാത്രകളിലും പൊതുപരിപാടികളിലും മറ്റു ചടങ്ങുകളിലും നാം ബഹുമാനിക്കുന്ന കുറെപ്പേരെ കണ്ടുമുട്ടുന്നു. അതിൽ ഗുരുതുല്യരായ ചിലർ ഒന്നോ രണ്ടോ വാചകങ്ങളിൽ മാധ്യമ പ്രവർത്തകനായ എന്നെപ്പോലുള്ളവരോട് അഭിനന്ദനം അറിയിക്കുകയോ തെറ്റു ചൂണ്ടിക്കാണിക്കുകയോ ചെയ്യുന്നു. ആ അനുഭവങ്ങളെ എന്റെ ഭാഗ്യമായി ഞാൻ കാണുന്നു. കണ്ണാടിയെന്ന പരിപാടിയാകാം, ശംഖുമുഖം ആകാം, എഴുതിയ ഒരു പുസ്തകമാകാം.

ഈയിടെ ഏഷ്യാനെറ്റിന്റെ ആവശ്യത്തിന് ഡൽഹിയിൽ ചെന്നപ്പോൾ എ കെ ആന്റണിയെയും കണ്ടിരുന്നു.

ആന്റണി പുറത്തിറങ്ങി ഞങ്ങളോട് യാത്ര പറഞ്ഞപ്പോൾ ഉപദേശിച്ചു. "ടെലിവിഷൻ അതിന്റെ വഴിക്ക് പോട്ടെ. ശംഖുമുഖവും മറ്റെഴുത്തുകളും നിർത്തരുത്."

"ഇതു മൂന്നാമത്തെ പ്രാവശ്യമാണ് പറയുന്നത്." "ഓർമ്മയുണ്ട്." "ഞാൻ ഇനി നാലാമത്തെ പ്രാവശ്യവും പറയാം." ആന്റണിയുടെ ആ ചിരി ആർക്കും ഊഹിക്കാം.

ഞാൻ ഡൽഹിയിലെ പഴയകാല ഓർമ്മകളിലേക്ക് മടങ്ങി എന്നു പറയുന്നത് ഒരു ക്ലീഷേയാകും. ആന്റണിയെ തീക്ഷ്ണമായി വിമർശിച്ചുകൊണ്ടുള്ള രാഷ്ട്രീയ ലേഖനങ്ങൾ മലയാളത്തിലും ഇംഗ്ലീഷിലും ഞാനെഴുതിയിരുന്ന സന്ദർഭങ്ങളിൽ ചെറുപരിഭവത്തിനപ്പുറം എതിർപ്പ് പറഞ്ഞിട്ടില്ല. ശംഖുമുഖത്തിൽ തന്നെ പലപ്പോഴും ആന്റണിക്ക് സുഖകരമല്ലാത്ത ആശയവിതരണത്തിന് ഞാൻ ശ്രമിച്ചിട്ടുണ്ട്. ആന്റണി ചാരായം നിരോധിച്ചതിന്റെ അബദ്ധങ്ങളെക്കുറിച്ച് പണ്ടേ പരാമർശിച്ചിട്ടുണ്ട്.

നാട്ടിൽ മടങ്ങിയതിന് തൊട്ടുപിന്നാലെ *മാധ്യമം* തിരുവനന്തപുരത്തു

സംഘടിപ്പിച്ച ഒരു മാധ്യമ സെമിനാറിലും പങ്കെടുത്തു. ആ സെമിനാറിൽ ചെറിയാൻ ഫിലിപ്പ് പറയുന്നു. "എനിക്ക് ശംഖുമുഖം എഴുതുന്ന ഗോപകുമാറിനെയാണിഷ്ടം." ഇതുതന്നെ സുരേന്ദ്രൻ നീലേശ്വരത്തിന്റെ അനുസ്മരണച്ചടങ്ങിൽ മന്ത്രി ബിനോയ് വിശ്വവും പറഞ്ഞു.

രാഷ്ട്രീയ നേതാക്കൾ പല വേദികളിലും പലതരം പ്രസംഗങ്ങൾ നടത്തുമെന്ന് നമുക്കറിയാം. എന്നാൽ ഈ മൂന്ന് അനുഭവങ്ങളിലും പൊതുസദസ്സുമായി ബന്ധമില്ലാത്ത ഒരു സ്നേഹപ്രകടനമായിരുന്നു. ഒന്ന് ആന്റണിയുടെ ഡൽഹി വസതിയുടെ മുറ്റത്ത് രണ്ട്, തീക്ഷ്ണമായ ഒരു മാധ്യമ ചർച്ചയ്ക്കിടയിൽ മൂന്ന്, ഒരു കുടുംബകൂട്ടായ്മയുടെ സ്വഭാവമുള്ള ചടങ്ങിൽ.

ഇവരുടെ എന്നോടുള്ള സ്നേഹത്തെ തള്ളിപ്പറയുന്നില്ല. സന്തോഷത്തോടെ സ്വീകരിക്കുന്നു. ഒരു മാസത്തിനിടയിലുണ്ടായ ഈ മൂന്ന് അനുഭവങ്ങൾ എന്നെ ബോദ്ധ്യപ്പെടുത്തുന്നത് ഒരുകാര്യം മാത്രം. എഴുത്തിന്റെ, അച്ചടിമാധ്യമത്തിന്റെ, ആ മാധ്യമം കൈമാറുന്ന സ്വകാര്യതയുടെ ശക്തി നേടാൻ ടെലിവിഷന് ലോകത്തെങ്ങും സാധിച്ചിട്ടില്ല. ഒട്ടേറെ ശില്പശാലകളിൽ ഇതു ഞാൻ പറഞ്ഞിട്ടുണ്ട്. റേഡിയോ കൈമാറുന്ന അടുപ്പം വാർത്തയോ സംഗീതമോ ആകട്ടെ ടെലിവിഷന് ഇതുവരെ സാദ്ധ്യമായിട്ടില്ല. അടുപ്പം മാത്രമല്ല, പലപ്പോഴും ആധികാരികതയും. ഇന്നും ബി ബി സി റേഡിയോ അവതാരകർക്കുള്ള പ്രമാണിത്തം ബി ബി സി ടെലിവിഷൻ അവതാരകർക്കില്ല. ഒരാളെ കണ്ടാൽ തിരിച്ചറിയാം. മറ്റൊരാളുടെ പേരു പറഞ്ഞാൽ മാത്രം മതി. അതിലേറെ ശക്തിയുണ്ട് സത്യസന്ധമായി എഴുതുന്ന വാക്കുകൾക്ക്.

ഒരു വിഷയത്തിലും പ്രവേശിക്കാതെ സ്വന്തം അനുഭവങ്ങളുടെ പശ്ചാത്തലത്തിൽ മാത്രം ഇങ്ങനെയൊരു കുറിപ്പ് എന്തുകൊണ്ട്? ന്യായമായ സംശയമാണ്. സത്യം പറയാം. വാർത്ത ടെലിവിഷൻ തൊഴിൽ അഭിമുഖങ്ങൾക്ക് വരുന്ന ഒട്ടേറെ കുട്ടികൾ പറയുന്നു. ടെലിവിഷന് കൂടുതൽ ശക്തിയുണ്ട് എന്ന്. ആ ധാരണ ശരിയല്ല. ശക്തിയുണ്ടായി വരുന്നു. എവിടെവരെച്ചെല്ലാമെന്ന കാര്യത്തിൽ വിദേശ ടെലിവിഷൻ ചാനലുകളുടെ ചരിത്രവും പരിശോധിക്കണം.

അച്ചടി മാധ്യമങ്ങളിലെ സുഹൃത്തുക്കൾ എന്നോടു പലപ്പോഴും പറയാറുണ്ട്. ടെലിവിഷൻ മാധ്യമ പ്രവർത്തകർ കാണിക്കുന്ന ഹുങ്ക്! അത്തരക്കാരുടെ ഹുങ്കും അവസാനിക്കുന്ന നിമിഷങ്ങൾ ഞാൻ കണ്ടിട്ടുണ്ട്. "ചാനലിലല്ലേ!"

"അതെ."

"ഏതു ചാനലാണ്."

ആ നിമിഷത്തിൽ അഹങ്കാരം കുറഞ്ഞു തുടങ്ങും.

"എന്താ പേര്?"

അതും കൂടിയാകുമ്പോൾ കുട്ടികൾ വേഗത്തിൽ പഠിക്കും.

എഴുതുന്നവന് സ്വയം വിശദീകരിക്കേണ്ട. തിരിച്ചറിയപ്പെടേണ്ട. തിരി

ച്ചറിയുന്നവരെ ഒഴിവാക്കുവാനും അവകാശമുണ്ട്.

*കലാകൗമുദി*യുടെ ഒരു പേജ് ഞാൻ കടമെടുക്കാൻ തുടങ്ങിയിട്ട് 25 വർഷങ്ങൾ കഴിയുന്നു. ഡൽഹിയിൽ നിന്നായിരുന്നു തുടക്കം. എസ് ജയചന്ദ്രൻ നായരും നമുക്ക് നഷ്ടപ്പെട്ട എം പി നാരായണപിള്ളയുമായിരുന്നു പ്രചോദന വ്യക്തിത്വങ്ങൾ. 'നാണപ്പൻ' എഡിറ്ററായിരുന്ന *ട്രയൽ* എന്ന പ്രസിദ്ധീകരണത്തിലും എന്റെ ഒരു ചെറുപംക്തിയുണ്ടായിരുന്നു. അന്ന് ടെലിവിഷന്റെ ഒരു ശല്യവുമില്ലായിരുന്നുവെന്നും ഓർക്കാൻ മറക്കരുത്.

ഒരു ആഴ്ചപ്പതിപ്പുമായി ഒരു കാൽ നൂറ്റാണ്ടിന്റെ ബന്ധം പൂർത്തിയാക്കുവാനായത് എന്നെ അത്ഭുതപ്പെടുത്തുന്നു. ഇടയ്ക്കിടെ തടസ്സങ്ങളുണ്ടായിട്ടുണ്ട്. ഇന്ന് കുറേക്കാലമായി ശംഖുമുഖം തുടരുന്നു. ഞാൻ വളരെ നിർവ്വികാരമായാണ് എന്റെ ഈ സന്ദർഭത്തെ കാണുന്നത് എന്നു പറയുന്നത് അസത്യമാകും. അടക്കിയ മറ്റൊരു വികാരമുണ്ട്. പറഞ്ഞാൽ ആരും വിശ്വസിക്കില്ല. ഈ കാൽനൂറ്റാണ്ടിൽ എം എസ് മണിയെന്ന വലിയ വ്യക്തിത്വത്തെ ഞാൻ അഞ്ചുപ്രാവശ്യം മാത്രമേ കണ്ടിട്ടുള്ളൂ. ആ അഞ്ചു കൂടിക്കാഴ്ചകളുടെ സമയം കൂട്ടിയാൽ അരമണിക്കൂർ കവിയില്ല എന്നും മണിസാറിനറിയാം.

1985 മുതൽ *കലാകൗമുദി* വായിക്കുന്ന ചിലർ ഇതും വായിക്കുന്നുണ്ടാകും. എന്നോട് നേരിട്ട് ദേഷ്യം പ്രകടിപ്പിക്കാൻ കഴിയാത്തവരോട് നന്ദി. എന്റെ ലേഖനങ്ങളിലെ നല്ലഭാഗവും ചീത്തഭാഗവും കൂട്ടിവായിച്ചവർക്കും നന്ദി.

ശംഖുമുഖം തുടരും. ഓരോ ആഴ്ചയിലും വളരെ വ്യത്യസ്തമായ തീരുമാനങ്ങളാണ് സമൂഹവും എന്റെ അനുഭവങ്ങളും എന്നിൽ അടിച്ചേല്പിക്കുന്നത്. എല്ലാവർക്കും എല്ലാം എപ്പോഴും ദഹ്യമാകില്ല എന്നറിയുന്ന സമീപനം; ഒട്ടേറെ പേർക്ക് ബോദ്ധ്യമാകും എന്ന പ്രതീക്ഷ എന്നെപ്പോലുള്ള മാധ്യമപ്രവർത്തകരുടെ പരിമിതിയുമതാണ്. പിൻബലവുമതാണ്. എപ്പോഴും തെറ്റുകൾ തിരുത്താനുള്ള സന്നദ്ധതയും.

ഈ ശംഖുമുഖം ചെറുതായി നീണ്ടുപോയി. 25 വർഷങ്ങൾ പൂർത്തിയാക്കിയ ഒരു കുട്ടിയുടെ നിർദ്ദോഷമായ ആഹ്ലാദപ്രകടനമായി കാണുക.

യോജിപ്പിന്റെ ഒരു മേഖലയെങ്കിലും

ഇന്ത്യയിലെ തീവ്രവാദ പ്രവർത്തനങ്ങളുടെ ഒരു പ്രധാന ഉറവിടം കേരളമാണെന്ന് മാധ്യമങ്ങൾ ആവർത്തിച്ചു നമ്മെ ബോദ്ധ്യപ്പെടുത്തുകയാണ്. 'ലവ് ജിഹാദിൽ' തുടങ്ങിയ മുംബൈ സ്ഫോടനങ്ങളുമായി ബന്ധമുള്ളവർക്ക് കേരളം താവളമായതിന്റെ വസ്തുതകൾ പുറത്തുവരുന്നു. ലോക തീവ്രവാദഭൂപടത്തിൽ ഇന്ന് കേരളവുമുണ്ട്.

ഒരു മാധ്യമപ്രവർത്തകൻ ഈയവസ്ഥയിൽ പൊലീസുകാരെക്കാളും കൂടുതൽ ശ്രദ്ധിക്കേണ്ട ഒരു മനുഷ്യനായി മാറുകയാണ്. ഒരു ഭാഗത്ത് ആക്രമണങ്ങളും വർഗ്ഗീയ സംഘർഷവും വെടിവയ്പ്പും കൊലപാതകങ്ങളും നടന്നു കാണാൻ ആഗ്രഹിക്കുന്ന ഒരു ന്യൂനപക്ഷം. ഹിന്ദുക്കളുടെയും മുസ്ലീങ്ങളുടെയും ന്യൂനപക്ഷം മറുഭാഗത്ത്. "എന്ത് വൃത്തികേടാണ് എല്ലാവരും കൂടി കാട്ടികൂട്ടുന്നത്?" എന്ന് തുറന്നും നിശ്ശബ്ദമായും വിലപിക്കുന്ന മഹാഭൂരിപക്ഷം നിശ്ശബ്ദർ വാ തുറക്കേണ്ട സമയമായി.

ഇന്ത്യ മുമ്പൊരിക്കലും നേരിടാത്ത ഒരുവിഷമഘട്ടത്തിലേക്ക് നീങ്ങുകയാണെന്ന് എന്റെ ചരിത്രബോധം എന്നെ പേടിപ്പിക്കുന്നു. ആ ഭീതി എത്രത്തോളം കേരളത്തിൽ പൂർണ്ണമായും എല്ലാവരും ഉൾക്കൊണ്ടിട്ടുണ്ട് എന്ന സംശയമുള്ളതുകൊണ്ടാണ് എനിക്കുപോലും അഹസ്യമായ ഈ കുറിപ്പ്.

വിഷബീജങ്ങളാകെ വളർന്നുകഴിഞ്ഞിരിക്കുന്നു. ആ ബീജങ്ങൾക്ക് തണ്ടും തടിയുമായി. മുലയും തലയുമായി. ഈ വിഷബീജങ്ങൾക്കിടയിൽ ആരാണ് നിയന്ത്രണവാദി എന്ന വൃത്തിയില്ലാത്ത അന്വേഷണമല്ല മാധ്യമപ്രവർത്തനം; രാഷ്ട്രീയപ്രവർത്തനം. വിഷബീജങ്ങൾ വിഷാണുക്കളാണ്. വിഷാണുക്കളുമാണ്. ആ കടിയേറ്റാൽ നാം ആശുപത്രിയിലാകുമോ അതോ മരിക്കുമോ എന്ന മട്ടിലാണ് ചില സംവാദങ്ങൾ? വിഷപ്പാമ്പുകൾ

കൊത്താതിരിക്കണമെങ്കിൽ പാമ്പുകളോട് കാര്യം പറഞ്ഞു ബോധിപ്പിക്കുന്ന മട്ടിലുള്ള ചർച്ചകൾ!

കേരളം പോലെ രാഷ്ട്രീയ പാരമ്പര്യമുള്ള ഒരു സംസ്ഥാനത്ത് അത്തരം ചർച്ചകൾ ഒരിക്കലും നടന്നുകൂടാ. കേരളത്തെ ഞെട്ടിച്ചതായിരുന്നുവല്ലോ നക്സൽ കാലഘട്ടം. ആ ആശയത്തോട് യോജിപ്പില്ലെങ്കിലും ആ പ്രസ്ഥാനം പ്രതികളാക്കിയവരിൽ കൊലപ്പെടുത്തിയവരിൽ, 99 ശതമാനം പേർ അനീതിയുടെ പ്രതിബിംബങ്ങളായിരുന്നുവെന്ന സത്യം നാം സമ്മതിക്കണം. കൊന്നത് ശരിയല്ല. സത്യം. എന്നാൽ ജീവിക്കാൻ കൊല്ലപ്പെട്ടവന് അവകാശവുമില്ലായിരുന്നു. ഇവിടെ ഇന്ന് വെറും പാവങ്ങളെ കൂട്ടത്തോടെ കൊല്ലുകയാണ്.

ആ പഴയ ചരിത്രബോധത്തോടെ മാത്രമേ ഇന്നത്തെ കേരളത്തിന്റെ വിപത്തിനെ സമീപിക്കാൻ നമുക്ക് അവകാശമുള്ളൂ. സാധിക്കുകയുമുള്ളൂ. ഒരു മാധ്യമ പ്രവർത്തകന്റെ ഒരുചെറിയ പ്രയോഗം, ഒരു ബുദ്ധിജീവിയുടെ തെറ്റായ നിരീക്ഷണം, ഒരു രാഷ്ട്രീയ നേതാവിന്റെ അബദ്ധ പ്രസ്താവന, ഏതെങ്കിലും ഒന്നുമതി വിഷാണുക്കൾക്ക് സാമൂഹിക ശരീരത്തിലാകെ പടർന്നുകയറാൻ.

ആവർത്തിക്കട്ടെ, സാമുദായിക സംഘടനകളുടെയും സാമുദായിക സ്വഭാവമുള്ള രാഷ്ട്രീയ പ്രസ്ഥാനങ്ങളുടെയും പത്രസമ്മേളനങ്ങൾ തത്സമയം കാണുമ്പോൾ എന്നെപ്പോലുള്ളവർക്ക് വലിയ ഭയമാണ്.

ഒരു വമ്പൻ തെറ്റ് ഒരാൾ എഴുന്നള്ളിച്ചാൽ ആർജ്ജവത്തോടെ അടുത്തനിമിഷം ആയിരം വിഷാണുക്കൾ ജനിക്കും. നമ്മുടെ അടുത്തതലമുറയുടെ ദുരന്തത്തിനായി ഇനി കാത്തിരിക്കേണ്ട. ഇന്നത്തെ തലമുറതന്നെ അതു കാണേണ്ടിവരും.

ഏക ആശ്വാസമിതാണ്. "എല്ലാ രാഷ്ട്രീയക്കാരും കള്ളന്മാരാണ്. അവർ കള്ളത്തരം കാട്ടിയാലും നാട്ടിന് നല്ലതുണ്ടാകട്ടെ." എന്ന പുത്തൻ മലയാളി ചിന്ത!

"മനുഷ്യരെ പരസ്പരം കൊല്ലിക്കുന്ന പ്രസ്താവനകൾ ഇറക്കുന്നതിലും ഭേദം സ്വകാര്യ ലാഭത്തിനായി വല്ലതും മോഷ്ടിക്കുന്നതല്ലെ സാർ നല്ലത്!" ഒരാൾ എന്നോട് ചോദിച്ചു. ഇതാണ് നാം നടത്തേണ്ട അനുരഞ്ജനം! എന്നെ മോഷ്ടിക്കാൻ സമ്മതിച്ചില്ലെങ്കിൽ ഞാനും തീവ്രവാദിയാകും!

നടൻ ശ്രീനിവാസന്റെ പ്രശസ്തമായ തമാശയുണ്ട്. "എന്തോ കാര്യത്തിന് അച്ഛനോടു കാശു ചോദിച്ചപ്പോൾ തന്നില്ല. അന്നു ഞാൻ നക്സലായി." അത്തരം തമാശകൾ കേട്ടു ശീലിച്ച നല്ല മലയാളികളുടെ സമൂഹമെങ്ങനെ, അതിലെ ഒരു ന്യൂനപക്ഷമാണെങ്കിലും നമ്മെ ഭയപ്പെടുത്തുന്നു? ഇത്തരം കാര്യങ്ങളിലാണ് അച്യുതാനന്ദനും പിണറായിയും ഉമ്മൻചാണ്ടിയും ചെന്നിത്തലയും കുഞ്ഞാലിക്കുട്ടിയും കെ എം മാണിയും ഒന്നിച്ചിരിക്കേണ്ടത്.

നമ്മുടെ ശില്പശാലകൾ

എല്ലാ മാധ്യമ ശില്പശാലകളും മാധ്യമ സംബന്ധിയായ സെമിനാറുകളും ഇത്രയേറെ നടക്കുന്ന മറ്റൊരു സംസ്ഥാനം ഇന്ത്യയിലില്ല. ഒരു പക്ഷേ, ഇന്ത്യയുടെ തലസ്ഥാനമായ ഡൽഹിയിൽ കൂടുതലുണ്ടാകാം. എന്നാലും എന്റെ പഠനത്തിൽ കേരളത്തെക്കാൾ ഏറില്ല.

ശില്പശാലകൾക്ക് ആദ്യമായി ആ പേരിട്ട വ്യക്തി ആരെന്ന് എനിക്ക് ഇതുവരെ മനസ്സിലായിട്ടില്ല. Workshop എന്ന ഇംഗ്ലീഷിന്റെ മനോഹരമായ മലയാള പരിഭാഷയാകാനാണ് നല്ല സാദ്ധ്യത.

'Working Lunch' എന്നൊരു പ്രയോഗത്തിന് മലയാളത്തിൽ നല്ല പരിഭാഷ ഉണ്ടായിട്ടുമില്ല. എന്റെ അറിവിൽ പണിയെടുത്തു കൊണ്ടിരിക്കുമ്പോൾ വേഗത്തിൽ ഇടയ്ക്കു കഴിയുന്ന ലഘുഭക്ഷണം എന്ന അർത്ഥത്തിലാണ് സായിപ്പന്മാർ അതുണ്ടാക്കിയത്. അതിന് നല്ല പരിഭാഷ മലയാളത്തിലും ഉണ്ടാകട്ടെ. ശില്പശാലയെപ്പോലെ.

'Workshop' എന്ന സായിപ്പിന്റെ അർത്ഥത്തെക്കാൾ ഹൃദ്യമാണ്, സുന്ദരമാണ് മലയാളത്തിലെ ശില്പശാല. എന്നാൽ മലയാളികളുടെ 'Workshop' ബൈക്കുകളുടെയും കാറുകളുടെയും കാര്യത്തിൽ മാത്രമായി ചുരുങ്ങി. ഇംഗ്ലീഷുകാരന് ആ വാക്കിന്റെ അർത്ഥം മാറിയിട്ടുമില്ല. ശില്പശാലയെന്നാൽ എന്തെങ്കിലും സൃഷ്ടികൾ അതുവഴിയുണ്ടാകണം എന്നാണ് യഥാർത്ഥ അർത്ഥം. ആ അർത്ഥത്തെ നാം ഈയിടെയായി ലഘൂകരിക്കുക മാത്രമല്ല അനർത്ഥമായ ഒരു ചടങ്ങായി പലരും മാറ്റുകയും ചെയ്യുന്നു. ഒരു ശില്പശാലയുടെ ഉദ്ദേശ്യമെന്താണ്, ലക്ഷ്യമെന്താണ്, അതുവഴി ആർക്ക് എന്തു ഗുണമുണ്ടാകുന്നു എന്നുപോലും ആലോചിക്കാത്ത സംഘാടകസമിതികളുടെ എണ്ണം കൂടുകയും ചെയ്യുന്നു.

ഒരു സംശയം ഉടനെ മാറ്റിയേക്കാം. വ്യക്തമായ ഉദ്ദേശലക്ഷ്യങ്ങളോടെ കേരളത്തിൽ നടത്തിയ ഒട്ടേറെ ശില്പശാലകളിൽ എന്നെപ്പോ

ലുള്ളവർ പങ്കെടുക്കുകയും സന്തോഷത്തോടെ മടങ്ങുകയും ചെയ്തിട്ടുണ്ട്. എന്നെക്കാളും പ്രായത്തിലും മാധ്യമപ്രവർത്തനത്തിലും അറിവിലും വളർച്ചയുമുള്ള വലിയ മനുഷ്യരുമായി പുതിയ തലമുറയോട് സംവദിക്കാനുള്ള അത്തരം സന്ദർഭങ്ങൾ ഞങ്ങളെ സന്തുഷ്ടരാക്കുന്നു. മാധ്യമങ്ങളിൽ വാർത്ത വരാൻ വേണ്ടി മാത്രം ഞങ്ങളെ ക്ഷണിക്കുന്ന ചില സംഘടനകൾക്ക് അവർ ഞങ്ങളോട് നേരത്തെ നിർദ്ദേശിച്ച വിഷയത്തോട് പോലും താല്പര്യമില്ലാതെ പോകുന്ന ദുഃഖം ഞങ്ങൾ പിന്നീട് സ്വകാര്യമായി പങ്കിടുന്നു. മാന്യർ മൗനം പാലിക്കുന്നു. ഇത്തരം സംഘാടകർ ഇന്നും ഭൂരിപക്ഷമല്ല. എന്നാലും സദുദ്ദേശ്യങ്ങളല്ല. പലരുടെയും മാധ്യമ സെമിനാറുകളുടെ കാര്യവും ഏതാണ്ട് ഈ മട്ടിലായിരിക്കുന്നു.

“എന്താ ഗോപൻ. അതിന് പോകുന്നുണ്ടോ?” എന്ന് ഞാൻ ബഹുമാനിക്കുന്ന ഒരു മാധ്യമ ജ്യേഷ്ഠൻ എന്നോട് ചോദിക്കുമ്പോൾ “എനിക്കുറപ്പില്ല” എന്ന മറുപടി പലപ്പോഴും പറയേണ്ടിവരുന്നു. ഇതിൽ രാഷ്ട്രീയഭേദമില്ല. മതജാതിവ്യത്യാസമില്ല. അത്തരം ശില്പശാലകളും സെമിനാറുകളും നമുക്ക് വെറുതെ നടത്തണോ? അതിനായി ചിലർ കാശു ചെലവാക്കണമോ? നല്ല മലയാളികൾക്ക് ആലോചിക്കാൻ സമയമായി.

ശില്പശാലകളിൽനിന്നും നല്ല സൃഷ്ടിക്കായുള്ള അല്ലെങ്കിൽ പുനസൃഷ്ടിക്കായുള്ള അതുമല്ലെങ്കിൽ പുതിയതലമുറയുടെ തെറ്റിദ്ധാരണകൾ തിരുത്തുന്ന എന്തെങ്കിലും ഒരു കർമ്മം നടത്തണം.

അല്ലെങ്കിൽ,

ശില്പ നശീകരണശാലകളായിത്തീരും, താമസിയാതെ.

എങ്ങനെ, എന്തിന്?

രാവിലെ എഴുന്നേല്ക്കുമ്പോൾ മുതൽ കുറേ പത്രങ്ങൾ വായിച്ചുള്ള ദീർഘകാലശീലവും, മാധ്യമശില്പശാലകളിൽ അസുഖകരമായ അനിഷ്ട സത്യങ്ങൾ മാത്രം വെളിപ്പെടുത്തുന്നുവെന്ന ആരോപണവും കേട്ടുമടുത്ത ഒരാളാണ് ഇതെഴുതുന്നത്. സുഖകരമായ സത്യങ്ങൾ തേടാനുള്ള വ്യഗ്രത ഒരിക്കലും നഷ്ടപ്പെടുത്തരുത് എന്ന് യുവ മാധ്യമസുഹൃത്തുക്കളോട് എപ്പോഴും പറയാറുണ്ട്, കിട്ടുന്ന സന്ദർഭങ്ങളിൽ.

എന്നെ ആഹ്ലാദിപ്പിച്ച ഒരു വാർത്ത പങ്കിടുകയാണ് ഈ കുറിപ്പ്. തൊഴിൽ കാരണങ്ങളാൽ ഇന്ദിരാഗാന്ധിയുടെ വധത്തിനു തൊട്ടുപിന്നാലെ ഡൽഹിയിൽ കുടിയേറിയവനാണ് ഞാൻ. ഒരു മാധ്യമപ്രവർത്തകനെന്ന നിലയിൽ എനിക്ക് ഇഷ്ടപ്പെട്ട ഒരു വെല്ലുവിളിയായിരുന്നു ആ കാലഘട്ടം. അതിന് മുമ്പുതന്നെ സഞ്ജയ്ഗാന്ധിയുടെ ദുരന്തമരണത്തിനു പിന്നാലെ മേനകാഗാന്ധിയെ ആ വീട്ടിൽനിന്നും പുറത്താക്കുകയും ചെയ്തിരുന്നു. അന്നുയർന്ന ആരോപണം മേനകയെ പടിക്ക് പുറത്താക്കാൻ കാരണം സോണിയയായിരുന്നുവെന്നാണ്. അക്കാലത്തെ ചില പത്രങ്ങളിൽ മേനക ഇറങ്ങിപ്പോകുന്ന ചിത്രങ്ങളുണ്ടായി.

ഇന്ദിരാഗാന്ധി ഇന്ത്യൻ രാഷ്ട്രീയത്തിൽ ചെയ്ത നന്മയും തിന്മയും അതേ സ്വഭാവം കാരണം, സ്വന്തം വീട്ടിലും നിയന്ത്രിക്കാനാകാതെ സ്വന്തം അംഗരക്ഷകരുടെ വെടിയേറ്റു മരിച്ചു. ഇന്ത്യൻ രാഷ്ട്രീയമാകെ അതുവഴി മാറിയില്ല. ഇതിനിടെ എ ഐ സി സി ജനറൽ സെക്രട്ടറി സ്ഥാനവും ഒരു തിരഞ്ഞെടുപ്പിലൂടെ ലോകസഭാംഗവും ആകാൻ വിധിക്കപ്പെട്ടവനായിരുന്നു രാജീവ്ഗാന്ധി. ഇന്ദിരാഗാന്ധിക്ക് സിഖ് പ്രശ്നത്തിൽ കൊല്ലപ്പെടാനായിരുന്നു വിധിയെങ്കിൽ തമിഴ് പ്രശ്നത്തിൽ തമിഴ്നാട്ടിൽ വച്ചുതന്നെ വധിക്കപ്പെടാനായിരുന്നു രാജീവിന്റെ ദുർവ്വിധി.

ഈ ദുരന്തങ്ങൾക്കിടയിൽ കഴിഞ്ഞ രണ്ടു വിധവകളുടെയും അവ

രുടെ കുട്ടികളുടെയും കാര്യം ഒന്നു തിരിച്ചാലോചിക്കുക. എന്തായിരുന്നു സഞ്ജയ്‌യുടെ വിമാനം തകർന്നുവീണപ്പോൾ വരുണിന്റെ പ്രായം! എന്താ യിരുന്നു രാജീവിനെ കൊന്നപ്പോൾ പ്രിയങ്കയുടെയും രാഹുലിന്റെയും പ്രായം. എന്തെല്ലാം സഹിച്ചു രണ്ടു സ്ത്രീകളും മക്കളും.

ഇന്ദിരയുടെ രാഷ്ട്രീയവും സഞ്ജയ്‌യുടെ രാഷ്ട്രീയവും രാജീവിന്റെ രാഷ്ട്രീയവും തെറ്റായിരുന്നുവെന്ന് ആദ്യകാലം മുതൽ വാദിച്ചിരുന്ന മാധ്യ മസംഘത്തിൽപ്പെട്ടവനാണ് ഞാൻ. എന്നാൽ അന്നും ഒന്നുമറിയാത്ത അവ രുടെ കുട്ടികളുടെ കാര്യത്തിൽ എല്ലാവരെയുംപോലെ വേദനിച്ചിട്ടുമുണ്ട്. ഇന്ന് കുട്ടികൾ വളർന്നുവലുതായി സോണിയാഗാന്ധി പ്രധാനമന്ത്രി സ്ഥാനം വേണ്ടെന്നുവച്ച അതേ അന്തസ്സോടെ മന്ത്രിസ്ഥാനം വേണ്ടെന്ന് രാഹുൽഗാന്ധിയും പ്രഖ്യാപിച്ചു. എന്നാൽ ഇതിനിടയിൽ ഇന്ത്യൻ ജനാ ധിപത്യത്തിനു തന്നെ വലിയ വിഘാതമേല്പിക്കാവുന്ന ഹിംസയുടെ പ്രസംഗങ്ങളാണ് മേനകയെന്ന അമ്മ വരുണിനെ പഠിപ്പിച്ചത്. വരുൺ വളരുമ്പോൾ ആ തെറ്റുകൾ തിരുത്തട്ടെ. മുൻ കഥകൾ എല്ലാവർക്കും ഹൃദിസ്ഥമാണല്ലോ.

ഇനി ഈ ലേഖനത്തിന്റെ ആഹ്ലാദനിമിഷത്തിലേക്ക് കടക്കാം. ലോകസഭയിൽ സത്യപ്രതിജ്ഞ ചെയ്യുമ്പോൾ ഉത്തർപ്രദേശിൽനിന്നും നാലു 'ഗാന്ധി'മാരുണ്ടായിരുന്നു. സോണിയ, മേനക, രാഹുൽ, വരുൺ. ദൂരദർശനുമാത്രം അവകാശപ്പെട്ട തത്സമയ സംപ്രേഷണത്തിൽ അത്തര മൊരു വ്യക്തമാക്കലില്ലായിരുന്നു. എന്നാലും മനോഹരമായ ഒരു കുടും ബസ്നേഹം പ്രകടമായി. ഇംഗ്ലീഷിൽ രാഹുൽ സത്യപ്രതിജ്ഞ ചെയ്ത പ്പോൾ അമ്മ സോണിയ അഭിമാനത്തോടെ ടേബിളിലടിച്ച് തന്റെ ആഹ്ലാദം വ്യക്തമാക്കിയത് സാധാരണം. എന്നാൽ അതിനുശേഷം പ്രതിപക്ഷനേ താവായ എൽ കെ അദ്വാനിയുടെ പാർലമെന്ററി പാരമ്പര്യം മാനിച്ച് രാഹുൽഗാന്ധി അവിടെച്ചെന്ന് അനുഗ്രഹം തേടിയത് മനോഹരമായ മാന്യത. സത്യപ്രതിജ്ഞ ചെയ്യുന്നതിന് മുമ്പുതന്നെ വലിയമ്മയായ സോണിയയെ വരുൺ വണങ്ങിയത് വളരെ ഹൃദ്യം. അപ്പോൾ ഗ്യാലറി യിലിരുന്ന് സന്തുഷ്ടയായി പുഞ്ചിരിച്ച പ്രിയങ്കയുടെ സംസാരം അതിലേറെ ചാരുത നല്കി. നമ്മുടെ മനസ്സിന് സന്തോഷമുണ്ടാക്കുന്ന സുവാർത്ത കൾ.

ഒരു സംശയം ബാക്കി. ഈ കുടുംബാംഗങ്ങൾ എന്തിന് പിണങ്ങി എതിർചേരികളിലായി!

നേത്രനനവിന്റെ നിറവ്

'ആണുങ്ങളായാൽ കരയരുത്' എന്ന മലയാളി സിദ്ധാന്തം കേട്ടു വളർന്നവരാണ് നമ്മളിൽ പലരും. ആദ്യകാലങ്ങളിൽ ഞാനും ഇതു വിശ്വസിക്കുകയും ചെയ്തു. എന്നാലും കരച്ചിൽ വരുന്നു. പുരുഷനാണ് എന്ന് തെളിയിക്കാൻവേണ്ടിമാത്രം കരയാൻ തോന്നുമ്പോൾ കരയാതിരിക്കേണ്ട കാര്യമില്ലെന്നും ചിരിക്കാൻ തോന്നുമ്പോൾ ചിരിക്കാതിരിക്കുന്നത് വഴികുഴപ്പമില്ലെന്നും താമസിയാതെ ഞാൻ പഠിച്ചു. കരഞ്ഞാൽ ബലഹീനൻ ചിരിച്ചാൽ ഗൗരവമില്ലാത്തവൻ എന്ന മട്ടിലൊരു സ്വഭാവഘടന ഒരു തലമുറയിലേക്ക് പലരും കൂടി അടിച്ചേല്പിക്കുകയായിരുന്നു.

വലിയ നേട്ടങ്ങളുടെയും സന്തുഷ്ടിയുടെയും ആനന്ദത്തിന്റെയും നിമിഷങ്ങളിൽ കരയുവാനും ദുഃഖനിമിഷങ്ങളിൽ കരയാനും കഴിയുന്നവനാണ് നല്ല മനുഷ്യനും മനുഷ്യത്തിയും എന്ന് നന്നായി പഠിച്ചു കഴിഞ്ഞ അവസ്ഥയിലാണ് എന്നെപ്പോലുള്ള ഒട്ടേറെപ്പേർ. മറ്റുള്ളവരുടെ കള്ളക്കരച്ചിലും കള്ളച്ചിരിയും അതുവഴി ഞങ്ങളെപ്പോലുള്ളവർക്ക് തിരിച്ചറിയാനാകുന്നു. ഈ ഞങ്ങളാണ് യഥാർത്ഥത്തിൽ ഭൂരിപക്ഷമെന്ന് കരച്ചിലൊളിക്കുന്നവരും ചിരിക്കാതിരിക്കുന്നവരും സ്വകാര്യ സന്ദർഭങ്ങളിൽപ്പോലും മറന്നുപോകുന്നു.

ഈ വിഷയം ഇപ്പോൾ തോന്നാൻ കാരണം റോജൻ ഫെഡറർ എന്ന ടെന്നീസ് കളിക്കാരന്റെ കണ്ണുകൾ നിറഞ്ഞ കഴിഞ്ഞ ദിവസത്തെ നിമിഷങ്ങൾ. ഗ്രാന്റ്സ്ലാമിൽ ഫ്രഞ്ച് ഓപ്പൺ മാത്രം വിജയിക്കാത്ത റോജൻ ആ ചരിത്രനിമിഷത്തിലേക്ക് പ്രവേശിച്ചവേളയിൽ വലിയ ടെന്നീസ് ലോകറിക്കാർഡ് സ്ഥാപിക്കാൻ ഒട്ടേറെ സമയം ബാക്കിയുള്ളപ്പോൾ കരഞ്ഞു. കഴിഞ്ഞ വിംബിൾഡണിൽ റോജർ ഫൈനലിൽ അപ്രതീക്ഷിതമായി പരാജയപ്പെട്ടപ്പോഴും കരഞ്ഞുവെന്നും ഓർക്കുക. റോജൻ തോറ്റപ്പോൾ കരഞ്ഞവേളയിൽ ടെലിവിഷൻ വീക്ഷകരായ ഒട്ടേറെപ്പേർ കൂട്ടത്തിൽ

കരഞ്ഞു. മറ്റൊരു ഇതിഹാസവുമായി ജയിച്ചപ്പോഴും റോജറുടെ കണ്ണു നീര് നാം കണ്ടു. അപ്പോൾ എന്നെപ്പോലുള്ളവരുടെ കണ്ണുകളിലും നേത്ര നിറവിന്റെ നനവുണ്ടായി. ഇത്തരം ചില മനുഷ്യർ ഈ ലോകത്തു ജീവി ക്കുന്നതുകൊണ്ടാണ് ഭൂമിയോ ലോകമോ എന്നു നാം വിളിക്കുന്ന ഒരു ചെറിയ സ്ഥലത്തെ ഇത്തരം സ്വഭാവങ്ങളാണ് പുതിയ കാരണങ്ങളുണ്ടാ ക്കുന്നത്. സൂര്യന്റെ സ്വഭാവം ഒരു നിമിഷം മാറിയാൽ ഭസ്മമായി പോകുന്ന ലോകത്ത് മനുഷ്യവർഗ്ഗം എന്തെല്ലാം ശരികളും തെറ്റുകളും ചെയ്യുന്നു. എന്നാൽ നല്ല വികാരങ്ങൾ ഒളിച്ചുവയ്ക്കണമെന്ന പുതിയ തലമുറയുടെ ഒരു തോന്നൽ എല്ലാം കീഴടക്കിക്കഴിഞ്ഞ ഒരു മനുഷ്യൻ തെറ്റെന്നു കണ്ണീരൊഴുക്കി തെളിയിക്കുന്നു.

'പ്രൊഫഷണൽ' എന്ന പദപ്രയോഗത്തിനർത്ഥം വികാരമില്ലാത്ത ജീവിയാകണമെന്നില്ല എന്ന് ഈ യുവാവ് അതുവഴി ലോകത്തെ വീണ്ടും ഓർമ്മപ്പെടുത്തുകയായിരുന്നു. തോറ്റാലും ജയിച്ചാലും ഞാൻ കരയും. എനിക്ക് പലപ്പോഴും ആ വേളകളിൽ തത്സമയ സംപ്രേഷണമായാലും ഒതുക്കിവയ്ക്കാനാകില്ല. റോജറുടെ പ്രഖ്യാപനമിതാണ്. ഈ സ്വഭാവത്തെ നിലനിർത്തുന്ന റോജറുടെ പ്രേയസിക്കും അഭിനന്ദനങ്ങൾ.

"ചിരിക്കുമ്പോൾ കൂടെച്ചിരിക്കാൻ ആയിരം പേർ വരും. കരയുമ്പോൾ കൂടെ കരയാൻ നിൻ നിഴൽ മാത്രം വരും." എന്ന മട്ടിലൊരു പ്രശസ്ത മായ മലയാള ഗാനമുണ്ട്. പരാജയഭീതിയുള്ള ഒരു മലയാളി മനസ്സിന്റെ ഗാനാവിഷ്കാരമാണത്. റോജർ കരഞ്ഞാൽ കൂടെക്കരയാനും റോജർ വിജയിച്ചശേഷം കൂടെ കരയാനും ഈ ദശലക്ഷങ്ങളുണ്ടെന്ന് ലോകമാ ധ്യമങ്ങൾ പ്രഖ്യാപിക്കുന്നു. സത്യമതാണ്.

ഏതു മേഖലയിലും അപൂർവ്വമായി മാറിയ ഇത്തരം പൂർണ്ണത നേടിയ മനുഷ്യബിംബങ്ങളെ ലഭിക്കുകയുള്ളൂ. അവരാണ് യഥാർത്ഥ പ്രതീകങ്ങൾ. ജയിക്കുമ്പോൾ അഹങ്കാര പത്രസമ്മേളനങ്ങളും തോല്ക്കുമ്പോൾ അതി ലേറെ അഹന്ത നിറഞ്ഞ വാക്കുകളും മൊഴിയുന്നവരല്ല.

അടിക്കുറിപ്പ്: റോജറുടെ കാര്യത്തിൽ എന്റെ ഈ വികാരം പങ്കി ടുന്ന 'ഏഷ്യാനെറ്റി'ലെ വന്ദനയെയും ഇവിടെ ഓർക്കുന്നു.

മാന്ദ്യവും മദ്യവും

ഇടയ്ക്കൊരു ബാംഗ്ലൂർ യാത്രയ്ക്കിടയിൽ തിരക്കുള്ള ഒരു ജങ്ഷനിൽ ഞാൻ സഞ്ചരിച്ച വാഹനം നില്ക്കേണ്ടി വന്നു. പൊലീസുകാർ ഡ്രൈവറോടു പറഞ്ഞു, "മുമ്പോട്ടു പോകാനാവില്ല. ഇടത്തോട്ട് തിരിച്ച് കുറേനേരം നിർത്തണം." ഡ്രൈവർ രവി തമിഴനാണ്. എനിക്ക് കന്നഡയറിയില്ല. പൊലീസുകാരൻ പറയുന്നതനുസരിച്ച് വണ്ടി മാറ്റിയിടാൻ ഞാൻ നിർദ്ദേശിച്ചു. വണ്ടിനിന്ന ശേഷം ഞാൻ ആലോചിച്ചു. അഞ്ചോ പത്തോ മിനിട്ട് ആ കോണിൽ കിടക്കണം. കാറിൽ നിന്നിറങ്ങി ചുറ്റിലും നോക്കിയപ്പോൾ മുന്നിലൊരു കാശ്മീർ എമ്പോറിയം. എനിക്ക് പഴയ ശ്രീനഗർ യാത്രകൾ ഓർമ്മ വന്നു. കാശ്മീർ വേദനകളിലൂടെ ഞാൻ യാത്ര ചെയ്ത ദിവസങ്ങൾ. ഇന്ന് കാശ്മീർ ജനാധിപത്യത്തിലേക്ക് മടങ്ങിവരാനുള്ള ശ്രമങ്ങളിലാണ്.

സമയം രാത്രി 9 മണിയോളമായി. ജീവനക്കാരല്ലാതെ മറ്റാരും എമ്പോറിയത്തിലില്ല. ഞാൻ അകത്തു കയറിയപ്പോൾ വലിയ സ്വീകരണം. എല്ലാവരും കാശ്മീരികളാണ്. ചുറ്റിലും നടന്നു നോക്കുന്നതിനിടയിൽ ഞാൻ അന്വേഷിച്ചു. "എങ്ങനെയുണ്ട് ബാംഗ്ലൂരിലെ കച്ചവടം." അവർ പരസ്പരം നോക്കി. നിശ്ശബ്ദമായി മന്ദഹസിച്ചു. എനിക്ക് മനസ്സിലായില്ല. എന്റെ ഭാര്യക്കും മക്കൾക്കും ഇഷ്ടപ്പെടുന്ന എന്തെങ്കിലുമുണ്ടെങ്കിൽ വാങ്ങാമെന്നുകരുതി. ഞാൻ ചുറ്റിനടന്നു. എനിക്കിഷ്ടപ്പെട്ട എന്റെ കുടുംബാംഗങ്ങൾക്ക് ഇഷ്ടപ്പെടുമെന്ന് തോന്നിയ ചില സാധനങ്ങൾ വാങ്ങി. ഇതിനിടെ ഞാൻ പുറത്തു നില്ക്കുന്ന ഡ്രൈവർ രവിയെ നോക്കുന്നുണ്ടായിരുന്നു. ട്രാഫിക് ഒഴിഞ്ഞിട്ടില്ല. സമയമുണ്ട് എന്ന് രവി ആംഗ്യം കാണിച്ചു.

"കച്ചവടത്തെക്കുറിച്ച് ചോദിച്ചപ്പോൾ നിങ്ങളെല്ലാവരും ആദ്യം പുഞ്ചിരിച്ചത് എന്തുകൊണ്ടാണ്?" ഞാൻ ചോദിച്ചു. ഇതിനിടെ ഞാൻ എവിടെ

നിന്നാണ് എന്തിനു വന്നു എന്നൊക്കെ എന്നോട് ചോദിച്ചതുകൊണ്ട് എനിക്കും ചോദിക്കാൻ അവകാശമുണ്ടല്ലോ. അവർ വീണ്ടും പരസ്പരം നോക്കുന്നു. "എന്താ ഞാൻ ഇവിടെ കയറിയതുകൊണ്ട് നിങ്ങൾക്ക് കട പൂട്ടാൻ വൈകിയോ?"

"സാർ, പറഞ്ഞാൽ വിശ്വസിക്കില്ല. അതുകൊണ്ടാണ് ഞങ്ങൾ മിണ്ടാതിരുന്നത്."

"എന്താ കാര്യം? പറയൂ."

"ഇന്നുരാവിലെ കട തുറന്നതാണ്. 12 മണിക്കൂർ കഴിഞ്ഞു. ചിലർ കയറിയിറങ്ങി. എന്തെങ്കിലും വാങ്ങുന്ന ആദ്യത്തെ കസ്റ്റമർ സാറാണ്."

ഞാൻ സ്തബ്ധനായി. ഇത്രയും വലിയ ഒരു എമ്പോറിയത്തിൽ അതും ബാംഗ്ലൂർ നഗരത്തിന്റെ മദ്ധ്യത്തിൽ ഒരു കച്ചവടവും 12 മണിക്കൂറായി നടന്നിട്ടില്ല. "നിങ്ങളുടെ വിലനിരക്ക് കൂടിയതുകൊണ്ടായിരിക്കും." കാശു നല്കിക്കൊണ്ട് ഞാൻ തമാശമട്ടിൽ പറഞ്ഞു.

"ഇല്ല, സാർ, Recession. ഇത് ഐ ടി സിറ്റിയല്ലെ? മിക്കവരുടെയും ജോലി പോയി. അല്ലെങ്കിൽ ശമ്പളം പകുതിയായി കുറഞ്ഞു." അയാൾ ഉടനെ എമ്പോറിയത്തിലെ അന്നത്തെ കച്ചവടരേഖകളുടെ പുസ്തകം തുറന്നുകാണിച്ചു. ഇല്ല. വരവിന്റെ കോളത്തിൽ ഒന്നുമില്ല.

എനിക്ക് സാമാന്യം നല്ല കിഴിവ് നല്കി അവർ മാന്യമായി എന്നെ യാത്രയാക്കുമ്പോൾ പറഞ്ഞ ഒരു വാചകം എന്നെ വേദനിപ്പിച്ചു. "സാർ വന്നതുകാരണം നാളെ കട തുറക്കാൻ ഞങ്ങൾക്ക് ഒരു കാരണമായി." അവരുടെ തൊഴിൽ നഷ്ടപ്പെടുന്ന ഭീതിയിലാണ്.

ഞാനിറങ്ങിയപ്പോൾ ഡ്രൈവർ രവി എന്നോടു ചോദിച്ചു. "സാറിന് ഇവരെ നേരത്തെയറിയുമോ?" "എന്താ കാര്യം?" "അവർ ഇത്ര സ്നേഹം കാണിച്ചതുകൊണ്ടാണ്." കാശ്മീരികളുമായി നടന്ന ഇംഗ്ലീഷ് സംഭാഷണം ഞാൻ തമിഴിൽ ആവർത്തിച്ചു. "എല്ലാവരും കഷ്ടപ്പെടറാങ്ക സാർ" ഒരു താത്ത്വികന്റെ സ്വരത്തിൽ രവി പറഞ്ഞു.

ഹോട്ടലിലേക്ക് പോകുന്ന വഴിയിൽ ഒരു ബിയർ പബ്ബിൽ നിർത്തി. ഞാൻ മുമ്പ് പോയിട്ടുള്ളതാണ്. ബ്രിട്ടീഷുകാരുടെ കാലത്തു തുടങ്ങിയ മനോഹരമായ സ്ഥലം. അകത്തു കയറിയപ്പോൾ ഇരിക്കാൻ സ്ഥലമില്ല. ബാംഗ്ലൂരിലെ സാമ്പത്തിക മാന്ദ്യത്തിന്റെ ഒരു ലക്ഷണവുമില്ല. അവിടെയും പത്തുമിനിട്ടു ചെലവാക്കി ഞാൻ ജീവിത വൈരുദ്ധ്യങ്ങളുടെ തീരാത്ത യാത്ര തുടർന്നു

മര്യാദ

പണ്ടെല്ലാം ഒരു പുരുഷനെ സ്ത്രീകൾ പുരുഷനായി ഇന്ത്യയിൽ അംഗീകരിക്കാൻ ഏറ്റവും പ്രധാന ഘടകമായി കണ്ടത് മര്യാദയാണ്. ഇന്ന് മലയാളത്തിൽ ആ വാക്കിന് അർത്ഥലോപം സംഭവിച്ചിട്ടുണ്ട്. ശ്രീരാമ നെയാണ് ആദ്യം മര്യാദപുരുഷൻ എന്ന് സ്ത്രീകൾ സങ്കല്പിച്ചിരുന്നത്. മിക്ക ഇന്ത്യൻ ഭാഷകളിലും മര്യാദപുരുഷന് വലിയ പുരുഷാർത്ഥങ്ങളുണ്ട്. മലയാളത്തിൽ ഇന്ന് മര്യാദയുള്ളവൻ എന്നു പറഞ്ഞാൽ ശുംഭനാണ്. എന്ന അർത്ഥം വന്നിരിക്കുന്നു.

മലയാളത്തെ പ്രസവിച്ചത് ഒരു ദ്രാവിഡഭാഷാ സംസ്കൃതിയാണല്ലോ. അമ്മ തമിഴും. തമിഴിൽ 'മര്യാദയ്' എന്നാൽ ഇപ്പോഴും അർത്ഥം ബഹു മാനിക്കുന്ന സ്വഭാവം, മാന്യത എന്നൊക്കെത്തന്നെയാണ്. മലയാളികൾക്ക് എളുപ്പത്തിൽ മനസ്സിലാക്കാവുന്ന സിനിമാ സങ്കേതത്തിൽ പറഞ്ഞാൽ ഭാരതിരാജ സംവിധാനം ചെയ്ത ഒരുസൃഷ്ടിയായ *മുതൽ മര്യാദയ്* 'ആദ്യ ബഹുമാനം' എന്നോ 'ആദ്യവിനയ'മെന്നോ 'ആദ്യ പ്രണാമ'മെന്നോ അർത്ഥമാക്കാം. സംവിധായകൻ ആ സിനിമയ്ക്ക് *മുതൽ മര്യാദയ്* എന്ന് പേര് നല്കിയതിന് സിനിമയുടെ ഇതിവൃത്തവുമായി ഒരു ബന്ധവുമില്ല. ദീർഘകാലമായി പ്രശസ്ത സംവിധായകനായി നിലകൊണ്ടശേഷവും മഹാനടനായ ശിവാജിഗണേശനെ തന്റെ സിനിമയിൽ അഭിനിയിപ്പിച്ചിട്ടി ല്ല. അല്ലെങ്കിൽ ആ അവസരമുണ്ടായില്ല എന്ന കുറ്റബോധത്തിലുടലെ ടുത്ത ഖേദപ്രകടനമായിരുന്നു ആ സിനിമാനാമം. സിനിമയുടെ ആദ്യ സെക്കന്റുകളിൽ സംവിധായകൻ തന്നെ അത് തുറന്നുപറയുന്നുണ്ട്.

ഇത്ര കഴിവുള്ള വിജയം നേടിയ ഒരു സംവിധായകന് സ്വന്തം ആവി ഷ്കാരം അങ്ങനെയൊരു അഭിനേതാവിന് പൂർണ്ണമായും സമർപ്പിക്കേണ്ട ഒരു കാര്യവുമില്ല. പ്രത്യേകിച്ച് പ്രായമായിക്കഴിഞ്ഞ ഒരു ശിവാജിഗണേ ശനു വേണ്ടി എന്തുകൊണ്ട് ഭാരതിരാജ അത് ചെയ്തു. മര്യാദയുടെ ഉൽകൃ

ഷ്ടമായ അവസ്ഥയിലേക്ക് പ്രവേശിക്കാനുള്ള നല്ല മനുഷ്യന്റെ മഹത്തായ വാസന. എല്ലാം വിട്ടുകൊടുത്താലും എന്റെ സിനിമ എന്റേതായി നിലനില്ക്കുമെന്ന ആത്മവിശ്വാസം. രണ്ടും വലിയ വിജയമായി.

പ്രേംനസീറിനെ പ്രേംനസീറായും മമ്മൂട്ടിയെ മമ്മൂട്ടിയായും തന്നെ അവതരിപ്പിച്ചുകൊണ്ടുള്ള മലയാള സിനിമ ഉണ്ടായിട്ടുണ്ട്. എന്നാൽ അവ മലയാള സിനിമാ ചരിത്രത്തിന്റെ മര്യാദയിൽ ജനിച്ച വിട്ടുകൊടുക്കലായില്ല. എന്നു മാത്രമല്ല വെറും തമാശ സിനിമകളായി മാറുകയും ചെയ്തു.

ഒരു വലിയ സംഘം ചേർന്നു നിർമ്മിക്കുന്ന ഏതു കലാസൃഷ്ടിയിലും ചിലപ്പോൾ ചിലർ മാത്രം വലിയ താരങ്ങളാകുന്നു. എന്തുകൊണ്ട് വായ്പ്പാട്ട് വിദഗ്ദ്ധമായി പാടുന്ന വലിയ ചിലരെക്കാളും ഉമയാൾപുരം ശിവരാമൻ കൂടുതൽ ശ്രദ്ധിക്കപ്പെടുന്നു. എന്തുകൊണ്ട് വലിയ അഭിനയ വൈഭവമില്ലാത്ത മുഖ്യതാരത്തിന്റെ സിനിമകളിലെ വില്ലനായി കഴിഞ്ഞ മോഹൻലാൽ വലിയ നടനായി. ഒട്ടേറെ അദ്ധ്വാനം. വാശി, കുറച്ചൊക്കെ വിട്ടുകൊടുക്കാനുള്ള മനോഭാവവും. മര്യാദ.

ഉമയാൾപുരം പാട്ട് പാടിത്തുടങ്ങിയ കുട്ടികൾക്കുവേണ്ടിപ്പോലും കൊട്ടി പ്രോത്സാഹിപ്പിക്കും. പ്രധാന താരം ആ കുട്ടിയാണെങ്കിലും.

എത്ര പ്രശസ്തി നേടിയാലും സമ്പത്തുണ്ടാക്കിയാലും അധികാരം കൈമുതലായാലും കുറച്ചു വിട്ടുകൊടുക്കാൻ മടിയുള്ളവരുടെ വലിയ വ്യവസായമാണ് സിനിമ. ഇന്ന് മോഹൻലാൽ ഉണ്ടെങ്കിൽ പണ്ട് പ്രേംനസീർ ഉണ്ടായിരുന്നു. അവരുടെ അവസ്ഥയ്ക്കനുസരിച്ച് അവർ പെരുമാറുന്നു. എന്നാൽ അടിസ്ഥാന മര്യാദകൾ മറന്നിട്ടുള്ളതായി അറിയപ്പെടുന്നചരിത്രം നമ്മെ ബോദ്ധ്യപ്പെടുത്തുന്നില്ല. അങ്ങനെയെങ്കിൽ പ്രേംനസീർ ഒരിക്കലും *പുനർജ്ജന്മം* പോലൊരു സിനിമയിൽ അഭിനയിക്കില്ലായിരുന്നു. മോഹൻലാൽ, *വാസ്തുഹാര* പോലൊരു സിനിമയ്ക്കായി യത്നിക്കില്ലായിരുന്നു. അരവിന്ദനോട് ഇവരും മര്യാദ കാട്ടി. മോഹൻലാൽ നഷ്ടം പേറി അഭിനയിച്ചു. പ്രേംനസീർ ജൂറി ചെയർമാനായി അരവിന്ദന് ദേശീയ അവാർഡ് നല്കി.

നല്ല മാധ്യമമുറികൾ

ജീവിതത്തിന്റെ ഗണ്യമായ ഒരു ഭാഗം ഹോട്ടൽ മുറികളിൽ ചെല വിട്ട ഹതഭാഗ്യരിലൊരാളാണ് ഞാൻ. ജീവിതത്തിന്റെ ഭൂരിഭാഗവും ഹോട്ടൽമുറികളിൽ കഴിയുന്ന പ്രമുഖരായ മറ്റുള്ളവരെ കാണുമ്പോൾ മാത്രമാണ് മനസ്സിന് ഒരാശ്വാസം. എല്ലാത്തരം ഹോട്ടലുകൾ; നക്ഷത്രമു ള്ളതും ഇല്ലാത്തതും. ചിലപ്പോൾ സാധാരണ കുളിമുറി പോലുമില്ലാത്ത അവസ്ഥ. വെള്ളമില്ലാത്ത ദുരന്തം. 45 ഡിഗ്രി ചൂടിൽ ഫാൻ പ്രവർത്തി ക്കില്ല. അടുത്ത ദിവസം വീണ്ടും നക്ഷത്രസൗഖ്യം. നിരന്തരം യാത്ര ചെയ്യു ന്നവർക്ക് പ്രത്യേകിച്ച് സിനിമാപ്രവർത്തകർക്കും രാഷ്ട്രീയക്കാർക്കും മാധ്യ മപ്രവർത്തകർക്കും ഇതു വേഗത്തിൽ മനസ്സിലാകും. സിനിമാപ്രതിഭകൾ എത്ര വലിയവരായാലും ചിത്രീകരിക്കുന്ന സ്ഥലവുമായി സ്വന്തം ശൈലി ബന്ധപ്പെടുത്തി ജീവിക്കേണ്ടിവരും. അതുപോലെതന്നെയാണ് പാവം മാധ്യമപ്രവർത്തകരുടെ കഥ. വലിയ സിനിമാക്കാർക്കും രാഷ്ട്രീയനേതാ ക്കൾക്കും നേരത്തെ തയ്യാറാക്കിയ വീടുകളുണ്ടാകും. വലിയ നടന്മാർക്ക് അവരെ ചിത്രീകരിക്കുന്ന സ്ഥലം ഏതായാലും ശീതീകരിച്ച ഒരു വലിയ വാഹനം ഈയിടെയായി എപ്പോഴും സന്നദ്ധമാണ്. സഞ്ചരിക്കുന്ന ഒരു ഹോട്ടൽമുറി. എന്നാലും മുറിയാണ്. ദൂരെയെവിടെയോ വലിയ സൗധ മുണ്ട്.

രാഷ്ട്രീയ നേതാവാകുന്നതിന് സിനിമയിലൂടെ നേടിയ സല്പേര് ഭംഗി യായി ഉപയോഗിച്ച രണ്ടു പ്രമുഖ തെന്നിന്ത്യൻ വ്യക്തിത്വങ്ങളുണ്ട്. രണ്ടല്ല അതിലേറെയുണ്ട് എന്നാലും എം ജി രാമചന്ദ്രനും എൻ ടി രാമറാവുവും സൃഷ്ടിച്ച ചരിത്രം മറ്റാർക്കും അവകാശപ്പെടാനാകില്ല. ജയലളിതയ്ക്കു പോലും സിനിമാരംഗത്തൊഴുക്കിയ വിയർപ്പ് രാഷ്ട്രീയത്തിൽ ഒഴുക്കേണ്ടി വന്നിട്ടില്ല. എം ജി ആർ കൈമാറിയ ഒരു ബാറ്റൺ സ്വീകരിച്ച് നല്ല സഖ്യ ങ്ങളനുഭവിച്ച് അവർ രാജ്ഞിപദത്തിലെത്തി. സിനിമാരംഗം വിയർപ്പൊ

ഴുക്കേണ്ട മേഖലയാണ്. രാഷ്ട്രീയവുമതെ. മാധ്യമപ്രവർത്തനവും.

കുൽദീപ് നയ്യാരെപ്പോലെ പ്രഗല്ഭനായ ഒരു മാധ്യമപ്രവർത്തകനോട് ചോദിച്ചു നോക്കൂ. "ഇതുവരെ എത്ര ഹോട്ടൽമുറികളിൽ താമസിച്ചിട്ടുണ്ട്?" അദ്ദേഹം അതാലോചിച്ചാൽ ബോധരഹിതനാകും. ചാരുകസേരയിലിരുന്ന പത്രപ്രവർത്തനം സ്വയം നിഷേധിച്ച് പ്രായംപോലും മറന്ന് കുൽദീപ് നയ്യാർ ഓടിനടക്കുമ്പോൾ കൂട്ടത്തിൽ സഞ്ചരിക്കാൻ ഭാഗ്യമുണ്ടായ എന്നെപ്പോലുള്ളവരെ ഇപ്പോഴും ചലിപ്പിക്കുന്നത് ആ അനുഭവങ്ങളാണ്. ഏറ്റവും നല്ല മുറികൾ; അടുത്ത ദിവസം മുറികളിൽ കയറാനാവാതെ വഴിയോരത്ത് വിസർജ്ജനം നടത്തിയ ഓർമ്മകൾ. മാധ്യമപ്രവർത്തകർ പലപ്പോഴും അപകടമേഖലകളിൽ മരണപ്പെടുകയും ചെയ്യുന്നു. മാത്രമല്ല, ഈയിടെയായി ഞങ്ങളുടെ സമൂഹത്തിലെ ചിലരെ ബന്ദികളാക്കി ശരീരഭാഗങ്ങൾ മുറിച്ച് അതും ചിത്രീകരിച്ച് ലോകത്തെ കാണിക്കുന്നു.

രാഷ്ട്രീയ നേതാക്കൾക്ക് ഇത് നന്നായിട്ടറിയാം. എന്നാൽ ഒരു വലിയ വ്യത്യാസം രാഷ്ട്രീയകാരണങ്ങളാൽ ഏറ്റെടുക്കുന്ന ഉത്തരവാദിത്വം അധികാരവുമായി ബന്ധപ്പെട്ടതാണ്. നല്ല മാധ്യമപ്രവർത്തകർക്ക് ആ ചിന്തപോലുമില്ല.

സാഹസികമായി സിനിമാരംഗങ്ങൾ ചിത്രീകരിച്ച് രക്തസാക്ഷികളായവരുണ്ട്; നടൻ ജയനെപ്പോലെ. ആ തീരുമാനത്തിലും ആധിപത്യത്തിന്റെ ഒരു മനോഭാവമുണ്ട്.

അങ്ങനെയാണ് ഞങ്ങൾ മാധ്യമപ്രവർത്തകർ വ്യത്യസ്തരാകുന്നത്. ഞങ്ങളുടെ ആധിപത്യ മോഹം വർദ്ധിച്ചാൽ ഞങ്ങൾ അടിമകളാകുമെന്ന് ഞങ്ങളുടെ അനുഭവം പഠിപ്പിക്കുന്നു. അതറിയാത്ത മാധ്യമപ്രവർത്തകർ നല്ല അടിമകളായിത്തീരുകയും ചെയ്യുന്നു. പഴയ മുറികൾ അവർ വേണ്ടെന്നുവയ്ക്കുന്നത് ആരോഗ്യകാരണങ്ങൾ കൊണ്ടാണെങ്കിൽ സമ്മതിക്കാം. ആധിപത്യ പ്രഖ്യാപനത്തിന്റെ ഭാഗമാണെങ്കിൽ കുഴപ്പമുണ്ട്.

ഒരു ടെലിവിഷൻ ചർച്ചയിൽനിന്നും ശശി തരൂർ ഇറങ്ങിപ്പോകുമ്പോൾ കാണിച്ച അസഹിഷ്ണുത ഭൗതികമാണ്. ശാരീരികമാണ്. ഐക്യരാഷ്ട്രസഭയെ നേരിട്ട ഒരു മനുഷ്യൻ ശബ്ദമുണ്ടാക്കുന്ന ഒരുപറ്റം മനുഷ്യരോട് കാട്ടിയ അവജ്ഞയാണ്. നാളെ ഒട്ടേറെ ശബ്ദങ്ങളുള്ള ലോകസഭാ സ്ഥാനാർത്ഥിയുമാണ്.

ഈ തിരഞ്ഞെടുപ്പു രാത്രികളിൽ ഏതെല്ലാം മുറികളിൽ ആരെല്ലാം ഉറങ്ങി; ഇന്ന് എങ്ങനെയുറങ്ങുന്നു? ഈ തമാശകൾ കണ്ടുരസിക്കുന്നവരും വിമർശിക്കുന്നവരും ഇടയ്ക്ക് ഒന്നാലോചിക്കണം. നിങ്ങൾ നല്ല മുറികളിലാണ് കിടക്കുന്നത്.

അറിയാം പറയുന്നില്ല

തിരഞ്ഞെടുപ്പ് വേളയിൽ ചില രാഷ്ട്രീയ നേതാക്കൾ ഡൽഹിയിലും കേരളത്തിലും നടത്തിക്കൊണ്ടിരിക്കുന്ന ചരിത്രബോധമില്ലാത്ത പ്രസ്താവനകൾ നിരന്തരം നിരീക്ഷിക്കാൻ വിധിക്കപ്പെട്ടവരാണ് എന്നെപ്പോലുള്ള മാധ്യമപ്രവർത്തകർ; അതുപോലെ തന്നെ വിഷമിക്കുന്നു, ദേഷ്യപ്പെടുന്നു. നിരീക്ഷണ സ്വഭാവമുള്ള മാധ്യമ പ്രവർത്തകരല്ലാത്ത സാധാരണക്കാരും. ഞങ്ങൾ മാധ്യമപ്രവർത്തകരല്ലാത്ത സാധാരണക്കാരും. ഞങ്ങൾ മാധ്യമപ്രവർത്തകരെ വഴിയിൽ കാണുമ്പോൾ അവർ പിടിച്ചുനിർത്തി ചോദ്യം ചെയ്യുന്നു. രാഷ്ട്രീയ നേതാക്കളെ നേരിട്ടുകിട്ടാത്തതുകൊണ്ട് കിട്ടുന്ന മാധ്യമ വ്യക്തികളോട് അരിശം തീർക്കുന്നു. ഈ കാര്യത്തിൽ വിഷമം രേഖപ്പെടുത്തിയ ഒരു യുവ സഹപ്രവർത്തകനോട് ഞാൻ പറഞ്ഞത് ഇതാണ്. പത്രത്തിൽ പേര് അച്ചടിച്ചു വന്നതിന്റെ സഹായവും ടെലിവിഷനിൽ പ്രത്യക്ഷപ്പെട്ടതിന്റെ സഹായവും ഒട്ടേറെ സന്ദർഭങ്ങളിൽ നിങ്ങൾക്ക് ലഭിച്ചിട്ടുണ്ട്. പത്രത്തിന്റെയും ചാനലിന്റെയും മേൽവിലാസവും നിങ്ങൾക്ക് തിലകക്കുറികളായി മാറിയിട്ടുണ്ട്. ഈ ശല്യവും അതിന്റെ ഭാഗമാണ്.

ഒരു പൊതുസമ്പത്തായി സമൂഹത്തിൽ സുഖിക്കുമ്പോൾ കൂട്ടത്തിലെ ക്ലേശങ്ങളും അനുഭവിക്കണം. ക്ലേശങ്ങളുടെ പരാതി പറഞ്ഞ വ്യക്തിയോട് സ്കൂളിൽ പഠിക്കുന്ന കാലത്ത് ഞാൻ കേട്ട ഒരു തമാശ പറഞ്ഞു.

മെഡിക്കൽ കോളേജിൽ ക്ലാസ് നടത്തുകയാണ് നല്ലവനായ അദ്ധ്യാപകൻ.. ക്ലാസിനിടയിൽ ചോദ്യം ഉയർത്തുന്ന സ്വഭാവം എല്ലാ നല്ല അദ്ധ്യാപകർക്കുമുണ്ട്. "വൈകാരികമായി ശരീരം പ്രതികരിക്കുമ്പോൾ ഏറ്റവും കൂടുതൽ വികസിക്കുന്ന ശരീരഭാഗം ഏതാണ്." ഒരുപെൺകുട്ടിയോടായിരുന്നു ചോദ്യം.

നാണം പ്രകടിപ്പിച്ച് പെൺകുട്ടി പറഞ്ഞു. "അറിയാം... പറയുന്നില്ല!"

പെൺകുട്ടിയോട് ഇരിക്കാൻ പറഞ്ഞശേഷം ക്ലാസിൽ ഭംഗിയായി പഠിക്കുന്ന ഒരു ആൺകുട്ടിയോട് അദ്ധ്യാപകൻ ചോദ്യം ആവർത്തിച്ചു. മിടുക്കനായ വിദ്യാർത്ഥി പറഞ്ഞു. "Cornea of the Eye" കൺമണി.

"താങ്ക്സ്" - ആ വിദ്യാർത്ഥിയോട് നന്ദി പറഞ്ഞശേഷം അദ്ധ്യാപകൻ നേരത്തെ വൈമുഖ്യം പ്രകടിപ്പിച്ച പെൺകുട്ടിയെ നോക്കി. "മനസ്സിലായോ?" അവർ മിണ്ടിയില്ല.

"നീ നേരത്തെ പറഞ്ഞ മറുപടിയിലൂടെ മൂന്നുകാര്യങ്ങൾ മനസ്സിലായി. ഒന്ന്, നീ പാഠങ്ങൾ നേരാംവണ്ണം പഠിക്കുന്നില്ല. രണ്ട്, നിനക്ക് ശരിയല്ലാത്ത ചിന്തകളാണ്, മൂന്ന്, നീ വിചാരിക്കുന്ന പോലെയാവില്ല കാര്യങ്ങൾ, നിരാശപ്പെടരുത്."

ആ അദ്ധ്യാപകൻ ആ വിദ്യാർത്ഥിനിയോട് കാണിച്ച സത്യസന്ധതയാണ് നമ്മുടെ രാഷ്ട്രീയ നേതാക്കൾ പാലിക്കേണ്ടത്.

ഇന്ത്യയിലെ ഒരു രാഷ്ട്രീയസഖ്യവും നാളത്തെ സത്യം ഇന്ന് വെളിപ്പെടുത്താൻ വയ്യാത്ത ദുരവസ്ഥയിലാണ്.

"എനിക്കറിയാം. പറയുന്നില്ല" എന്ന വിദ്യാർത്ഥിനിയുടെ ആ നിലപാട് അറിവില്ലായ്മ കൊണ്ടായിരുന്നു. ഇപ്പോൾ ഇവിടെ കാണിക്കുന്ന രാഷ്ട്രീയകാപട്യം അറിഞ്ഞുകൊണ്ടാണ്. ആയിരമായിരം ചോദ്യങ്ങളുയരുന്നു. മിക്കവയ്ക്കും മറുപടി "തിരഞ്ഞെടുപ്പ് കഴിഞ്ഞു തീരുമാനിക്കും."

മനുഷ്യശരീരത്തിന്റെ സ്വഭാവത്തിൽ മാറ്റം വലുതായി സംഭവിക്കില്ല. എന്നാൽ ഇന്ത്യൻ രാഷ്ട്രീയത്തിന്റെ രൂപഘടനകളിൽ ജൈവവിരുദ്ധമായ ഒട്ടേറെ മാറ്റങ്ങൾ സംഭവിച്ചിട്ടുണ്ട്. ഇനിയും സംഭവിക്കും. മെഡിക്കൽ വിദ്യാർത്ഥിനി കാണിച്ച അബദ്ധം വോട്ടർമാർ കാണിക്കാതിരുന്നാൽ നല്ലത്.

ഉമ്മർക്കായുടെ പാഠം

പണ്ട് മലയാള സിനിമയിൽ വലിയ നടനായിരുന്നു ഉമ്മർ. ഇപ്പോഴും പലരും പറയുന്നു, പ്രേംനസീറിനെക്കാളും സുന്ദരനായിരുന്നുവെന്ന്. സൗന്ദര്യസങ്കല്പം എപ്പോഴും ആപേക്ഷികമാണ്. അന്നത്തെ സിനിമാ വ്യവസായം പ്രേംനസീറിനെ സുന്ദരനാക്കുകയും ഉമ്മറിനെ വില്ലനാക്കുകയും ചെയ്തു. ഉമ്മർക്ക പരിഭവിച്ചില്ല. നല്ല വില്ലനായി തിളങ്ങി. സിനിമാവ്യവസായത്തിന് എപ്പോഴും ആവശ്യമായിത്തീർന്നു.

മദിരാശിയിൽ ചെന്നൈയിൽ –ഉമ്മർക്കയുമായി ഒരു അഭിമുഖം ഞാൻ നടത്തുമ്പോൾ ഏഷ്യാനെറ്റ് ചാനലിന് രണ്ടുവയസ്സോളമായിരുന്നു. അഭിമുഖത്തിന് തയ്യാറെടുക്കുന്ന വേളയ്ക്കു മുമ്പ് ഞങ്ങൾ നടത്തിയ സംഭാഷണത്തിൽ ഉമ്മർക്കാ പറഞ്ഞതിൽനിന്നും എന്റെ ഓർമ്മയിലെ ചില ഉദ്ധരണികൾ.

"നിങ്ങളുടെ ചാനൽ വന്നത് എനിക്ക് വലിയ ആശ്വാസമായി. പണ്ട് മദ്രാസിൽനിന്നും കോഴിക്കോട്ട് റെയിൽവേസ്റ്റേഷനിൽ ഞാൻ ചെന്നിറങ്ങുമ്പോൾ ആരാധകരുടെ കൈകളിൽനിന്നും രക്ഷപ്പെട്ട് സ്റ്റേഷനു പുറത്തിറങ്ങാൻ ചുരുങ്ങിയത് 20 മിനിട്ടെങ്കിലും വേണം.

എന്റെ സഹായികൾ അവരെയെല്ലാം തള്ളിമാറ്റിയായിരുന്നു ഒരുവിധം രക്ഷപ്പെട്ടിരുന്നത്. പുറത്തിറങ്ങുമ്പോൾ എന്നെ കൊണ്ടുപോകാൻ മൂന്നാലു കാറുകൾ. ആരുടെകൂടെ എവിടെ പോകണമെന്നറിയാതെ ഞാൻ അമ്പരന്നുനിന്നിട്ടുണ്ട്.

സിനിമയിൽനിന്നും പുറത്തായ ശേഷം അതേ ട്രെയിനിൽ ഞാൻ പലപ്പോഴും കോഴിക്കോട് ചെന്നിട്ടുണ്ട്. മൂന്നുകൊല്ലം മുമ്പ് കോഴിക്കോട് സ്റ്റേഷനിൽ ഇറങ്ങിയപ്പോൾ ഇയാളെ കണ്ടിട്ടുണ്ടല്ലോ എന്ന മട്ടിൽ ചിലർ എന്നെ നോക്കുന്നുണ്ട്. പുറത്തിറങ്ങിയപ്പോൾ ഞാൻ ഏർപ്പാടാക്കിയ കാറ് എത്തിയിട്ടില്ല. പഴയ പ്രഭാവമെവിടെ. ഇന്നത്തെ അവസ്ഥയെവിടെ. അഞ്ചു

മിനിട്ട് കഴിഞ്ഞ് കാറു വന്നത് എന്റെ ഭാഗ്യം.

ഈയിടെ നിങ്ങൾ ചാനലിൽ പഴയ സിനിമകൾ കാണിച്ചു തുടങ്ങിയശേഷം ഞാൻ അതേ സ്റ്റേഷനിൽ ചെന്നിറങ്ങി. വീണ്ടും പഴയ വിളി 'ഉമ്മർക്കാ'. എന്നെകൊണ്ടുപോകാൻ പുറത്ത് മൂന്നു കാറുമുണ്ട്. ഇത്രേയുള്ളു പ്രശസ്തി, ജീവിതം."

ഒരു വിഷമവും കൂടാതെ നിസ്സംഗതയോടെ ഒരു തമാശ പറയുന്ന മട്ടിലായിരുന്നു ഉമ്മർ അതു പറഞ്ഞത്. മദിരാശിയിൽ വിഷമമില്ലാത്ത ജീവിതത്തിലെ സന്തുഷ്ടിയുടെ മുഖപ്രസാദമുണ്ട്. എന്നാലും നാട്ടിൽ ചെല്ലുമ്പോൾ പെട്ടെന്ന് അന്യനാണെന്ന തോന്നൽ, പ്രശസ്തി അനുഭവിച്ച ആരെയും വിഷമിപ്പിക്കും. കലാകാരന്മാർ മാത്രമല്ല, രാഷ്ട്രീയനേതാക്കൾ നിരന്തരമായി അനുഭവിച്ചിട്ടുണ്ട് ഈ ദുഃഖം. ഉമ്മർ നല്ല മനുഷ്യനായതുകൊണ്ട് ഒരു തമാശയായി കണ്ടു. എന്നാൽ ഉമ്മർ അനുഭവിക്കാത്ത അവശതയനുഭവിച്ച മറ്റു മനുഷ്യർക്ക് അത് കൂടുതൽ വേദനയുണ്ടാക്കും.

പേരും പെരുമയും അത്രേയുള്ളൂ. നൈരന്തര്യത്തിന് ആർക്കും അവകാശമില്ല. ഏറ്റവും ശക്തമായി മുഖാമുഖം മനുഷ്യരുമായി സംവദിക്കുന്ന സിനിമാ മാധ്യമത്തിലെ അഭിനേതാക്കളും ടെലിവിഷൻ താരങ്ങളും മറന്നുപോകുന്നത് ഈ കാര്യമാണ്.

മൂന്നുവർഷം നിങ്ങളുടെ മുഖം മനുഷ്യർ കണ്ടില്ലെങ്കിൽ നിങ്ങളുടെ മുഖം തിരിച്ചറിയുന്നവരുടെ എണ്ണം ഗണ്യമായി കുറയും. പിന്നീട് തീർത്തും ഇല്ലാതാകും. അതറിയാവുന്നതുകൊണ്ടാണ് അമിതാഭ് ബച്ചനെപ്പോലുള്ള വലിയ കലാകാരൻ ടെലിവിഷൻ മാധ്യമത്തിലൂടെ (ക്രോർപതി) ഗംഭീര തിരിച്ചുവരവ് നടത്തിയത്. അങ്ങനെ ശീലിച്ചുപോയി. ഇനി അറിയപ്പെടാതെ നടക്കാനാവില്ല. ഇതാണ് കാരണം.

അമിതാഭ് ബച്ചനെപ്പോലൊരു വലിയ പോരാളിക്ക് അതു സാധിക്കും. അത്ര വലിയ പോരാളിയല്ലാതിരുന്ന ഉമ്മർക്കാ അതു മനസ്സിലാക്കുന്നു. ഇന്നത്തെ ചില കൊച്ചുകുട്ടികൾ താല്ക്കാലിക അംഗീകാരത്തിന്റെ പേരിൽ കാണിക്കുന്ന ബഹളങ്ങൾ അതുവഴി തമാശയാകുന്നു.

പാവം സമ്പന്നർ

ഈയിടെയായി സമ്പന്നരുടെ കാര്യത്തിൽ പ്രധാനമന്ത്രിയടക്കം പലരും വലിയ ഉൽക്കണ്ഠയിലാണ്. സത്യം കമ്പ്യൂട്ടേഴ്സ് പൊളിയുമ്പോൾ അല്ലെങ്കിൽ തകരുമ്പോൾ വലിയ സമ്പന്നർക്ക് അത്രവലിയ പ്രശ്നങ്ങ ളില്ല. എന്നാൽ ചെറിയ സമ്പന്നരാകാൻ ശ്രമിച്ച് മുതൽ മുടക്കിയ പതി നായിരങ്ങളുടെ ജീവിതം പെട്ടെന്ന് ആകെ തകരുന്നു. ഇങ്ങനെ തകർന്ന അമേരിക്കയിലെ ഇടത്തരക്കാർ പലരും ഇന്നു വെറും പാവങ്ങളാണ്. യൂറോപ്പിലും അതുതന്നെയാണ് സ്ഥിതി.

പാവം മലയാളി സമ്പന്നനും പെട്ടെന്ന് സാമ്പത്തിക മാന്ദ്യം തന്നെ യും ബാധിച്ചുവെന്നറിയുന്നു. പണ്ടത്തെപ്പോലെ നാട്ടിൽ വന്ന് നെഗളി ക്കാനാവില്ല എന്നു തിരിച്ചറിയുന്നു. സുഹൃത്തുക്കളായ ഇവരുടെ നാട്ടിലെ സമ്പന്നസുഹൃത്തുക്കളോ അവരും ബുദ്ധിമുട്ടിലായിരിക്കുന്നുവെന്ന് പ്രഖ്യാപിക്കുന്നു.

അമേരിക്കൻ മലയാളിക്ക് രക്ഷപ്പെടാം. "എല്ലാം പൊളിഞ്ഞ അവ സ്ഥയാണ്. നിങ്ങൾക്കറിയാമല്ലോ?"

ദിവസവും ചാനലുകളും പത്രങ്ങളും കാണുന്ന നാടൻ മലയാളിക്ക് ആ വാദം നിരാകരിക്കാനാകില്ല. പണ്ട് നാട്ടിൽ വന്നു മൂന്നു ദിവസത്തിൽ മൂന്നാലു ലക്ഷം ചെലവാക്കിയിരുന്ന മലയാളി ഇപ്രാവശ്യം വരുന്നില്ലെന്ന് പ്രഖ്യാപിക്കുമ്പോൾ ഇവിടെയും സാമ്പത്തിക മാന്ദ്യം ബാധിക്കുന്നു. ഒരു ബഹ്റൈൻ മലയാളി നാട്ടിൽ വന്ന് തന്റെ ദുസ്ഥിതി വിവരിച്ച് കഴിഞ്ഞ ദിവസം കാശുപിരിച്ചു മടങ്ങിപ്പോയി. അത്ര തീവ്രമല്ലായിരുന്നു അയാ ളുടെ പ്രശ്നം. എന്നാൽ ഈയവസ്ഥ അയാൾ ഭംഗിയായി ഉപയോഗിക്കു കയായിരുന്നു. "പണ്ട് നാട്ടിൽ വന്നാൽ എപ്പോഴും ചെലവായിരുന്നു. ഇട യ്ക്കൊരു പ്രാവശ്യം എനിക്ക് വരവാകട്ടെ." കണ്ണിറുക്കി ചിരിച്ചുകൊണ്ട് എന്നോട് സത്യസന്ധനായ ഈ പ്രവാസി പറഞ്ഞു.

പെട്ടെന്ന് കേരളത്തിലെ സാധാരണ മലയാളി പ്രവാസി സമ്പന്നതയിൽനിന്നും മുക്തനായതുപോലെ "ഇത്തവണ എന്റെ കാശുവാങ്ങിയാണ് അവൻ പോയത്" ആർഭാടമായ ഒരുപ്രസ്താവന നടത്താൻ ലഭിച്ച അസുലഭമായ അവസരം ഇരുവർക്കുമറിയാം അത്രവലിയ പ്രശ്നമില്ലെന്ന്. എന്നാൽ സ്വാർത്ഥതയുടെ സുഖമറിയാൻ ലഭിച്ച അപൂർവ്വമായ സന്ദർഭം. ആ സന്ദർഭത്തിൽ ജോർജ്ജ് ബുഷ് മുതൽ പി ചിദംബരം വരെയും വി എസ് അച്യുതാനന്ദൻ മുതൽ രമേശ് ചെന്നിത്തല വരെയുമുള്ള നേതാക്കളെ ഭംഗിയായി തെറിപറയാം. നാമിങ്ങനെ ആയത് ഈ മനുഷ്യർ കാരണമാണ്.

"എന്നെ ഒരു സാമ്പത്തിക മാന്ദ്യവും ബാധിച്ചിട്ടില്ല. എന്റെ കച്ചവടം കൂടുതൽ നന്നായിട്ടേയുള്ളൂ എന്നു പറയുന്ന ചില മിടുക്കരുമുണ്ട്. ചിലർ സത്യം പറയുന്നു. ചിലർ ഭീതിയോടെ കള്ളം പറയുന്നു.

എന്റെ സുഹൃത്ത് പപ്പന്റെ (*ഹിന്ദു* ദിനപ്പത്രത്തിലെ പത്മകുമാർ) മകൾ വർഷ പറഞ്ഞതാണ് ഓർമ്മ വരുന്നത്. ഒരു സുഹൃത്തിന് സ്വകാര്യമായി ഒരുപൊതി കൈമാറുന്നത് കൊച്ചുകുട്ടി വർഷ കണ്ടു. വർഷ ചോദിച്ചു. "എന്താ അങ്കിളിന് കൊടുത്തത്?" "മരുന്നാണ്" പപ്പൻ നുണ പറഞ്ഞു.

പപ്പനെ ഒന്നു തീക്ഷ്ണമായി നോക്കിക്കണ്ട് കുട്ടി വ്യക്തമാക്കി. "അച്ഛാ, കള്ളം പറയരുത്. പൊലീസ് പിടിക്കും."

വർഷയ്ക്കറിയില്ല. കള്ളം പറഞ്ഞാൽ പിടിക്കുന്ന പൊലീസിന്റെ കാലം പണ്ടേ കഴിഞ്ഞു. വലിയ സമ്പന്നർക്ക് അതു ഭംഗിയായിട്ടറിയാം.

അബദ്ധപ്പറച്ചിൽ

ഇ വി കൃഷ്ണപിള്ളയുടെ *ചിരിയും ചിന്തയും* എന്ന പ്രശസ്തമായ ഒരു ഹാസ്യലേഖനസമാഹാരമുണ്ട്. ആ ഗ്രന്ഥം ഒരു കാലത്ത് പാഠ്യവിഷയമായിരുന്നു ചില സർവ്വകലാശാലകളിൽ. കഴിഞ്ഞ ദിവസം ഈ പുസ്തകം ലഭിക്കുമോ എന്ന് ഞാൻ അന്വേഷിച്ചു. പഴയ ഓർമ്മ പുതുക്കാൻ. കിട്ടിയില്ല.

ആ സമാഹാരത്തിലെ ഒരു ലേഖനത്തിന്റെ ഓർമ്മയിലേക്ക് എന്നെ തിരിച്ചെത്തിച്ചത് എ പി അബ്ദുള്ളക്കുട്ടി എം പി എന്ന ജനനേതാവാണ്. എന്റെ ഓർമ്മ ശരിയാണെങ്കിൽ അബദ്ധപ്പറച്ചിൽ എന്നാണ് ലേഖന ശീർഷകം. വലിയ ബുദ്ധിമാന്മാർ വരെ ചില സന്ദർഭങ്ങളിൽ പറയുന്ന അബദ്ധങ്ങളെക്കുറിച്ചാണ്.

അബ്ദുള്ളക്കുട്ടി ആദ്യം തിരഞ്ഞെടുപ്പിൽ വിജയിച്ചപ്പോൾ "അത്ഭുതക്കുട്ടി" എന്നു പേരുനേടി. ഇടയ്ക്കിടെ ഞാൻ കാണുന്ന എന്റെ നല്ല സുഹൃത്തുമാണ് ഈ സഖാവ്. ഈ കഴിഞ്ഞനാളിൽ അത്ഭുതക്കുട്ടി എന്നെയും അത്ഭുതപ്പെടുത്തി.

കേരള വികസനത്തിന്റെ കാര്യത്തിലെ വലിയ പ്രസംഗത്തിനിടയിൽ അബ്ദുള്ളക്കുട്ടിക്ക് നിയന്ത്രണം നഷ്ടപ്പെട്ടു. ഗുജറാത്ത് മുഖ്യമന്ത്രി നരേന്ദ്രമോഡിയെ ഈ കാര്യത്തിൽ മാതൃകയാക്കണം. ഒരുപത്രത്തിൽ വായിച്ച വരിയാണ്. വാക്കുകൾക്ക് വ്യത്യാസമുണ്ടാകാം. എന്തായാലും ആ അർത്ഥത്തിൽ അബ്ദുള്ളക്കുട്ടി സംസാരിച്ചു. നരേന്ദ്രമോഡിയുടെ മറ്റു കുഴപ്പങ്ങൾ കൂട്ടത്തിൽ പറയുകയും ചെയ്തു. അബദ്ധപ്പറച്ചിലിന്റെ നല്ല ഉദാഹരണമാണിത്. രാഷ്ട്രീയ വിദ്യാർത്ഥികൾക്ക് നാളെ ഉപകരിക്കും.

"തൃശൂരിൽ മുഴുവനും മദ്യപാനവും കള്ളക്കച്ചവടവുമാണ്. എന്നാൽ നല്ല സദ്യകഴിക്കാൻ തൃശൂരിൽ പോകണം." യുക്തിസഹമായ വാചകമല്ലേ?

"സഞ്ജയ് ഗാന്ധി പല തോന്ന്യാസവും കാണിച്ചിട്ടുണ്ടാകും. എന്നാൽ ഉത്തരേന്ത്യയിൽ കുടുംബാസൂത്രണം നടപ്പിലാക്കിയില്ലേ?" ശരിയല്ലേ?

"കരുണാനിധിയും ജയലളിതയും എക്കാലത്തും കട്ടുമോഷ്ടിച്ചു ജീവിക്കുന്നു. എന്നാൽ തമിഴ്നാട്ടിനു വേണ്ടി ചിലത് ചെയ്തില്ലേ?" ശരിയല്ലേ?

"ഡൽഹിയിൽ അഹങ്കരിച്ചു നടന്ന സിക്കുകാരെ ഒന്നടക്കാൻ ഇന്ദിരാഗാന്ധിയുടെ വധം സന്ദർഭം നല്കി. നൂറുകണക്കിന് പാവങ്ങളെ കൊന്നിട്ടുണ്ടാകും. എന്നാലും അവർ അടങ്ങിയില്ലേ?" എതിർപ്പ് പറയാനാവുമോ?

അമേരിക്കയുടെ സമ്പത്തിന്റെ സൂക്ഷിപ്പുകാർക്ക് ആ വികസന സിദ്ധാന്തത്തിന് വലിയ തിരിച്ചടി ഏറ്റ സന്ദർഭത്തിൽ ഒരു കമ്യൂണിസ്റ്റ് നേതാവിന് നരേന്ദ്രമോഡിയെ "ഒരു കാര്യത്തിൽ" നല്ലത് ചെയ്തുവെന്നു പറഞ്ഞഭിനന്ദിക്കാൻ തോന്നിയ ചങ്കൂറ്റം ചെറുതല്ല. ഇത്തരം ചിന്താധാരകൾ പാർട്ടിയിലുണ്ടാകുന്നത് ഒരർത്ഥത്തിൽ പാർട്ടിക്ക് നല്ലതുമാണ്. എന്നാൽ ഒരു വ്യക്തിയുടെയോ ഒരു പ്രസ്ഥാനത്തിന്റെയോ ഒരുവശം നല്ലതാണെന്നു പറയുമ്പോൾ അത് ആ വ്യക്തിക്കും പ്രസ്ഥാനത്തിനും നല്കുന്ന അംഗീകാരമായി മാറുന്നു.

ചീത്തവശങ്ങൾ കൂട്ടത്തിൽ പറഞ്ഞതുകൊണ്ടു കാര്യമില്ല. ഒരു വലിയ തെറ്റിന്റെ പ്രതീകമായി നില്ക്കുന്ന മനുഷ്യന്റെ ചെറിയ ശരികൾക്കു പോലും പൊതുവേദിയിൽ അംഗീകാരം നല്കുന്നത് അബദ്ധരാഷ്ട്രീയമാണ്.

"രാത്രിയിൽ എല്ലാ ദിവസവും കള്ളുകുടിച്ച് വീട്ടിലെത്തി എന്നേയും മക്കളേയും തല്ലും. എന്നാൽ രാവിലെ എഴുന്നേല്ക്കുമ്പോൾ വീട്ടിലേക്കാവശ്യമുള്ള കാശുതരും. കുട്ടികളെ ലാളിക്കും." ഇങ്ങനെ പറയുന്ന ഭാര്യമാരെ നമുക്കറിയാം. അത് ചില കുടുംബങ്ങളിലെ പ്രശ്നങ്ങൾ മാത്രമാണ്. എന്നാൽ നരേന്ദ്രമോഡി ചെയ്ത തെറ്റുകൾക്ക് വലിയൊരു ഇന്ത്യൻ സമൂഹം മാപ്പു നല്കില്ല. അതുകാരണം ഇന്ന് ഇന്ത്യയിലാകെ തീവ്രവാദികൾ തമ്മിൽ പരസ്പരമത്സരമായിത്തീർന്നിരിക്കുന്നു. മനുഷ്യർ അനുദിനം മരിക്കുന്നു.

അബ്ദുള്ളക്കുട്ടിമാർ ഇനിയെങ്കിലും ഇത്തരം അബദ്ധപ്പറച്ചിലുകൾ ഒഴിവാക്കണം. വികസനം കുറച്ച് വൈകിയാലും നമുക്ക് നരേന്ദ്രമോഡി വേണ്ടല്ലോ.

നിങ്ങളുടെ 2009?

ഒരു പുതുവർഷമാരംഭിക്കുമ്പോൾ ഒട്ടേറെപ്പേർക്ക് ആശ്വാസമാണ്. ഒരുവർഷം കടന്നുകിട്ടിയല്ലോ. അത്രതന്നെ മനുഷ്യർക്ക് പരിഭ്രാന്തിയുമാണ്. അടുത്ത വർഷത്തിൽ നമുക്ക് അല്ല എനിക്ക്, അല്ലെങ്കിൽ എന്റെ കുടുംബാംഗങ്ങൾക്ക് ഞാൻ സ്നേഹിക്കുന്ന ബന്ധുക്കൾക്ക്, സുഹൃത്തുക്കൾക്ക് എന്തു സംഭവിക്കും? ഈ പരിഭ്രാന്തിയെ, ഈ അടിസ്ഥാനഭീതിയെ മുതലെടുക്കാനായി മാധ്യമങ്ങളിൽ പ്രവചനങ്ങളുണ്ടാകും.

"ഈ വർഷം ആരോഗ്യം സൂക്ഷിക്കണം." എല്ലാവർഷവും ആരോഗ്യം സൂക്ഷിക്കേണ്ടതല്ലേ?

"ഈ വർഷം യാത്രകൾക്ക് നല്ലതല്ല." കഴിഞ്ഞവർഷം ഒരു യാത്ര പോലും ചെയ്യാത്തവരും ഇതിൽപ്പെടും.

കൂടുതൽ ബുദ്ധിയുള്ള ചില പ്രയോഗങ്ങളുണ്ട്. "വാഹനങ്ങളും വസ്തുക്കളും വാങ്ങാൻ പറ്റിയ വർഷമാണ്." സാമ്പത്തികമാന്ദ്യവും പെട്രോൾ വിലക്കുറവും കാറിന്റെ വിലക്കുറവും!

ചില നികൃഷ്ടരുണ്ട്. "അടുത്ത സുഹൃത്തുക്കളെന്നു കരുതുന്നവരെ ഈ വർഷം സൂക്ഷിക്കണം." 2010 ജനുവരി ഒന്നുവരെ മാത്രം സൂക്ഷിച്ചാൽ മതിയോ?

"വിവാഹബന്ധത്തിൽ ശല്യങ്ങളുണ്ടാകും." ശല്യങ്ങൾ കാരണം വിവാഹബന്ധം വേർപെടുത്തിയവനാകും ഇതു വായിക്കുന്നത്. ചില ബുദ്ധിമാന്മാരുടെ സ്ഥിരം വാചകങ്ങളുണ്ട്.

"പ്രാണികളുമായി ബന്ധപ്പെടാൻ നല്ല വർഷമല്ല. നായ്ക്കളെയും പൂച്ചകളെയും വീട്ടിൽ വളർത്തുന്നവർ സൂക്ഷിക്കണം."

നായ്ക്കളില്ലാത്തവർ എന്തുചെയ്യണം?

"പ്രമേഹരോഗികൾക്ക് ഈ വർഷം ഗുണപ്രദമാകും. ആരോഗ്യം മെച്ച

പ്പെടാൻ സാദ്ധ്യതയുണ്ട്." ഈ പ്രവചനം അച്ചടിച്ചുവരുമ്പോൾ ഒരു പ്രമേഹരോഗിയില്ലെങ്കിലും അതു വായിക്കാൻ സാധിക്കാതെ മരിച്ചിട്ടുണ്ടാകും.

ചില വലിയ കള്ളന്മാരുണ്ട്. "ഇരുട്ടത്ത് പുറത്തിറങ്ങരുത്. മിന്നലിനെ സൂക്ഷിക്കണം." മിന്നലിനെ കുഴപ്പദിവസത്തിൽ മറ്റാരും സൂക്ഷിക്കണ്ടേ! സുനാമി അടിച്ചുകയറി മരിച്ചവരുടെ വാരഫലങ്ങൾ ആ കുടുംബാംഗങ്ങൾ ഒന്നു വായിക്കണം.

ജ്യോതിഷം ഒരു ശാസ്ത്രമാണ്. കൈരേഖയും ഒരു ശാസ്ത്രമാണ്. എന്നാൽ ഒരു പ്രത്യേക വർഷത്തിൽ ഒരു പ്രത്യേക ആഴ്ചയിൽ ഒരു പ്രത്യേക ദിവസത്തിൽ നിങ്ങൾക്ക് ഇതു സംഭവിക്കുമെന്നോ സംഭവിക്കില്ലെന്നോ പറയുന്ന ആധുനിക ശാസ്ത്രം ശരിയല്ല. മനുഷ്യജീവിതത്തിൽ ദശകളുണ്ട് എന്നു സമ്മതിച്ചാൽ തന്നെയും ഓരോ ദിവസവും മാറുന്ന ദശാസിദ്ധാന്തം പൂർണ്ണമായും കപടമാണ്. പറ്റിക്കലാണ്. ഒട്ടേറെ ദേശീയമാധ്യമങ്ങളിൽ പരിഹാര നിർദ്ദേശങ്ങൾ സ്വീകരിക്കാൻ മൊബൈൽ നമ്പരും ഇ-മെയിൽ വിലാസവും നല്കുന്നുണ്ട്. വലിയ വിജയമായി ഈ കച്ചവടം അങ്ങനെ വളരുന്നു. ഇത്തരം പംക്തികൾ എഴുതുന്നവർ ഈയിടെ ഒരു പരസ്പരധാരണയിലെത്തിയതായി ഞാനറിഞ്ഞു. ഒരാൾ തെറ്റെഴുതിയാൽ എല്ലാവരെയും ബാധിക്കും. എഴുതുന്നതിനുമുമ്പ് ഒന്നു പരസ്പരം സംസാരിച്ചാൽ വ്യവസായം വളരും. എല്ലാവർക്കും ഗുണം.

നോക്കൂ. ഇന്ത്യയുടെ തിളക്കം. 2009 ൽ ഇത്തരക്കാരെ പേടിക്കാതെ ജീവിക്കാൻ പാവം മലയാളികൾക്ക് ശക്തിയുണ്ടാക്കട്ടെ.

പരിഹാസശാസ്ത്രം

മുൻകാല മലയാള സിനിമകൾ കണ്ടിട്ടുള്ളവർക്ക് ഈ ലേഖന വിഷയം എളുപ്പത്തിൽ ഗ്രഹിക്കാം. അടൂർഭാസിയും ബഹദൂറും അവതരിപ്പിച്ച ഒട്ടേറെ നല്ല കഥാപാത്രങ്ങൾ നമ്പൂതിരിയെയും പള്ളിവികാരിയെയും മുസ്ലിം പണ്ഡിതരെയും ഭംഗിയായി കളിയാക്കുന്നവയായിരുന്നു. അന്ന് കേളത്തിലെ എല്ലാ തിയേറ്ററുകളിലും എല്ലാ മതസ്ഥരും ആ സിനിമാ അനുഭവം ഏറ്റുവാങ്ങിയിരുന്നു. അഭിനന്ദിച്ചിരുന്നു.

കുഞ്ചൻ നമ്പ്യാരും ഇ വി കൃഷ്ണപിള്ളയും സഞ്ജയനും നമുക്ക് സമ്മാനിച്ചിട്ടുള്ള ഒരു പരിഹാസസാഹിത്യ ചരിത്രമുണ്ട്. സ്വയം പരിഹാസത്തിന് വിധേയരാകാൻ നമ്മുടെ രാജാക്കന്മാരും അന്ന് ധൈര്യപ്പെട്ടിരുന്നു. “രാജാവ് നഗ്നനാണ്.” എന്ന കുട്ടിയുടെ തമാശ ഭംഗിയായി ഉൾക്കൊണ്ട ഒരു സമൂഹമാണ് മലയാളി ഭൂരിപക്ഷത്തിന്റേത്. ഈ സംസ്കാരം നാം ഇന്ന് അടിയറവ് പറയണോ എന്ന വലിയ ചോദ്യമുയരുകയാണ്. പലർക്കും സ്വയം പരിഹാസം സാദ്ധ്യമാകുന്നില്ല. ടെലിവിഷൻ ചാനലുകളിലാകെ പരിഹാസത്തിന്റെ ഒട്ടേറെ പരിപാടികളാണ്. വളരെ നല്ല കാര്യം. കാരണം പലപ്പോഴും പരിഹാസമാണ് സത്യം. നല്ല രാഷ്ട്രീയസന്ദേശവും എന്തിന് നിഷേധിക്കുന്നു?

ഏറ്റവുമൊടുവിൽ ഒരു വീഡിയോഗെയിം പുറത്തിറങ്ങിയിട്ടുണ്ട്. ഈ കളിയിൽ ജോർജ്ജ് ബുഷിന്റെ പത്രസമ്മേളനത്തിൽ ഒരാൾ ഷൂസൂരി എറിഞ്ഞ സന്ദർഭമാണ് ഇതിവൃത്തം.

വീഡിയോ കളിയിൽ ബട്ടണുകളമർത്തി ബുഷിന്റെ മുഖത്ത് പരമാവധി കൊള്ളിക്കണം. കൂടുതൽ കൊള്ളിച്ചാൽ നിങ്ങളുടെ സ്കോർ വർദ്ധിക്കും. അമേരിക്കൻ സാമ്രാജ്യത്വത്തിന്റെ ഉപകരണങ്ങൾ ഉപയോഗിച്ചുകൊണ്ടുതന്നെ ഒരു അമേരിക്കൻ പ്രസിഡന്റിനെ പരിഹസിച്ചുകൊണ്ട്

ഒരു സോഫ്റ്റ് വെയർ ഉല്പന്നം വിപണിയിലെത്തിയതിന്റെ വലിയ വിജയമാണ്. നേട്ടം അമേരിക്കയ്ക്കും. ഇതാണ് സ്വാതന്ത്ര്യവിപണിയുടെയും ജനാധിപത്യത്തിന്റെയും വിജയം. അതിനുമുമ്പുതന്നെ ഷൂസിന്റെ ഏറിൽ നിന്നും ഭംഗിയായി ഒഴിഞ്ഞുമാറിയ ജോർജ്ജ് ബുഷും പറഞ്ഞു. "ഇറാഖിൽ ജനാധിപത്യം വന്നതിന്റെ സൂചനയാണ്."

ഒരു പത്രസമ്മേളനത്തിൽ നമ്മുടെ പ്രധാനമന്ത്രി മൻമോഹൻസിങ്ങിന് നേരെയോ മുഖ്യമന്ത്രി അച്യുതാനന്ദനു നേരെയോ ഇത്തരം ഒരു ചെരിപ്പേറ് നടന്നിരുന്നുവെങ്കിൽ നാം എങ്ങനെ പ്രതികരിച്ചേനെ? നാം എന്നതുവഴി ഉദ്ദേശിച്ചത് ഈ പംക്തിയുടെ വായനക്കാരായ മലയാളികളെയല്ല. ഇന്ത്യയുടെ പൊതുരാഷ്ട്രീയ സ്വത്വത്തെയാണ്. നമ്മുടെ ദേശീയതയ്ക്ക് ഏറ്റ അവഹേളനമായി നാം ബഹളമുണ്ടാക്കാൻ ആവശ്യപ്പെടുകയില്ലേ?

പണ്ട് രാജീവ്ഗാന്ധി ശ്രീലങ്ക സന്ദർശിച്ചപ്പോൾ ഗാർഡ് ഓഫ് ഓണർ സ്വീകരിക്കുന്ന വേളയിൽ ഒരു ശ്രീലങ്കൻ ഭടൻ തോക്കുതിരിച്ചു തലയ്ക്കടിക്കാൻ ശ്രമിച്ചു. രാജീവ്ഗാന്ധി വേഗത്തിൽ തലകുനിച്ചതുകൊണ്ട് വലിയ ക്ഷതമുണ്ടായില്ല. ഇന്നായിരുന്നെങ്കിലോ? അതൊരു വീഡിയോ ഗെയിമാക്കി ഇന്ത്യക്ക് വില്ക്കാമായിരുന്നു. രാജീവ്ഗാന്ധി ആ നാളിൽത്തന്നെ ലോകസഭയിലെത്തി ആ പ്രശ്നത്തെ ഒരു തമാശയായി തള്ളിപ്പറഞ്ഞു. ഇന്ന് ജോർജ്ജ് ബുഷും അതുതന്നെ ചെയ്യുന്നു.

"എന്നെ ഏറ്റവും പരിഹാസ്യനാക്കൂ" എന്ന് ജവഹർലാൽ നെഹ്റു കാർട്ടൂണിസ്റ്റ് ശങ്കറോട് പണ്ടു പറഞ്ഞിട്ടുണ്ട്.

ടെലിവിഷൻ ചാനലുകളിലെ പരിഹാസ പരിപാടികളെ തമാശയായി കാണാതെ ബഹളമുണ്ടാക്കുന്ന സമുദായ സംഘടനകൾ ഇതെല്ലാം ഉൾക്കൊള്ളണം. മാധ്യമങ്ങൾ പരിഹസിച്ചില്ലെങ്കിൽ നിങ്ങൾ കൂടുതൽ പരിഹാസ്യരാകും.

ഒരു അനാവശ്യ കാഹളം

മലയാളിക്ക് അഭിമാനക്ഷതമുണ്ടാക്കിയ ഒരു വിവാദമായിരുന്നു മുഖ്യ മന്ത്രി വി എസ് അച്യുതാനന്ദൻ ബാംഗ്ലൂരിൽ സന്ദീപ് ഉണ്ണികൃഷ്ണന്റെ വീട്ടിൽ നടത്തിയ സന്ദർശനം. രക്തസാക്ഷിയായ സന്ദീപിന്റെ അച്ഛൻ ഉണ്ണികൃഷ്ണന്റെ പെരുമാറ്റവും വി എസിന്റെ പ്രതികരണവും ദേശീയ വാർത്തയായി ഘോഷിക്കപ്പെട്ടു. ഇന്ന് ഇരുവരും പ്രയോഗിച്ച വാക്കുക ളിൽ ദുഃഖം രേഖപ്പെടുത്തിക്കഴിഞ്ഞു. എന്നാലും നാം ഈ വിവാദം മല യാളി സമൂഹത്തിനുവേണ്ടി ഭംഗിയായി മനസ്സിലാക്കണം. ഓരോഘട്ടവും പരിശോധിക്കാം.

ചോദ്യം ഒന്ന്. എന്തുകൊണ്ട് മുഖ്യമന്ത്രി വി എസ് അച്യുതാനന്ദൻ സന്ദീപിന്റെ അവസാനകർമ്മങ്ങളിൽ സന്നിഹിതനായില്ല?

എന്റെ മറുപടി. ഭീകരവാദികളുമായുള്ള ഏറ്റുമുട്ടലുകളിൽ മരിച്ച മല യാളികളായ ഭടന്മാരുടെ ജഡങ്ങൾ കേരളത്തിൽ തന്നെ നിരവധി എത്തി യിട്ടുണ്ട്. കരുണാകരൻ മുതൽ അച്യുതാനന്ദൻ വരെയുള്ള ഒട്ടേറെ മുഖ്യ മന്ത്രിമാർക്ക് ചില സന്ദർഭങ്ങളിലെങ്കിലും ഒട്ടേറെ കാരണങ്ങളാൽ അവിടെ ഉടൻ ചെല്ലാനായിട്ടില്ല. അതൊരു വീഴ്ചയായി ആരും കേരളത്തിൽ ഇന്നും തർക്കിക്കുന്നുമില്ല.

ചോദ്യം രണ്ട്: മറ്റൊരാളെ അയയ്ക്കാമായിരുന്നില്ലേ?

മറുപടി: താൻ തന്നെ ആഭ്യന്തരമന്ത്രിയുമായി ഉടനെ നേരിട്ടുചെല്ലാ നിരിക്കെ മറ്റൊരാളെ അയയ്ക്കുന്നത് ഔചിത്യക്കുറവാണെന്ന് മുഖ്യമന്ത്രി കരുതിയതിൽ എന്താണ് തെറ്റ്? സന്ദീപിന്റെ അച്ഛനുമായി ഫോണിൽ ഭംഗിയായി സംസാരിക്കുകയും ചെയ്തിരുന്നു.

ചോദ്യം മൂന്ന്: വി എസ് അച്യുതാനന്ദൻ അവിടെ ചെല്ലുന്നതിനു മുമ്പ് ആ വീട്ടിൽ സുരക്ഷാസന്നാഹങ്ങളുണ്ടായി. അതു മോശമായില്ലേ?

മറുപടി: ഈ അവസരം ഉപയോഗിച്ച് ഏതെങ്കിലും ഭീകരവാദി

അവിടെ ഒരു സ്ഫോടനമുണ്ടാക്കി അച്യുതാനന്ദനടക്കം ചിലരെ വധിച്ചാൽ ശരിയാവില്ലല്ലോ. സുരക്ഷ ഒരുക്കിയത് കർണ്ണാടക പൊലീസുമാണ്.

ചോദ്യം നാല്: എന്തോ കാരണങ്ങളാൽ ക്ഷുഭിതനായ ഉണ്ണികൃഷ്ണൻ ഉച്ചത്തിൽ പോടാ പട്ടി തുടങ്ങിയ പ്രയോഗങ്ങൾ ആർക്കുനേരെയോ നടത്തിയത് മകൻ മരിച്ച ദുഃഖത്തിലാണ്. അതിന് അദ്ദേഹത്തിന് അവകാശമില്ലേ?

മറുപടി: ഒരു ധീരജവാൻ മരിച്ചതിന്റെ ദുഃഖം ഒരച്ഛനും ചെറുതല്ല. ആ വിവരം അറിഞ്ഞതുമുതൽ അച്ചടക്കമുള്ള ഭടന്റെ അച്ഛനെപ്പോലെ എല്ലാ മാധ്യമങ്ങളോടും പ്രതികരിച്ച മനുഷ്യനാണ് ഉണ്ണികൃഷ്ണൻ. വി എസ് അവിടെ പോകുന്നതിനുമുമ്പും അതിനുശേഷവും എല്ലാവരോടും നന്നായി സംസാരിച്ചു. മിക്കവരും രാഷ്ട്രീയനേതാക്കളായിരുന്നു. നേരത്തെ ടെലിഫോണിൽ വി എസിനോടും ആ കുടുംബം ഭംഗിയായി സംസാരിച്ചു. പെട്ടെന്ന് മനംമാറി ഈ മനുഷ്യൻ എന്തുകൊണ്ട് ഇങ്ങനെ പെരുമാറി എന്നാലോചിക്കണം. ആരുടെ പ്രേരണകൊണ്ടാണ് അന്തസ്സുള്ള, സംസ്കാര സമ്പന്നനായ ആ മനുഷ്യൻ ഇങ്ങനെ പെരുമാറി എന്നത് നാം മനസ്സിലാക്കണം.

ചോദ്യം അഞ്ച്. വി എസ് എന്തിന് ഇങ്ങനെ വൈകി അവിടെ ചെന്നു?

മറുപടി: ഇങ്ങനെയൊരു സ്വീകരണം പ്രതീക്ഷിച്ചില്ല. വേണ്ടായിരുന്നു.

ചോദ്യം ആറ്: പിന്നീടുള്ള പ്രതികരണത്തിൽ ഒരു പട്ടിയും പോകില്ലായിരുന്നു എന്നു പറഞ്ഞതിന് എന്താണ് ന്യായീകരണം?

മറുപടി: ഒരു ന്യായീകരണവുമില്ല. തന്റെ ജീവിതത്തിൽ ഒട്ടേറെ രക്തസാക്ഷികളെ കണ്ട മനുഷ്യനാണ് വി എസ്. 85-ാം വയസ്സിൽ ഒരു നീണ്ട യാത്ര ചെയ്ത് കമ്യൂണിസ്റ്റുകാരനല്ലാത്ത മലയാളിയായ ഇന്ത്യാക്കാരന്റെ രക്തസാക്ഷിത്വത്തെ അംഗീകരിക്കാൻ നടത്തിയ യാത്രയാണ്. ആ യാത്ര ഈ മട്ടിൽ അപമാനിക്കപ്പെടുമ്പോൾ വി എസും ഒരു നിമിഷത്തിൽ മനുഷ്യനായിപ്പോയി. 'പട്ടീ' എന്നു വിളിച്ചുവെന്നു കരുതിയ ഹതഭാഗ്യനെ തിരിച്ച് പട്ടി എന്നു വിളിച്ചു എന്നു വരുത്തിത്തീർത്തു. ചില ഇംഗ്ലീഷ് ടെലിവിഷൻ ചാനലുകൾ മാധ്യമങ്ങളോട് പ്രതികരിക്കുമ്പോൾ വി എസ് പറഞ്ഞത് സന്ദീപിന്റെ ഈ രക്തസാക്ഷിത്വമില്ലായിരുന്നുവെങ്കിൽ ഏതു പട്ടി അവിടെ ചെല്ലുമായിരുന്നുവെന്നാണ് താനടക്കം അവിടെച്ചെന്ന എല്ലാവരെയും സ്വയം നിന്ദയ്ക്ക് വിധേയമാക്കുകയായിരുന്നു. ആ പ്രയോഗം അച്യുതാനന്ദന് ഒരിക്കലും ഭൂഷണമല്ലെന്ന് അദ്ദേഹംതന്നെ ഇന്ന് തിരിച്ചറിയുന്നു.

ഉണ്ണികൃഷ്ണന്റെ തെറി അപ്രസക്തവും അച്യുതാനന്ദന്റെ മോശമായ ഭാഷാപ്രയോഗം പ്രസക്തവുമായിത്തീരുന്ന ഹീനമായ കാഴ്ചപ്പാടുകളായിരുന്നു പലർക്കും. ഇരുവരും അതു തിരുത്തി.

മുംബൈയിൽ മരിച്ച 200 പേരുടെ എത്ര വീടുകളിൽ എത്ര മുഖ്യമന്ത്രിമാർ എപ്പോഴെല്ലാം ചെന്നു. അന്വേഷിക്കുക. മുംബൈയിൽ മരിച്ചവർക്കു വേണ്ടി അവിടെയെത്തി ഒരു കോടി പ്രഖ്യാപിച്ച നരേന്ദ്രമോദി

ഗുജറാത്തിൽ എത്ര കോടികൾ കൊടുത്തു. അന്വേഷിക്കണം. ഗുജറാത്ത് കലാപത്തിൽ മരിച്ച കുടുംബാംഗങ്ങളുടെ ഇന്നത്തെ സ്ഥിതി എന്താണ്? അതും അന്വേഷിക്കണം.

ഹ്രസ്വവീക്ഷണത്തിലൂടെ മാധ്യമചർച്ചകൾ മിന്നിമറയുമ്പോൾ ഒന്നോ രണ്ടോ വാക്കുകളുടെ അകമ്പടിയോടെ അത് ആഘോഷിക്കാൻ ആധുനികമാധ്യമങ്ങൾ ശ്രമിക്കുമ്പോൾ നാം ശ്രദ്ധിക്കേണ്ട ഒരു അനുഭവപാഠമാണിത്.

കാശ്മീരിലും മറ്റിടങ്ങളിലും ഒട്ടേറെ ഇന്ത്യക്കാർ മലയാളികളടക്കം ജഡങ്ങളാകാൻ ഇപ്പോഴും തയ്യാറെടുക്കുകയാണ്.

പുതിയ യുഗത്തിൽ നാം കുറെയധികം ജഡങ്ങൾ ഇനിയും കാണും. വല്ലപ്പോഴും അല്ലെങ്കിൽ ഇടയ്ക്കിടെ ആ ത്യാഗത്തോട് ആദരവ് രേഖപ്പെടുത്താൻ വരുന്നവർ ആരായാലും അമാന്യമായി പെരുമാറരുത്.

അങ്ങനെ പോകുന്ന രാഷ്ട്രീയ വ്യക്തിത്വങ്ങൾക്ക് അച്യുതാനന്ദന്റെ നാവിന് ഒരു നിമിഷത്തിലുണ്ടായ പിഴവ് പാഠവുമാകുന്നു.

അച്ഛൻ ഉണ്ണികൃഷ്ണന്റെ പെരുമാറ്റം ജീവൻവെടിഞ്ഞ സന്ദീപ് ഉണ്ണികൃഷ്ണൻ ഒരിക്കലും അനുവദിക്കില്ലായിരുന്നു. അച്ഛനെ ശ്വാസിച്ചുമാറ്റിയേനെ. അതുപോലെ പ്രകാശ് കാരാട്ട് ശാസിക്കേണ്ടി വന്ന അവസ്ഥ വി എസിനും ഒഴിവാക്കാമായിരുന്നു. നമുക്കെല്ലാം വളരെ വേദനാജനകമായി ഈ വിവാദം.

വേണം വലിയ പ്രതീകങ്ങൾ

ഇതെഴുതി പ്രസിദ്ധീകരിക്കുന്നതിനിടയിൽ ഇന്ത്യയിൽ എത്രയോ ആയിരം കുട്ടികൾക്ക് 'അഭിനവ്' എന്ന് പേരുകിട്ടിയിട്ടുണ്ടാവും എന്നുറപ്പാണ്. ഒട്ടേറെ പുതിയ സ്ഥാപനങ്ങളുടെ പേരും 'അഭിനവ്' എന്നോ 'ഒളിമ്പിക്' എന്നോ ആകാൻ വഴിയുണ്ട്.

ഇതാണ് വലിയ വിജയങ്ങളുടെ പ്രത്യേകത. അഭിനവ് ബിന്ദ്ര യോഗിതുല്യമായ തീക്ഷ്ണതയോടെ മറ്റൊന്നും കാണാതെ ലക്ഷ്യത്തെ മാത്രം കണ്ട് വിരൽ ചലിപ്പിക്കുമ്പോൾ അതിനുശേഷം ഒരു നിസ്സംഗഭാവം പ്രകടിപ്പിക്കുമ്പോൽ മഹാഭാരത സന്ദർഭങ്ങളാണ് മനസ്സിലൂടെ പോയത്. എന്തുകൊണ്ട് അർജ്ജുനന് മാത്രം മുകളിൽ ചലിക്കുന്ന ആ ജീവിയുടെ കണ്ണു മാത്രം ലക്ഷ്യമാക്കാനായി? വ്യാസന്റെ വ്യക്തമായ മറുപടി മറ്റുള്ളവർ ചലിക്കുന്ന രൂപമെല്ലാം ഒന്നിച്ചുകണ്ടു. അർജ്ജുനനോ? ലക്ഷ്യസ്ഥാനം മാത്രം. അതായിരുന്നു അഭിനവ്.

ക്രിക്കറ്റിൽ ബൗളർമാർക്ക് നല്കുന്ന ഒരു പരിശീലനമുണ്ട്. മൂന്നു സ്റ്റമ്പില്ല. ഒരു സ്റ്റമ്പ് മാത്രം. അതെറിഞ്ഞു വീഴ്ത്തണം. വേഗത്തിൽ എറിയുന്നവർക്ക് എളുപ്പമാണ്. സ്പിന്നർമാർക്ക് കൂടുതൽ ബുദ്ധിമുട്ടാണ്. കളിയിൽ നിന്നും വിരമിച്ച ശേഷവും ആറിൽ അഞ്ചുപ്രാവശ്യം ബിഷൻസിങ് ബേദി അതു ചെയ്യുന്നത് ഞാൻ ഡൽഹി നാഷണൽ സ്റ്റേഡിയത്തിൽ കോരിത്തരിപ്പോടെ കണ്ടിട്ടുണ്ട്.

രാഷ്ട്രപതി മുതൽ ആയിരമായിരങ്ങൾ അഭിനവിനെ അനുമോദിക്കുന്നു അഭിനവിന് ലഭിച്ച അനുമോദനങ്ങളിൽ ഏറ്റവും ഗംഭീരം ആദ്യമായി ക്രിക്കറ്റ് ലോകകപ്പ് നേടിയ കപിൽദേവിന്റേതായിരുന്നു. "ഞങ്ങൾ നേടിയ ക്രിക്കറ്റ് ലോകകപ്പിനേക്കാളും വിലപ്പെട്ടതാണ് നീ നേടിയ ഒളിമ്പിക് സ്വർണ്ണം." ഒരു നല്ല കായികതാരത്തിനു മാത്രമേ അങ്ങനെ പറയാ

നാകൂ. ഛണ്ഡീഗഡ് ബന്ധങ്ങൾ ഉണ്ടാകാം. എന്നാൽ എപ്പോഴും നാട്ടുകാരനെ ഇകഴ്ത്തുകയല്ലേ പൊതുവായുള്ള ഇന്ത്യൻ ശീലം.

ഛണ്ഡീഗഡിലെ കപിൽ ദേവിന്റെ നക്ഷത്രഹോട്ടലിൽ ഞാൻ പോയിട്ടുണ്ട്. റസ്റ്റോറന്റ് ഓവൽ (Oval) പ്രശസ്ത ക്രിക്കറ്റ് മൈതാനം.

ബാറിന്റെ പേര് 'സിക്സർ' ന്യായമായും ഹോട്ടലിന്റെ പേര് 'ഹോട്ടൽ കപിൽ.'

അഭിനവിന്റെ അച്ഛൻ ബിന്ദ്ര 200 കോടി ചെലവിൽ ദേറാഡൂണിൽ പണി പൂർത്തിയാക്കുന്ന വമ്പൻ ഹോട്ടലിന് 'ഒളിമ്പിക് ഹോട്ടൽ' എന്ന് പേരു പ്രഖ്യാപിച്ചിരിക്കുന്നു. ഹോട്ടൽ മാത്രമല്ല ബിന്ദ്രയുടെ എല്ലാ കച്ചവടവും നാളെ നോക്കി നടത്തേണ്ടത് അഭിനവാണ്. കാഴ്ചക്കുറവുകാരണം ഷൂട്ടിങ് ഉപേക്ഷിക്കാൻ ആലോചിച്ച മകനെ അതു ശരിയാക്കി മുമ്പോട്ടുപോകൂ എന്നു പറഞ്ഞു. പ്രോത്സാഹിപ്പിച്ച ആ അച്ഛന് നല്ല കാശുണ്ടായതുകൊണ്ടാണ് ഇതു സാദ്ധ്യമായത് എന്നു പലരും പറഞ്ഞുതുടങ്ങുന്നു.

ഇതിലേറെ നല്ല കാശുള്ള ഇന്ത്യയിലെ ചില വമ്പന്മാർ മക്കളെ കായികതാരങ്ങളാക്കാൻ എത്രയോ കോടികൾ ചെലവാക്കുന്നു. നടക്കുന്നില്ല. ഒരു വലിയ ക്രിക്കറ്റ് താരം സർദേശായിയുടെ അടുത്ത തലമുറ പ്രാവീണ്യം തെളിയിച്ചത് ടെലിവിഷൻ മാധ്യമരംഗത്താണ് എന്നും ഇവിടെ ഓർക്കാം. രാജ്ദീപ് സർവദേശായിയെ ക്രിക്കറ്റ് കളിക്കാരനാകാൻ ബുദ്ധിമുട്ടിച്ചിരുന്നെങ്കിൽ എന്തായേനെ സ്ഥിതി?

അഭിനവിനെപ്പോലൊരു പുതിയ പ്രതീകത്തെ ഇന്ത്യക്ക് ആവശ്യമായിരുന്നു. കപിൽദേവ് ചെയ്തതുപോലെ, സച്ചിൻ ചെയ്തതുപോലെ, ധ്യാൻചന്ദ് ചെയ്തതുപോലെ, ധോണി ചെയ്തതുപോലെ, വിശ്വനാഥൻ ആനന്ദ് ചെയ്തതുപോലെ, മുരളി കാർത്തികേയൻ ചെയ്തതുപോലെ. അഭിനവ് നേടിയത് വളരെ വലിയ വേദിയിലായതുകൊണ്ട് അത് ഒരു തലമുറയുടെ ചരിത്രമായി മാറുന്നു.

ഒ എൻ വിക്കും മടുക്കുമ്പോൾ

ഞാൻ പ്രവർത്തിക്കുന്ന മാധ്യമസ്ഥാപനത്തിന്റെ രാഷ്ട്രീയ സ്വഭാവമുള്ള ഒരു പൊതുപരിപാടിക്ക് വിശിഷ്ടാതിഥിയാകാൻ ഈയിടെ ഒ എൻ വി കുറുപ്പ് സാറിനെ ക്ഷണിക്കുകയുണ്ടായി. ഞാൻ യൂണിവേഴ്സിറ്റി കോളേജിൽ പഠിക്കുമ്പോൾ അദ്ദേഹം അവിടെ അദ്ധ്യാപകനായിരുന്നു. ആംഗലസാഹിത്യമായിരുന്നു എന്റെ വിഷയമെങ്കിലും ഒ എൻ വിയെ അടുത്തറിയാൻ അദ്ദേഹത്തിന്റെ ചില ക്ലാസുകളിൽ ഇരുന്നിട്ടുമുണ്ട്. കോളേജ് നിയമം അനുവദിച്ചിരുന്നില്ലെങ്കിലും ചില മാസങ്ങൾക്കു മുമ്പ് എന്റെ പുസ്തകം പ്രകാശനം ചെയ്യാൻ ഒരു മടിയും കൂടാതെ അദ്ദേഹം സന്നദ്ധനാവുകയുംചെയ്തു.

ഏറ്റവും ഒടുവിൽ ഞാൻ നടത്തിയ അഭ്യർത്ഥന അദ്ദേഹം സ്നേഹപൂർവ്വം നല്ല മലയാളത്തിൽ നിരസിച്ചു. കാരണവും വ്യക്തമാക്കി. സാഹിത്യസംബന്ധമായ, കലാസംബന്ധമായ, സിനിമാ നാടകസംബന്ധമായ എന്തിനും ഗോപകുമാർ എന്നെ വിളിക്കൂ. ആരോഗ്യമനുവദിച്ചാൽ ഞാൻ വരാം. എന്നാൽ രാഷ്ട്രീയസ്വഭാവമുള്ള എല്ലാ കാര്യങ്ങളിൽനിന്നും എന്നെ ഒഴിവാക്കണം.

"ശരി സാർ, അങ്ങനെയൊരു തീരുമാനമുള്ള കാര്യം ഞാൻ അറിഞ്ഞില്ല. ക്ഷമിക്കണം." ഞാൻ മാപ്പു പറഞ്ഞു.

പിന്നീടുള്ള മണിക്കൂറുകളിലും ദിവസങ്ങളിലും ഇതേക്കുറിച്ച് എന്നെ അലട്ടിയ ഒരുചിന്ത. ഇപ്പോഴും അലട്ടുന്ന ഒരു ചിന്ത ആരാണ് ഒ എൻ വിയെ അരാഷ്ട്രീയവല്ക്കരിച്ചത് എന്ന മറുപടി കിട്ടാത്ത ചോദ്യമാണ്. ഒ എൻ വിയുടെ ചരിത്രമതല്ലല്ലോ. ജീവിതചരിത്രവുമതല്ല. കാവ്യ ചരിത്രവുമതല്ല. അദ്ദേഹം രാഷ്ട്രീയത്തിൽനിന്നും മാനസികമായി മോചിതനാകാൻ തീരുമാനിച്ചത് കേരളത്തിലെ ഇടതുപക്ഷപ്രസ്ഥാന ചരിത്രത്തിന്

കളങ്കമാണ് എന്ന വിധിയെഴുത്തിലെത്തുകയാണ് ഞാൻ. അദ്ദേഹത്തിന്റെ കാരണങ്ങൾ എന്തുമാവട്ടെ. എന്നാൽ ഇത്തരമൊരു തീരുമാനത്തിൽ അദ്ദേഹത്തെ എത്തിച്ചവർക്ക് മറുപടി പറയാൻ വലിയ ബാദ്ധ്യതയുണ്ട് എന്നു തോന്നുന്നു.

കോളേജുകളിൽ രാഷ്ട്രീയം പാടില്ല എന്ന വലിയ പ്രചാരണം നടക്കുന്ന വേളയിൽ കുട്ടികളുടെ രാഷ്ട്രീയവാസനയ്ക്കും രാഷ്ട്രീയ പ്രവർത്തനത്തിലും വേണ്ടി ശക്തിയായി ശബ്ദമുയർത്തിയ മനുഷ്യനെക്കൊണ്ടു തന്നെ ഇന്ന് ഇതു പറയിച്ചു. ഈ തെറ്റിന് കാരണക്കാരായവർക്ക് ഇ എം എസോ ഇ കെ നായനാരോ മാപ്പുകൊടുക്കില്ല. ഒ എൻ വി യെ സജീവ രാഷ്ട്രീയ തല്പരനായ ഒരു പ്രചാരകനായി വീണ്ടും വേദികളിൽ കൊണ്ടു വരണമെന്നല്ല പറയുന്നത്. എന്നാൽ ഒ എൻ വി സ്വയം വരിച്ചിരിക്കുന്ന അരാഷ്ട്രീയം മറ്റെന്തെല്ലാമോ ദുസ്സൂചനകൾ നല്കുന്നു. ഒരു പാർട്ടിയെയോ വ്യക്തിയെയോ കുറ്റപ്പെടുത്തുകയല്ല അദ്ദേഹം ചെയ്തിരിക്കുന്നത്. അര നൂറ്റാണ്ടിലേറെയായി താൻ എഴുതുകയും പാടുകയും പ്രസംഗിക്കുകയും ചെയ്തിരുന്ന ഒരു ചിന്താപ്രവാഹത്തിന് കാരണമായിരുന്ന ഒരു കാല്പനികതയോട് വിടപറയുകയാണ്. അദ്ദേഹത്തിന് അത് എത്രത്തോളം എത്ര കാലം സാദ്ധ്യമാകുമെന്നറിയില്ല. സിരകളിലെഴുകുന്ന രക്തത്തോട് എത്ര കാലം മല്ലിടും. ഒരുപക്ഷേ, തന്റെ പ്രഖ്യാപിത നയത്തിൽനിന്ന് വ്യതിചലിച്ച് അദ്ദേഹം വീണ്ടും പേനയും നാവുമുപയോഗിച്ചേക്കാം എന്നാലും ഇന്നിത് സംഭവിച്ചിരിക്കുന്ന ഒ എൻ വി എന്ന ഒരു വ്യക്തിയുടെ മാനസികാവസ്ഥയെ അവലോകനം ചെയ്യാനല്ല ഇവിടെ ഉദ്ദേശ്യം. അതിന് ഞാൻ തീർത്തും പ്രാപ്തനുമല്ല. എന്നാൽ ഇതേമട്ടിൽ പുരോഗമന ചിന്താഗതിക്കാരായ വലിയ മനുഷ്യരെ നിരാസത്തിലേക്കോ നിസ്സംഗതയിലേക്കോ ചിലപ്പോൾ നിഷേധത്തിലേക്കോ നയിച്ച പാർട്ടി പ്രസ്ഥാനങ്ങളുടെ ഇന്നത്തെ സാരഥികൾ ഒന്നാലോചിക്കണം ഇത്തരക്കാരായിരുന്നു ചീത്ത ക്കാലങ്ങളിൽ നിങ്ങളുടെ പ്രാണവായു.

വഴക്കുകളുടെ അർത്ഥം

ഞാൻ ഇംഗ്ലീഷ് സാഹിത്യത്തിൽ ബിരുദത്തിന് പഠിക്കുമ്പോൾ രണ്ടദ്ധ്യാപകരുണ്ടായിരുന്നു. ഒരാൾക്ക് പ്രായം കൂടും. രണ്ടാമത്തെ അദ്ധ്യാപകന് 15 വയസ്സ് കുറയും. ഒരാൾക്ക് മൂന്നോ നാലോ വർഷങ്ങളേ അദ്ധ്യാപകനായി മുമ്പോട്ടു നോക്കാനുള്ളൂ. ഗവേഷണത്തിൽ മുഴുകിത്തുടങ്ങിയ കാലം. അവിവാഹിതൻ. അല്ലെങ്കിൽ അവിവാഹിത ജീവിതം. പ്രായം കുറഞ്ഞ രണ്ടാം വ്യക്തിക്ക് സാഹിത്യതല്പരത ഒട്ടും കുറവല്ല. വിവാഹിതൻ എന്നാലും തീവ്രനിലപാടുകളുള്ള മനുഷ്യൻ.

ഇരുവരും അദ്ധ്യാപകമുറിയിലിരുന്ന് എപ്പോഴും സാഹിത്യതർക്കങ്ങളാണ്. ഞങ്ങൾ വിദ്യാർത്ഥികൾ ഇടയ്ക്ക് കടന്നുചെല്ലുമ്പോൾ നിശ്ശബ്ദരാകും. ഞങ്ങളിറങ്ങുമ്പോൾ വീണ്ടും തുടരും.

മുതിർന്ന മനുഷ്യൻ ഷേക്സ്പിയറുടെ വലിയ വക്താവാണ്. ഷേക്സ്പിയർ സാഹിത്യത്തിലാണ് ഗവേഷണവും. രണ്ടാമദ്ധ്യാപകന്റെ ഇഷ്ട നാടകകൃത്ത് ക്രിസ്തഫർ മാർലോയാണ്. രണ്ടാളുടെയും താല്പര്യങ്ങളറിഞ്ഞ പ്രൊഫസർ ഇരുവർക്കും അവരുടെ ഇഷ്ടവിഷയങ്ങൾ പഠിപ്പിക്കാനായി ഏല്പിച്ചുകൊടുത്തിരുന്നു.

മാർലോയുടെ മൂന്നാലുവരികൾ വികാരനിർഭരമായി വിശദീകരിച്ച ശേഷം ആ അദ്ധ്യാപകൻ ചോദിക്കും.

ഇതിന് തത്തുല്യമായ കാവ്യനാടകഭംഗിയുള്ള ഷേക്സ്പിയറുടെ വരികൾ പറയാൻ ഇവിടെ ആരെങ്കിലുമുണ്ടോ? ഞങ്ങൾ മിണ്ടില്ല. ടീച്ചേഴ്സ് റൂമിൽ നടന്ന തർക്കത്തിന്റെ തുടർച്ചയാണ്. വിദ്യാർത്ഥികൾക്ക് ഇടപെടാനാകില്ല.

താമസിയാതെ ഷേക്സ്പിയറുമായി മുതിർന്ന അദ്ധ്യാപകൻ എത്തും. നിശ്ചയദാർഢ്യമുള്ള മുഖം. ഞങ്ങളെല്ലാം മാർലോ വരികളുടെ അനുഭൂതിയിലാണ്.

ഗംഭീരമായ ഒരു ക്ലാസ്. സ്തബ്ധരായിരിക്കുന്ന ഞങ്ങൾ. ഒടുവിൽ ആരുടെയും കണ്ഠം നിറയ്ക്കുന്ന നാലു വരികൾ. എല്ലാവരും ശ്വാസം മുട്ടിയിരിക്കുന്നു. ഒന്നു ശ്വാസം വിട്ടശേഷം അദ്ദേഹം പുസ്തകം മേശപ്പുറത്ത് ഉച്ചത്തിൽ അടിക്കും.

"ആയിരം മാർലോമാർ കൂടിയാലോ, ആയിരം വേർഡ്സ് വർത്തുമാർ കൂടിയാലോ നൂറായിരം ഷെല്ലികളും കോളറിഡ്ജുകളും ഒത്തുചേർന്നാലോ, ഷേക്സ്പിയറ് എഴുതിയതിന് തുല്യമാകുമോ? പറയ്" ഞങ്ങൾ സമ്മതിച്ച് മിണ്ടാതിരിക്കും.

"അയാൾ വന്ന് നിങ്ങളെ വെറുതെ തെറ്റിദ്ധരിപ്പിക്കുകയാണ് വിടരുത്." ക്ലാസ് പൂർത്തിയാക്കി അദ്ദേഹം പോകും.

ഈ രണ്ടദ്ധ്യാപകരുടെ സാഹിത്യവൈകാരികതയുടെ വലിയ തലങ്ങൾ ഞങ്ങൾക്ക് ജീവിതാനുഭവങ്ങളായി. ഷേക്സ്പിയറുടെയും മാർലോയുടെയും സർഗ്ഗശേഷിയുടെ കാര്യത്തിൽ വ്യക്തിപരമായി തെക്കൻ തിരുവിതാംകൂറിലെ ഒരു ക്ലാസിൽ രണ്ടദ്ധ്യാപകർ നടത്തുന്ന ഇത്തരം യുദ്ധം ഇക്കാലത്തുണ്ടാവില്ല എന്നതുതന്നെ ഇക്കാലത്തെ വിദ്യാർത്ഥികളുടെ നഷ്ടവും. സാഹിത്യ സ്നേഹത്തിന്റെ പേരിലെ വ്യക്തിപരമായ തർക്കങ്ങൾ വിദ്യാർത്ഥികളുടെ സാഹിത്യതല്പരതയെ പത്തിരട്ടി പരിപോഷിപ്പിക്കുന്നു. ഇതുവഴി ഷേക്സ്പിയറോടും മാർലോയോടും എല്ലാ നല്ല കാവ്യനാടകങ്ങളോടും നമ്മുടെ അഭിനിവേശം വർദ്ധിക്കുന്നു. ആസ്വാദനം കൂടുന്നു. ജീവിതം കൂടുതൽ അർത്ഥപൂർണ്ണമാകുന്നു.

ഇതെല്ലാം ഇപ്പോൾ ഓർത്തത് വഴക്കുകൾക്കുണ്ടാകേണ്ട ക്രിയാത്മകമായ സാദ്ധ്യതകളെക്കുറിച്ചുള്ള ചിന്തയാണ്. നമ്മുടെ സിനിമാകലാകാരന്മാരുടെ വഴക്കുകളാണ് ഈയിടെ ഏറെ വേദനിപ്പിക്കുന്നത്. സാഹിത്യവഴക്കുകൾ നേരത്തെ തന്നെ നാമേറെ സഹിച്ചുകഴിഞ്ഞു. വളരെ മിതത്വം പാലിച്ചിരുന്ന നല്ല കലാകാരന്മാരും ഇന്ന് വെല്ലുവിളികളുടെ ലോകത്താണ്. സാഹിത്യ വഴക്കിട്ട എന്റെ പഴയ രണ്ടദ്ധ്യാപകർ കാരണം എന്നെപ്പോലുള്ള ചില കുട്ടികൾക്ക് അത്യാവശ്യം വിവരമുണ്ടായി. ഈ വഴക്കുകൾ കാരണം ആർക്കാണ് ഗുണം? ഓരോ വാക്കിനും ഒരർത്ഥം വേണം.

www.ingramcontent.com/pod-product-compliance
Lightning Source LLC
LaVergne TN
LVHW100842051026
849519LV00006B/2395
* 9 7 8 9 3 8 5 0 4 5 0 9 7 *